AN AMHARIC READER

T0381708

AN AMHARIC READER

BY

Major J. I. EADIE, D.S.O.

3RD BATTALION 19TH HYDERABAD REGIMENT
1ST CLASS INTERPRETER IN AMHARIC

CAMBRIDGE
AT THE UNIVERSITY PRESS
1924

CAMBRIDGE UNIVERSITY PRESS
Cambridge, New York, Melbourne, Madrid, Cape Town,
Singapore, São Paulo, Delhi, Tokyo, Mexico City

Cambridge University Press
The Edinburgh Building, Cambridge CB2 8RU, UK

Published in the United States of America by Cambridge University Press, New York

www.cambridge.org
Information on this title: www.cambridge.org/9781107601338

First published 1924
First paperback edition 2011

A catalogue record for this publication is available from the British Library

ISBN 978-1-107-60133-8 Paperback

PREFACE

THE subject matter of this Reading Book was collected in Addis Abeba in 1913 from literate Amharas and translated by me in India in the beginning of 1914, notes on unusual words having been made in Abyssinia.

As a general rule the translation has been made as literal as possible and no attempt made to turn the Amharic into good English, as this would have meant a paraphrase rather than a translation.

Amharic literature has hardly developed enough to have evolved a settled orthography and variations of spelling will be found in the text.

As every Amharic student, who knows English, will be acquainted with Armbruster's excellent Grammar, frequent reference is made to it in the footnotes.

Owing to the War and the subsequent disturbed state of the Middle East, it has been impossible to complete the corrections to the proof copies till 1924.

It has been possible to publish this book owing to the enterprise of the Cambridge University Press and a Grant of £100 by the Prime Minister from the Royal Bounty Fund in 1915.

I wish to express my best thanks to the staff of the University Press for the great pains they have taken in printing the Amharic text, and to my Abyssinian friends, especially Ato Mikail Johann, for supplying me with material for the Reading Book.

J. I. EADIE.

MINISTRY OF DEFENCE,
    BAGHDAD.
      February 1924.

CONTENTS

AN AMHARIC READER

STORIES

1

ሶስቱ ፡ ሽማግሌዎች ፡

ሶስት ፡ ሽማግሌዎች[1] ፡ ነበሩ ፤ አንድነት ፡ በፍቅር ፡ የሚኖሩ[2] ፡ እግዚአብሔር ፡ የሾማቸው ፡ ሰው ፡ ሲጣላ[2] ፡ የሚያስታርቁ[2] ። ሁለቱ ፡ ሽማግሌዎች ፡ ሶስተኛውን ፡ በጣም ፡ ያከብራሉ[2] ። በብልሃትና ፡ በምክር ፡ ይልቃቸዋልና ። ምክር ፡ ሲቸግራቸው ፡ ምክር ፡ ለመመጽወት[3] ፡ ከሱ ፡ ዘንድ ፡ የሚሄዱ[4] ፡ ናቸው ። ግድ ፡ እነሱም ፡ ብቻ ፡ አይደሉም[4a] ፡ ብዙ ፡ ሰው ፡ ከሱ ፡ ዘንድ ፡ የማይደርስ ፡ የለም ። ዝናው ፡ የራቀ ፡ ነው ። አንዲት ፡ ሴት ፡ ልጅ ፡ ብቻ ፡ ወልዷል[5] ፡ ባልንጀሮቹም ፡ ሁለቱ ፡ ፩፩ ወንድ ፡ ልጅ ፡ ወልደዋል[5] ። ሶስቱ ፡ አጥብቀው ፡ ይዋደዳሉ[2] ፡ ባንድ ፡ ይበላሉ[2] ፡ ባንድ ፡ ይጠጣሉ[2] ። በንደዚህ ፡ ያለ ፡ መልካም ፡ ኑሮ ፡ ሲኖሩ ፡ የሁለቱ ፡ ሽማግሌ ፡ ልጆች ፡ ምስት ፡ ለማግባት ፡ ጊዜያቸው ፡ ደረሰ ። ስለዚህ ፡ አባት ፡ ለልጁ ፡ አሳብ ፡ ገባ ። ባልንጀራውን ፡ ሳያማክር ፡ አሽከሩን ፡ ከሴት ፡ ልጅ ፡ አባት ፡ ልጅህን ፡ ለልጄ ፡ ስጠኝ ፡ ሲል ፡ ላከበት ።

This story was written down exactly as it was told by an old Amhara. Its style is very elliptical and it is difficult on first reading to be sure to whom the "he" or "they" of the verb refers.

1 ሽማግሌ ፡ is a polite term for an old man: it also means an arbitrator, an elder who will arrange cases without the parties concerned going to law. Cp. the Pushtu سپين ږيرى.

2 These are all present tenses (historic present).

3 ተመጸወተ = to be given (alms).

4 Lit. "they are (those) who go."

4a አይደሉም ፡ is the correct spelling, but the spelling as in text with giiz instead of sayi is not unknown in Shoa.

5 Lit. "has" "have" given birth.

መልክቱን፡ ሲፈጽም፡ ምላሽ፡ ሳይመልስለት፡ ጋብዙት፡ ብሎ፡ አዘዘ፡ ሲጋበዝ፡ ሳለ፡ ያንዱ[6]፡ ሽማግሌ፡ መልክተኛ፡ ደሞ፡ ከተፍ[7]፡ አለ፡ የመልክቱም፡ ቃል፡ እንደ፡ ፊተኛው፡ ነው[2]። ምላሽ፡ ሳይሰጠው፡ ውሰዱትና፡ ጋብዙት፡ ግን፡ የብቻው፡ ተፊተኛው፡ መልክተኛ፡ ጋር፡ ሳታቀላቅሉ፡ ይሁን፡ ብሎ፡ ደሞ፡ አዘዘ። ይህ፡ እስኪጋበዝ፡ ድረስ፡ ያ፡ ተመስጎ[8]፡ ለመሰናበት፡ መጣ። ይሁን፡ እሺ፡ ምን፡ ከፋ፡ ፫ ወር፡ ግዜ፡ ሰጥቻለሁና፡ ቤትኽን፡ አሰናዳ፡ ብለህ፡ ለጌታህ፡ ንገረው። ይህ፡ ተሔደ፡ በኋላ፡ ደሞ፡ የኋለኛው፡ መልክተኛ፡ መጣ። ምላሹን፡ እንደፊተኛው፡ ቃል፡ ነገረው። ይህ፡ ሁሉ፡ ሲደረግ፡ እርስበርሳቸው፡ የዚህን፡ ነገር፡ አይዋዩም[9]። ያም፡ ለልጄ፡ ያም፡ ለልጄ፡ ብለው፡ ተሸሻሸገዋል። መልክተኞቹ፡ በየስፍራቸው፡ በደረሱ፡ ጊዜ፡ ተጠየቁ፡ እንዲህ፡ አለ፡ አጅሬን[10]፡ መቼ፡ አጣሁት። ልጁን፡ አለ፡ በል[11]፡ አንተ፡ ልጅ፡ ፫ ወር፡ ጊዜ፡ ሩቅ፡ አይምሰልህ፡ በያለበት፡ ምድር፡ እየገዛህ፡ እልፍኝና[12]፡ አዳራሽ[12]፡ አሰራበት፡ ለምስትህና፡ ላንት፡ መቀመጫ፡ እንዲደላችሁ[13]፡ ያጅሬን[10]፡ ብልሃት፡ መቼ፡ አጣሁት፡ ይህ፡ ነው፡ ብሎ፡ አዘዘ። አንድኛው፡ ደሞ፡ ያጅሬ[10]፡ ብልሃት፡ ማለቅያ፡ የለው፡ ዳሩግን፡ እኔ፡ መቼ፡ አጣሁት። ልጁን፡ በል፡ አሁንስ፡ ብድግ[14]፡ በል፡ ተነስተህ[15]፡ ገንዘብ፡ ይዘህ፡ ሒደህ፡ ወዳጅ፡ አብዛ፡ በያለበት፡ እስካሁን፡ የምታውቀው፡ በቂ፡ አይደለምና፡ ቤትህን፡

---

6 Lit. "of the one" but here it means "of the other."

7 ከተፍ፡ አለ። = to come suddenly.

8 ተመሰገ። = to be satisfied. This verb is usually used for cattle not for men.

9 ተዋየ። here is used as an equivalent of ተነጋገረ።

10 አጅሬ። schemer, artful person.

11 በል። is the imperative 2nd per. sing. of አለ። to say, but it is often used as an exclamation, as here.

12 The Amharas do not build their houses all in one, but the እልፍኝ፡ or private rooms are built in one part of the compound, and the አዳራሽ፡ or room or house in which one receives is built separately.

13 ደላ። = ተመቸ። = to be comfortable, convenient.

14 ብድግ፡ አለ። = lit. to stand up.

15 ተነሣ። = lit. to rise up, start.

አሰናዳ፡ ማለቱ፡ ይህ፡ ነው። መቼም፡ ያ፡ ቀን፡ መድረሱ፡ አይቀርም፡ ደረሰ። ወደ፡ ሴት፡ ልጅ፡ አባት፡ ቀኑም፡ ደረሰ፡ ተሰናድቼለሁ[16]፡ ሲል፡ ላከ። ያም፡ ላከ። ሁለቱን፡ ወዳጆቼን፡ ጥሩ፡ አለ። እነሱ፡ እስኪመጡ፡ ድረስ፡ ብዙህ፡ አዛውንት[17]፡ ሽማግሌዎች፡ ደግሶ፡ ቆያቸው። ሁለቱ፡ የልጆች፡ አባቶች፡ መጡ። ያለችኝ፡ አንዲት፡ ልጅ፡ ወጣም[18]፡ ወረደም። ሁለቱ፡ ወዳጆቼ፡ ልጅህን፡ ለልጄ፡ ስጥ፡ ብለው፡ ላኩብኝ። ከሁለት፡ አልከፍላት፡ ነገር። ምከሩኝ፡ ለማንላቸው፡ ልስጥ፡ ብሎ፡ ሽማግልዎችን፡ አማከራቸው። እነዝያ፡ አዛውንቶች፡ ዛሬስ፡ ጉድ፡ ነገር፡ አመጣህ፡ እኛ፡ ካንተ፡ ዘንድ፡ ምክር፡ ሲቸግረን፡ ለምክር፡ ዛቴ[19]፡ ካንት፡ ዘንድ፡ ስንመጣ፡ ተኛ፡ ምክር፡ ፈለግህን፡ ቢላቸው፡ ቢፈጥራቸው፡ የማይሆን፡ ሲሆን፡ ጊዜ። እንግድያውስ፡ አድምጡኝ፡ ቀን፡ ሰጥቼያቸው፡ ነበር፡ አሁን፡ መጡ። አንዱ፡ ወዳጄ፡ በያለበት፡ ብዙህ፡ ምድር፡ ገዝቶ፡ እልፍኝና፡ አዳራሽ፡ አሰራበት። አንድኛው፡ ወዳጄ፡ ደሞ፡ ልጁን፡ ከብዙ፡ ሰው፡ አስተዋወቀው። ነገሩ፡ እንደዚህ፡ ያለ፡ ነውና፡ ፍረዱ፡ ለማንላቸው፡ ልጄን፡ ልስጥ፡ ቢላቸው፡ አንድ፡ ጊዜ፡ ተናግረናል፡ አንችልም፡ ብለው፡ መለሱለት። የምድር፡ ብዛት፡ ከቁም፡ ነገር፡ አይውልም። ባንድ፡ ስህተት፡ ቀሪ፡ ነው፡ እልፍኝና፡ አዳራሽ፡ አውሎ፡ ንፋስ፡ ይጠርገዋል፡ የሳት፡ እራትና፡ ምሳ፡ ነው፡ ውኃ፡ ምላት፡ ያጠፋዋል፡ ጠንቅ፡ አያጣም። ብዙህ፡ ወዳጅ፡ ግን፡ በየስፍራው፡ ይገኛል፡ ጥቅም፡ ካንዱ፡ ይገኛልና፡ አንዲት፡ ልጄን፡ ለዚህ፡ ጌታ፡ መርቄ፡ ሰጥቻለሁ። ትወዱትም፡ ትጠሉትም፡ ይህ፡ ይመስለኛል። ጥንቱንስ፡ እኛ፡ አንችልም፡ ብለን፡ አላልንኽምን፡ ብለው፡ አሉት። ተፈጸመ።

---

16 ተሰናድቼለሁ፡ is more usually spelt ተሰናድቻለሁ፡ or ተሰናድችያለሁ።

17 አዛውንት። = ሽማግሌዎች። In Shoa it is only used in the plural, but it is presumably the plur. of ዚት which is used in Gojjam meaning "an important man."

18 ወጣም፡ ወረደም። = more or less; in all.

19 ዛቴ፡ = always.

1

The Three Arbitrators

There were three arbitrators whom God had ap-
pointed (i.e. their authority was from their wisdom
and not owing to a government appointment), who
lived lovingly together, and who when people quarrelled
reconciled them.   Two of the greybeards greatly
respected the third because in skill and advice he
excelled them.   When they were at a loss for advice
they used to go to him to be given advice.   Necessarily
it is not only they, there are not many people who do
not resort to him.   His reputation is widespread (lit.
"far").   He had only given birth to one female child
and his comrades, both of them, had given birth to
one son each.   The three loved each other greatly
and ate and drank together.   Whilst they were dwell-
ing in comfort like this, the time arrived for the sons
of the two arbitrators to marry.   Hence the father (of
one of them) began to think about his son.   Without
consulting his comrade he sent his servant to the
father of the girl saying "Give your child to mine."
When he (i.e. the servant) had finished his message,
without returning him an answer, he ordered him to
be fed.   Whilst he was eating, the messenger of the
other arbitrator also suddenly appeared.   The words
of his message were similar to those of the first.
Without giving him an answer (or before giving him
an answer), he again ordered, saying, "Take him and
feed him, but let it be by himself without your letting
him meet the first messenger."   By the time that the

latter had eaten, the former, being satisfied, came
to take his leave. (The arbitrator said) "Very well,
why not? I give three months time, tell your master
to prepare his house" (lit. you saying "prepare
your house"). After this messenger had gone, the
messenger who arrived last also came. He gave him
the same answer as the first. When this all was done,
they do not speak of this matter amongst them-
selves. The one saying (i.e. thinking) "for *my* son"
and the other "for *my* son" they hid the matter from
each other. When the messengers arrived at their
respective homes (lit. places) they were questioned ;
(the father of one of the boys said) "Did he (the father
of the girl) say thus, when did I fail (to know) this
master of strategy?" He ordered his son, saying,
"Now, you boy, do not consider three months far off,
buying land everywhere build on it private rooms and
reception rooms that you and your wife may have a
nice residence. When did I lack to comprehend an
artful person's plan? this is it." The other one also
said, "The plans of a schemer are endless but when
did I fail to know them?" He said to his son, "Come!
start now, take money and go and increase your friends
everywhere, for those whom up to now you know are
not sufficient, this is the meaning of 'prepare your
house.'" That day (i.e. three months hence) did not
lack to arrive some time or other. One of the arbi-
trators sent to the father of the girl saying, "The day
has arrived, I am ready." The other (also) sent. He
(the girl's father) said, "Call my two friends." Until
they arrived, he, having feasted many elders, waited
for them. The fathers of the two boys came. (The

girl's father) asked advice of the elders, saying, "The one daughter that I have in all, my two friends sent to me, saying, '(Give) your girl to my boy.' I cannot divide her in two, advise me to which of them I shall give her." Those elders (said), "To-day you have brought forward an extraordinary matter; when we are at a loss for advice we always come to you, do you wish advice from us?" He (the father), when he was unsuccessful in getting anything out of them, said, "Then listen to me, I had appointed them a day and now they have come. One of my friends having bought much land everywhere has constructed on it private and reception rooms. My other friend again has introduced his son to many people; this is how the matter stands, give your decision, to which shall I give my daughter?" When he said this to them they answered him, saying, "We have (already) said once we are unable." (The girl's father then said) "Abundance of land is not an important thing, from one mistake it passes away, a storm will sweep away private and reception rooms, they are the supper and lunch of fire, a flood will destroy them, they do not lack chronic disorder (i.e. are liable to any accident). But many friends are found everywhere, advantage is obtained from one, I will bless my only daughter and give her to this gentleman; whether you like it or dislike it, this is what I think." They said to him, "Have we not told you formerly that we are unable" (to solve the question)? Finis.

2

ያጼ ፡ በካፋ ፡ ዘመንግሥት ፡ ኢትዮጵያ ፡
የበጋቸው ፡ ታሪክ ። እውነት ፡ ታሪክ ።

አጼ ፡ በካፋ ፡ አንድ ፡ የሚወዱት ፡ ለማዳ ፡ በግ ፡ ነበራቸው ፡ ሲቀላውጥ[1] ፡ ይውልና[2] ፡ አዳሩ ፡ ከልፍኛቸው ፡ ነው ፡ የሚያድር[2] ፡ የመወደዱ ፡ ብዛት ፡ አዋጅ ፡ ወጣለት ፡ ያጼ ፡ በካፋ ፡ በግ ፡ በገባበት ፡ ቤት ፡ ሳይጋበዝ ፡ የቀረ ፡ እንደሆነ ፡ አይቀጡ ፡ ቅጣት ፡ እቀጣለሁ ፡ ተባለ ። እንደ ፡ አቀማጠሉት ፡ ታውቆት ፡ ቅልውጡ ፡ ባሰበት ፡ በቅልውጡ ፡ የተነሣ ፡ ሰው ፡ አጥብቆ ፡ ተመረረ ፡ ቅልውጡ ፡ ቀርቶ ፡ ከደጅ ፡ የሚሰጣውን[2] ፡ ያወድማል[2,3] ፡ እንዲህ ፡ እያስለቀሰ ፡ ሲኖር ፡ ፩ ፡ ቀን ፡ ሲፈርድበት ፡ ከ፩ ፡ ደብተራ[4] ፡ ቤት ፡ ዘው ፡ አለ ፡ ደብተራውም ፡ እንኳ ፡ የመጣህልኝ ፡ ብሎ ፡ ሲያበቃ[5] ፡ ደጁን ፡ ዘግቶ ፡ እንክት[6] ፡ አርጎ ፡ አረደው ፡ ስጋውን ፡ ዘልዝሎ ፡ ኽንዳው[7] ፡ ሰቀለ ። የበጉ ፡ አመል ፡ የትም ፡ ሲቀላውጥ ፡ ውሎ ፡ አዳሩ ፡ ከንጉሡ ፡ እልፍኝ ፡ ነበር ፡ ሲጠፋ ፡ ግዜ ፡ በያለበት ፡ ፈልጉ ፡ ተባለ ። ወደ ፡ ተንኰለኛ ፡ ደብተራ ፡ እንመለስ ፡ የበጉን ፡ ደበሎ ፡ ብራና ፡ ፋቀው ፡ ቀጥሎ ፡ ብራናውን ፡ በትንንሽ ፡ ቆራርጦ ፡ በቍራጮቹ ፡ የንጉሡን ፡ በግ ፡ እኔ ፡ ነኝ ፡ አርጄ ፡ የበላሁት ፡ ጮማ ፡ ነበር ፡ መጣፈጡም ፡ ግሩም ፡ ነው ፡ መታረዱም ፡ ይገባዋል ፡

---

1 ቀላወጠ ፡ = to spunge on another for meals. Compare Arabic طفيلىّ "a spunger."

2 Present tenses.

3 አወደመ ፡ = to destroy.

4 ደብተራ ፡ = a lettered man who is attached to the service of a Church. He is not in Orders. Also any learned man.

5 ሲያበቃ ፡ This is much used in Shoa with a gerund of a preceding verb. ብሎ ፡ ሲያበቃ ፡ = when he had finished speaking. As the gerund itself alone means this ሲያበቃ ፡ is considered somewhat vulgar by a careful speaker.

6 እንክት ፡ አደረገ ። = to do a thing outright, completely.

7 ኽ ፡ is used here for ክ as often happens in Shoa. ጓ is the usual form in writing in Shoa of gwa (see Armbruster's *Grammar*, page 10 line 16 under rấyị, where he writes it as it is *printed* also in Shoa ጓ). ኽ is also used for ሀ (ሐ, ኀ).

መከለፍለፍ[8] ፡ አብዝቶ ፡ ድሀ ፡ አስለቅሷልና ፡ ብሎ ፡ ጽፎ ፡ ቍራጮቹን ፡ ወስዶ ፡ በስውር ፡ ሰው ፡ እንዳያየው ፡ አርጎ ፡ ከደባባይ ፡ በተናቸው ። መቸም ፡ በከተማው ፡ የንጉሥ ፡ ባለሟል ፡ ጠፍቷል ፡ ተብሎ ፡ በያለበት ፡ ፍለጋ ፡ ተይዟል ፡ ፪ ፡ ወይም ፡ ፫ ፡ ሰዎች ፡ ቍራጮች ፡ አይተው ፡ አንስተው ፡ አንብበው ፡ ለንጉሡ ፡ አደረሱ ፡ በተነበበ ፡ ጊዜ ፡ ንጉሡ ፡ እጅግ ፡ አጥብቀው ፡ ተቆጡ ፡ እንዴት ፡ አባቱ ፡ ያለ ፡ ደፋር ፡ ነው ፡ ተማረዱ ፡ ጽፎ ፡ አደባባይ ፡ ብራናውን ፡ በመበተኑ ። ቆይ ፡ ሳትያዝ ፡ የቀረህ ፡ እንደሆን ፡ አሉና ፡ በምስጢር ፡ አርገው ፡ ስስ ፡ ወርቅ ፡ አምጡና ፡ መዝኑ ፡ ተተመዘነ ፡ በኋላ ፡ ወስዳችሁ ፡ ከግቢው ፡ አደባባይ ፡ ዝምራችሁ ፡ እስከ ፡ አውራው ፡ ጐዳና ፡ በትኑት ፡ ቀጥላችሁ ፡ የታመነ ፡ የታመነ ፡ ዘበኛ ፡ ተተነሰነሰው ፡ ወርቅ ፡ እልፍ ፡ ብለው ፡ ቆባ[9] ፡ ብለው ፡ አጐንብሶ ፡ የሚያነሳውን ፡ ሰው ፡ ይያዙ ፡ ብለው ፡ አዘዙ ። መቼም ፡ ሌባና ፡ አጥፊ ፡ እንቅልፍ ፡ የለው ፡ የሚወራውን ፡ የሚሆነውን ፡ ሁሉ ፡ ተጠንቅቆ ፡ እህ[10] ፡ ይላል ፡ በብልሃቱ ፡ ብዛት ፡ የበጋቸው ፡ ሌባ ፡ የወርቅ ፡ ወጥመድ ፡ መጠመዱን ፡ አወቀ ፡ ቆይ ፡ እዚህማ ፡ ብልሃት ፡ አለኝ ፡ ይልና[11] ፡ ቶሎ ፡ መጫምያ ፡ አሰፍቶ ፡ ታቹን ፡ ምድር ፡ የሚረግጠውን ፡ ወገን ፡ በሰም ፡ መረገው ፡ ቀጥሎ ፡ መጫምያውን ፡ አጥልቆ ፡ ጥምጥሙን ፡ አሳምሮ ፡ ጠምጥሞ ፡ መቋምያውን[12] ፡ ይዞ ፡ አጓበ[13] ፡ ወርቅ ፡ በተዘራበት ፡ መንገድ ፡ አረጋገጡን[14] ፡ ወደ ፡ ምድር ፡ ጫን ፡ እያደረገ ፡ እየረገጠ ፡ ወርቁ ፡ ከሰሙ ፡ ውስጥ ፡ እንዲጠልቅ ፡ ነው ፡ ብልሃቱ ፡ እንደዚህ ፡ እየሆነ ፡ እየተንደላቀቀ[15] ፡ ሁለት ፡ ሶስት ፡ ጊዜ ፡ ተ

---

8 ተከለፈለፈ፡ = to roam about as a vagabond. Cp. ተንከራተተ፡

9 ቆባ፡አለ። = to be careful.

10 እህ፡አለ፡ = to enquire.

11 ይልና፡ = ብሎ፡

12 መቋምያ፡ = staff used by clerics.

13 አንጓበበ፡ or አጓበበ = to strut, walk proudly.

14 አረጋገጥ፡ = manner of treading (from ረገጠ፡). Cp. አደራረግ። አሰማም። አቀራር። አጣጣፍ። አጣጢያስ። (or አጢያጢያስ።) አቋቋም። from አደረገ። ሰማ። ቀረ። ጣፈ። ጤሰ። ቆመ። respectively.

15 ተንደላቀቀ፡ = to walk boldly; with pride.

መላለስ፡ ከቤቱ፡ እየገባ፡ የተለጠፈወን፡ ወርቅ፡ እያነሳ፡ እያስቀመጠ፡ አንድም፡ ሰው፡ ሳያውቅበት[16]፡ ማታ፡ በሆነ፡ ጊዜ፡ እስኪ፡ ወርቁን፡ አንሡትና፡ መዝኑት፡ ተባለ፡ ቢመዝኑት፡ ቅምጥል[17]፡ ብሎ፡ ጐደለ፡ ለንጉሡ፡ ይኼነን[18]፡ ቢያሰሙ፡ የባሰውን፡ ተናደዱ፡ ዘበኞቹም፡ እኛ፡ ኩስትር[19]፡ ብለን፡ ነው፡ የጠበቅነ፡ ዳሩግን፡ አንድም፡ ሰው፡ አጎንብሶ፡ ሲያነሳ፡ አላየን፡ አሉ። ንጉሡ፡ ቢቸግራቸው፡ ጠንቋዮች፡ ጥሩ፡ ብለው፡ አስመጡ፡ እንደዚህ፡ ያለ፡ ስራ፡ የሚሰራ፡ የት፡ ነው፡ የተቀመጠው፡ ብሎ፡ ጠየቃቸው፡ ከገሌ፡ አፈር፡ ላይ፡ ነው፡ ብለው፡ አሉ፡ ወታደር፡ ሒዱ፡ ያዙ፡ ተብሎ፡ ታዞ፡ ይሔዳል፡ ግን፡ ማንም፡ አያገኙ፡ ስለምን፡ ደብቴ፡ እጅግ፡ ብልህ፡ ነውና፡ የሚያረጉትን፡ ሁላ[20]፡ አውቆታል፡ ለዚህ፡ ብልሃት፡ ታ፲፡፳፡ አገር፡ አፈር፡ አስመጥቶ፡ ከቤቱ፡ ውስጥ፡ አስቀምጦ፡ ከዝያ፡ ላይ፡ ይቀመጥበታል፡ ያገሩን፡ አፈር፡ እያለዋወጠ፡ ማለት፡ ወታደር፡ ታዞ፡ ሲሔድ፡ ጠንቋዮቹ፡ በመርዋቸው፡ ስፍራ፡ ሰውየውን፡ ያጡታል፡ የተቀመጠበትን፡ አፈር፡ ትቶ፡ ከሌላ፡ አፈር፡ ላይ፡ ይቀመጣል፡ ወታደሩም፡ በከንቱ፡ ማሰኑ፡ ጠንቋዮቹም፡ ተነቀፉ፡ ንጉሡም፡ የባሰውን፡ ተናደዱ። ከዚህ፡ ወዲህ፡ ቆይ፡ ሌላ፡ ብልሃት፡ አለኝ፡ ብለው፡ ምስጢርዎን[21]፡ በሆድዎ፡ ከተው፡ ድግስ፡ ደግሡ፡ አለቆች[22]። ካህናት። ተማሪ። ደብተራ፡ የተባለ፡ ሁሉ፡ ትምህርት፡ የጠቀሰ[23]፡ ሁሉ፡ ግብር፡ እንዲበላ፡ አዘዙ። በዚህ፡ ማኸል፡ የታመኑ፡ የታመኑ፡ ሰዎች፡ በምስጢር፡ አርገው፡ መርጠው፡ አሰናዱ። ድግሱ፡ በደረሰ፡ ጊዜ፡ እነዚህን፡ የተመረጡትን፡ ሰዎች፡ ካህናቱ፡ ሁሉ፡ ገብተው፡ ሲበሉ፡ ሲጠጡ፡ መጠጡን፡ በገፍ፡ አርጋችሁ፡ ስፍራውን፡ ተከፋፍላችሁ፡

---

16 The force of በት፡ is to his disadvantage. See Armbruster's *Grammar*, section 71.

17 ቅምጥል፡ አለ። = to be completely.

18 ይኼነን፡ is a Shoa form of ይህነን፡

19 ኩስትር፡ አለ። = to be careful; to take care.

20 ሁላ፡ = ሁሉ፡ = all.

21 ምስጢርዎን፡ = ምስጢራቸው፡ see Armbruster's *Grammar*, page 57, footnote 4.

22 አለቃ፡ = chief of a church (secular clergy).

23 ጠቀሰ፡ = lit. to make a sign.

ይዛችሁ፡ከስተር፡ብላችሁ፡ጠብቁ፡በመጠጥ፡ብዛት፡የተነሳ፡ያ፡ተን
ከለኛ፡ለባልንጀራው፡ሳይለፈልፍ፡አይቀርምና፡በሰማችሁ፡ጊዜ፡
ለምለም[24]፡ዠሮውን፡በስለት፡ቀንጥበ[25]፡ምልክት፡እንዲሆን፡ነው፡
ብለው፡አዘዙ። ካህናቱ፡ጥዋት፡ሲወጡ፡ከዠሮው፡ምልክት፡ያለ
በት፡እንዲያዝ፡አሉ። እውን፡እንዳሉትም፡በመጠጥ፡ብዛት፡የተነሳ፡
ደብቴ[26]፡ተቸነፈና[27]፡ለባልንጀራው፡ተበጉ፡መታረድ፡ጀምሮ፡እስከ፡
ወርቁ፡እስከ፡ጠንቋዮቹ፡ድረስ፡የሆነውን፡ሁሉ፡ዘከዘከለት[28]፡ይህን፡
ሁሉ፡ሲዘከዝክ፡በዠርባው፡በኩል፡የቆመው፡ሰላይ፡ወደነሱ፡ዠሮ
ውን[29]፡ጣል፡አርጎ፡ኑሮ፡አንዱ[30]፡ሳያመልጠው፡ሁሉን፡ሰምቷል፡
በስካር፡ብዛት፡የተነሳ፡ሁሉም፡ተረፍርፎ[31]፡እንቅልፍ፡ወስዷቸው፡
ያ፡የሰማው፡ሰላይ፡ይህን፡ጊዜ፡ነው፡ብሎ፡ለምለም፡ዠሮውን፡
ቀነጠበ፡ደብቴ፡ብዙ፡እንቅልፍ፡ተተኛ፡በኋላ፡ዠሮው፡ቆጠቆጠው[32]፡
በጁ፡ቢዳብስ፡ዠሮው፡ተቀንጥባ፡አሁን፡ገና፡ተያዝሁ፡ይልና፡
አያሌ፡ተማሪዎችና፡ደብተሮች፡ከተረፈረፉት፡ለምለም፡ዠሮዋቸ
ውን፡ቀነጠበ፡እንዳይነጋ፡የለም፡ነጋ፡መቼም፡ያ፡ሰላይ፡የደብቴን፡
ዠሮ፡የቀነጠበ፡ለሽልማቱ፡ሲል፡የምስራችን፡አድርሷል፡ንጉሡም፡
ደስ፡ብሏቸው፡ምንየ[33]፡በነጋ፡ብለው፡ቸኩለዋል። ሲነጋ፡በሉ፡
እንግዴህ፡ካህናቱንና፡ተማሪውን፡ሁሉ፡አስውጡ፡ያ፡ለምለም፡
ዠሮውን፡የተቆረጠውን፡ያዙና፡አምጡ፡ብለው፡አዘዙ። ካህናት፡
በወጣ፡አያሌ፡ለምለም፡ዠሮዋቸው፡ተቆርጦ፡ይህንን፡ነገር፡ለን

---

24 ለምለም፡ዠሮ፡ = lobe of the ear.

25 ቀነጠበ፡ = to notch; to cut a piece out of.

26 ደብቴ፡ is an abbreviation of ደብተራ፡

27 ተቸነፈ፡ should be ተሸነፈ፡ I found no one but the writer of the tale who would accept ተቸነፈ፡ as being a permissible variation, but have allowed it to remain as being perhaps a dialectic mispronunciation.

28 ዘከዘከ፡ = to pour out (like grain from a sack).

29 ዠሮውን፡ ጣል፡ አርጎ። = lit. "throwing his ear" i.e. listening.

30 አንዱ። "word" (ቃል) is understood.

31 ተረፈረፈ፡ = to lie about here and there.

32 ቆጠቆጠ፡ = to prick; to smart.

33 ምንየ፡ = ምን፡ጊዜ።

ጉሡ ፡ ባስታወቁ ፡ ጊዜ ፡ ንጉሡ ፡ እጅግ ፡ ተናደዱ ፡ ቀጥለውም ፡ የም
ስራች ፡ ቀናኝ ፡ ብሎ ፡ ያለኝን ፡ ይጠራ ፡ አሉ ፡ በመጣ ፡ ጊዜ ፡ በል ፡ አንተ ፡
አብደኻልን ፡ ይህን ፡ ሁሉ ፡ ያዛውንት ፡ ጆሮ ፡ ቁረጥልኝ ፡ ብየኻለሁን ፡
አሉት ፡ እኔስ ፡ ንጉሥ ፡ ሆይ ፡ ያ፩ ፡ ተማሪ ፡ ለምለም ፡ ዠሮውን ፡ ብቻ ፡
ነው ፡ የቆረጥሁት ፡ አለ ፡ ንጉሡም ፡ እንግድያውስ ፡ ይህ ፡ ሸረኛ ፡ ደብ
ተራ ፡ ሲነቃ ፡ የሰራውን ፡ ስራ ፡ ዠሮው ፡ አስታውሶት ፡ ተነስቶ ፡ የነዚህን ፡
ሁሉ ፡ ተማሪ ፡ ዠሮ ፡ መንድቧል[34] ፡ አሉ ። ተዚህ ፡ ወዲህ ፡ በደብቴ ፡
ብልሃት ፡ ተገርመው ፡ እንደዚህ ፡ ያለ ፡ ብልህ ፡ ተመቅጣት ፡ ይልቅስ ፡
ሸልሞ ፡ መሾም ፡ ይበልጣል ፡ ለመንግሥት ፡ ይጠቅማል ፡ ብለው ፡
አውጥተው[35] ፡ አውርደው[35] ፡ አስበው ፡ ነጋሪት ፡ ይውጣ ፡ አዋጅ ፡ ንገሩ ፡
የንጉሥን ፡ በግ ፡ የበላ ፡ ደብተራ ፡ ምሬለሁ ፡ ከቶም ፡ ሸልሜ ፡ እሾመዋ
ለሁ ፡ ላልከዳ ፡ ምያለሁ ፡ ይምጣ ፡ አይስጋ ፡ ብላችሁ ፡ አስታውቁ ፡ ብ
ለው ፡ አዘዙ ፡ አዋጁም ፡ ተነገረ ፡ ደብቴ ፡ ይኼነን ፡ አዋጅ ፡ በሰማ ፡ ጊዜ ፡
አጥብቆ ፡ ደስ ፡ ብሎት ፡ ጌጡን ፡ አጋጊጦ ፡ ሲደለቅ[36] ፡ ወደ ፡ አደባባይ ፡
ብቅ ፡ ብሎ ፡ ላጋፋሪ ፡ ለንጉሡ ፡ መምጣቱን ፡ እንዲያስታውቅለት ፡
ለመነ ፡ አስታወቀ ፡ ተጠርቶ ፡ ገባ ፡ ስማ ፡ ተጀምሮ ፡ እስከ ፡ ድግሱ ፡ ድ
ረስ ፡ እንደምን ፡ አደረግህ ፡ ብለው ፡ በመልካም ፡ ዓይን ፡ አይተውት ፡
ጠየቁት ፡ እርሱም ፡ ተጀምሮ ፡ እስኪጨርስ ፡ ያደረገውን ፡ ሁሉ ፡ አፈ
ሰሰ ፡ ንጉሡም ፡ ቃሉን ፡ ሁሉ ፡ ሰምተው ፡ ተገረሙ ፡ ወድያውም ፡ ሾ
ሙት ። > አጼ ፡ በካፋ ፡ እጅግ ፡ ክፉ ፡ ሰው ፡ ነበሩ ፡ ይላሉ ፡ የገዛ ፡ ክፉ
ታቸው ፡ ታውቆዋቸው ፡ እስኪ ፡ አመመኝ ፡ ብየ ፡ ልተኛና ፡ ወዲያው ፡
ሞትሁ ፡ ብየ ፡ ላሰኝ ፡ አሉና ፡ እንደ ፡ ታመመ ፡ ሁሉ ፡ ተኙ ፡ ሕዝቡ ፡ የሚ
ያማቸውን ፡ ለማወቅ ። የንጉሡ ፡ መታመም ፡ ሕዝቡ ፡ በሰማ ፡ ጊዜ ፡
ጥዋት ፡ ጥዋት ፡ ባጋፋሪ ፡ እየተላላኩ ፡ እግዜር ፡ ይማርዎ ፡ ይሉ ፡ ጀመር ፡

---

[34] መንደበ ፡ = to cut.

[35] አውጥተው ፡ አውርደው ። = 3rd sing. polite of gerunds of አወጣ ፡ to bring or send out and of አወረደ ፡ to make descend. These two gerunds are used together meaning "to study the pros and cons, to weigh the matter carefully."

[36] ተደለቀ ፡ = to walk in a stately manner.

ንጉሡም፡በዚህ፡ማህል፡የታመኑ፡የልፍኝ፡አሽከሮች፡እየኼዳችሁ፡
ሕዝቡ፡የሚያማኙን፡እያደመጣችሁ፡ንገሩኝ፡ብለው፡አዘዙ፡ቀጥ
ለውም፡ሞተ፡ብላችሁ፡አውሩ፡አሉ፡ንጉሡ፡አለፉ፡ብለው፡አወሩ፡
ብዙ፡ሰው፡በዚህ፡የተነሣ፡ወሬ፡ደስ፡አለው፡አሞቸውም፡ሳሉ፡
በሞቱልን፡እያለ፡የተመኘ፡ሞልቷል፡ኃሜትን፡ሁሉ፡ልቅም፡አር
ገው፡ተሰሙ፡በኋላ፡ስራተ[37]፡መንግሥትዎን፡ለብሰው፡ከሠገነት[38]፡
ብቅ፡አሉ፡ሕዝቡ፡ይቀዝን፡ጀመር፡ይልቁንም፡ያማቸው፡ሁሉ፡እን
ግዴህ፡ይቆርጡናል፡ይፈልጡናል፡ብሎ፡ተንሸቀሸቀ[39]፡ወዲያውም፡
መኳንንት፡የሆነ፡ሁሉ፡ይጠራ፡ብለው፡አዘዙ፡እንግዴህስ፡እንደ፡
ፈራነው፡ቅጣት፡አልቀረልነም፡ብለው፡የባሰውን፡ተንሸቀሸቁ።
የግድ፡መቅረብ፡አይቀር፡ቀረቡ፡ንጉሡም፡የበደልኋችሁን፡ንገሩኝ፡
አሉ፡እነሱም፡ሲያብሉ፡ምንም፡አልበደሉን፡ብለው፡መለሱ፡ንጉሡ፡
መቸም፡ሁሉን፡አውቀውታልና፡በድያችኋለሁና፡ማሩኝ፡አሉ።
ተዚህ፡በኋላ፡ብዙህ፡ደስታ፡ሆነ፡ሕዝቡም፡እጅግ፡ደስ፡አለው፡
ሁሉም፡አማን፡ሆነ፡ንጉሡ፡የፊት፡ጠባያቸውን፡ትተው፡እጅግ፡
መልካም፡የተመቼ፡ሆኑ። ተዚህ፡ወዲህም፡ብዙ፡ነገሡ። አጼ፡በ
ካፋ፡መባላቸው፡ቀርቶ፡ስምዎን፡ለወጡ። ተፈጸመ።

---

37 ስራተ፡መንግሥት፡ = regal clothes, uniform.

38 ሠገነት፡ is a raised platform on which the king sits.

39 ተንሸቀሸቀ፡ = ተሸበረ፡=to be alarmed, to be panic stricken.

2

The Story of the Sheep of Aṣe Bakāfā of the Kingdom of Ethiopia. A true story (?)

Aṣe Bakāfā had a tame sheep which he loved. It passed its day spunging, and used to pass the night in the (king's) private chamber. From its being loved greatly, a proclamation was issued for it; it was said "If Aṣe Bakāfā's sheep is not fed in whatsoever house it enters, I will punish with a severe punishment." The sheep knowing that they spoiled him, his spunging became worse, and owing to it people became very angry. Let alone his spunging, he used to destroy what was spread out to dry at the door. Whilst he was living causing thus people to lament, one day, Fate having condemned him, he suddenly entered the house of a Dabtarā. The Dabtarā after he had said "welcome," having closed the door, there and then slaughtered him. Having cut the flesh into strips, he hung it up in the side room. The custom of the sheep was wherever he might spend the day spunging, his night resting place was in the king's private room; when he was lost it was said, "search for him everywhere." Let us return to the artful Dabtarā. He tanned parchment from the skin of the sheep and afterwards having cut the parchment into small pieces and having written on the pieces " 'Tis myself who having slaughtered the king's sheep ate him, he was fat, his nice taste is extraordinary ; he deserved to be killed because having carried his wandering to excess he has caused the poor to lament." Having taken these pieces of parchment, doing it secretly so that people may not see him, he scattered them in the square. It being said in the city that the king's favourite is lost, he was searched for everywhere. Two or three persons having seen the pieces of parchment, and having lifted them up and read them, brought them to the king. When it was read, the king became extremely angry and said " Damn him, he is bold, let alone having slaughtered it that he should write and scatter the parchment in the square. Wait (and see)

if you fail to be caught." And he ordered saying
"Secretly bring thin gold, weigh it, and after it is
weighed, take it, and commencing from the palace
square scatter it up to the main road, and also let
faithful guards, being a little far from the scattered
gold, and being watchful, seize the person who bending
down picks it up." A thief or a spoiler never sleeps ;
he carefully asks all that is rumoured and all that
happens, and the thief of the sheep, owing to his great
cleverness, knew that a gold trap had been set for
him. Saying, "Wait, I have a plan for this," and
having shoes made quickly for him he plastered the
bottom part which touches the ground with wax.
Following on this, he put on the shoes, and having
nicely twisted his turban and having taken his Dab-
tarā's staff, strutting along the road where the gold
was spread, he trod firmly on the ground, his plan
being that the gold should penetrate into the wax.
Walking proudly like this, he went backwards and
forwards two or three times, and entering his house
he took off the gold which had stuck, and put it by
without anyone knowing it. When it became evening
it was said, "Come, lift up the gold and weigh it."
When they weighed it, it was completely deficient.
When they told this to the king he became more
angry. As for the guards they said, "We guarded
very carefully but we did not see a single person stoop
down and pick it up." The king being in a difficulty
saying, "Call the sorcerers," caused them to come. He
asked them, "Where does he live who does things like
this." They said "He is on a certain kind of earth."
Soldiers were ordered to go and seize him; they go

but they find nobody, because the Dabtarā is very smart and he knows all that they do. Against this plan (of the sorcerers), having brought earth of four or five countries, and having put it inside the house, he sits on it, changing the earth of the country, that is to say, when the soldiers being ordered go in the place that the sorcerers have pointed out to them, they fail to find the person: he sits on other earth, having left the earth on which he sat, and the soldiers were wearied in vain, and the sorcerers were disdained, and the king got worse angry than ever. After this (the king) having said "Wait, I have another plan," and keeping his secret in his heart he (said) "make a feast" and ordered Alaqās, priests, students, Dabtaras, all who are learned, that they should eat a feast. In the meanwhile he secretly chose and prepared faithful persons. When the time of the feast arrived he ordered those chosen people saying, " All the priests having entered, when they eat and drink, you giving them plenty to drink, divide up the place amongst yourselves and watch carefully. Owing to the quantity of drink that swindler will not fail to chatter to his companion ; when you hear this, cut the lobe of his ear with a sharp instrument, that it may be a sign. When the priests go out in the morning let him who has the mark on his ear be seized." In truth as he said, owing to the abundance of drink, the Dabtarā was over-powered and disclosed to his companion everything that had happened, beginning with the slaughter of the sheep up to the gold and the sorcerers. When he disclosed all this, the spy who was standing behind him, having remained listening to them, heard all

without one word escaping him.   Owing to excess of
intoxication, all lying down, were seized with sleep.
That spy who had heard him, saying, "This is the
time," notched the lobe of his ear. After the Dabtarā
had slept a long time his ear pricked him (or smarted),
when he touched it with his hand, his ear being cut,
saying, "Now I am caught," he cut the lobes of the
ears of several students and Dabtaras who were lying
about.   Dawn never lacks to come ; the spy who had
cut the Dabtarā's ear thinking of his decoration (which
would be given him) brought the good news, and the
king being pleased was in a hurry, thinking, "When
will dawn come !"   When day dawned, he (the king)
ordered, saying, " Come now, bring out all the priests
and students and seize the man who has the lobe
of his ear cut and bring him."   When the priests
came out, the lobes of the ears of several being cut,
when they informed the king of this, he became very
angry and then said, " Let the man be called who said
that he had succeeded in the good tidings."   When
he came, he said to him, " Say you fellow, are you mad,
did I tell you to cut the ears of all these respectable
people.   He said, " But I, oh King, all that I cut was
the lobe of the ear of a single student."   The king
said, " Then this wicked Dabtarā, when he woke, his
ear reminded him of the work that he had done (i.e.
that he had killed the sheep), and getting up he cut
the ears of all these students."   After this, being
amazed at the skill of the Dabtarā, saying, "Instead
of punishing a wise man like this it is better to
decorate him and give him an appointment, he will
be useful for the government," and having considered

all sides of the question, he ordered saying, " Let the
drums go out, and give proclamation (saying), I have
pardoned the Dabtarā who ate the king's sheep, more-
over, having decorated him, I will give him an appoint-
ment. I swear not to betray him, inform him saying,
let him come and not be afraid." The proclamation
was proclaimed and when the Dabtarā heard it, being
very pleased, having dressed himself smartly, walking
in a stately manner, having appeared at the square (of
the palace) he begged the chamberlain to inform the
king of his coming. He (the chamberlain) informed
him (the king). He (the Dabtarā) being summoned,
entered. He (the king) regarding him favourably
asked him saying, " Listen, from the start up to the
time of the feast, how did you act ? " and he disclosed
all he had done from the beginning until he finished,
and the king having heard all his speech was astounded,
and immediately gave him an appointment.

SEQUEL.

They say that Aṣe Bakāfā was a very wicked man
and his own wickedness was known to him. He said
" I will feign illness, let me go to bed and immediately
pretend to be dead." Like all sick people he went to
bed to know the evil things that the populace would
say of him. When the people heard of the king's
illness each morning sending through the chamberlain
they began to say, " May God pardon you " (i.e. may
you recover). As for the king, in the midst of this
(plan) he ordered faithful house servants, saying, " Go
and listen to the slanders folk say of me and tell them
me," also he said " Announce saying that he is dead."

They announced saying, "The king has passed away."
Many people on account of this news were glad. When
he was ill there were many who desired saying, "If he
would die" (to our advantage). The king having
collected all their slanders, after he had heard them,
having put on his regal robes, appeared on the
saganat. The people began to fear greatly, especially
all who had spoken badly of him were alarmed thinking
"He will mutilate us, he will kill us (lit. split us)."
Then he ordered saying, "Let all the chiefs be called"
and they were still worse alarmed thinking "thus as
we have feared we will not lack to be punished" (lit.
punishment will not lack to us). Of course they ap-
proached (lit. necessarily approaching does not lack,
they approached) and the king said, "Tell me how I
have oppressed you?" They lying answered him
saying, "You have not oppressed us at all." However
since the king knew everything (about this) he said
"I have oppressed you, pardon me." After this there
was great rejoicing, and the people were greatly
pleased, and all became tranquil. The king having
abandoned his former character, became very nice
and suitable. After this he reigned a long time. His
being called Aṣe Bakāfā falling into abeyance, he
changed his name. Finis.

3

ያለቃ፡ወልደ፡ጌዎርጊስና፡የዝንጀርዋቸው፡ታሪክ።

አለቃ፡ወልደ፡ጌዎርጊስ፡የሚባሉ፡ሊቅ፡ነበሩ፡ያጼ፡ዮሐንስ፡ባለሟል፡ነበሩ፡ዋና፡ቤታቸው፡አድዋ፡ከተማ፡ውስጥ፡ነበር፡በትግሬ። ፩ለማዳ፡ዝንጀሮ፡ነበራቸው፡ግብር፡ሲሆን፡መብራት፡ይዞ፡እንዲቆም፡እጅ፡ማስጣጠብን፡ብዙ፡ስራም፡አስተምረውታል። ከራስጌቸው[1]፡፩፡አፍ፡ባለ፡ባሩድ፡ሽጉጥ፡ያኖራሉ[2]። ሽጉጡን፡ሲሎጉሙና፡ድባም[3]፡ሲያጐርሱ[4]፡ይመለከት፡ኑርዋል፡መቼም፡ከዝንጀሮና፡ከጠጣ፡ቅብጠት[5]፡አይጠፋምና፡፩፡ቀን፡ሌሊት፡እንቅልፍ፡ወስድዋቸው፡ሳለ፡ከራስጌያቸው[1]፡ሽጉጡን፡መዞ፡ቃታውን፡ከፍቶ[6]፡ሲስብ፡ተተኰሰ፡ብዙ፡ጀግና፡ለጥበቃ፡ከቤታቸው፡ይተኛል[2]፡ሁሉም፡ፎክሮ[7]፡ተነሳ፡ጐራዴውን፡እየመዘዘ፡ጠላት፡ገብቷል፡መስሎዋቸው[1]፡ባለቤቱም፡ፎክረው፡ተነሱ፡ሁሉም፡ተደባለቀ፡መብራት፡ቢያበሩ፡እንኳን፡ጠላትና፡ምንም፡ነገር፡የለ፡ባለቤቱም፡ሽጉጣቸውን፡ቢፈልጉ፡ጠፋ፡ሽጉጡ፡ቢባርቅ[8]፡ዝንጀሮው፡ወርውሮት፡ከምድር፡ወድቆ፡ተገኘ። ዝንጀሮም፡ደንግጦ፡ከንዱ፡ጥግ፡ተቀርቅሮ[9]፡ተገኘ። አለቃ፡ወልደ፡ጌዎርጊስም፡ነገሩን፡አወቁት፡ዝንጀሮውን፡ሳይቆጡ፡ቆይ፡ለዚህስ፡ብ

---

[1] Vide Armbruster's *Grammar*, section 7*a*, these ought to be ራስጌያቸው፡ and መስልዋቸው፡ or መስሏቸው።

[2] Present tenses. N.B. In future no note will be made of this use of the present which is translated in English by the past or imperfect as the reader can easily note this himself.

[3] ድባ፡ = cap for pistol. ክምሱር፡ is also used.

[4] አጐረሰ፡ = lit. to cause to swallow, to put in another's mouth.

[5] ቀበጠ፡ = to behave in an improper manner.

[6] ከፈተ፡ "to open" with ቃታ፡ hammer means "to cock." To uncock is ቃታ፡መለሰ።

[7] ፎከረ፡ (better ፎከረ፡) is to boast on going into battle of what valiant deeds one has done and will now do.

[8] ባረቀ፡ = to go off (firearm by accident).

[9] ተቀረቀረ፡ = to be stuffed in (like paper in a hole in the wall).

ልሃት፡አለኝ፡ብለው፡ሽጉጡን፡ድብ፡አጉርሰው፡ባሩድ፡ሳይሎጉሙ፡መጣቀሻን[10]፡ለጥጠው[11]፡ዝንጀሮው፡እንዲያይ፡አርገው፡ወደ፡ፊታቸው፡ተኰሱት፡ቀጥለው፡ዝንጀሮው፡ሳያይ፡ባሩድ፡ብቻ፡ሎጐመው፡ከራስጌቸው[1]፡አኖሩ። ሰንብቶ፡አዘነጋግቶ፡አለቃ፡እንቅልፍ፡ሲወስዳቸው፡እንደ፡ለመደው፡ሽጉጡን፡መዞ፡እንዳደረጉት፡አይቶ፡የሽጉጡን፡አፍ፡ወደ፡ፊቱ፡አዙሮ፡መጣቀሻውን፡ሳበው፡ባሩዱ፡ዓይኑን፡ጠጉሩን፡አንጨበረረው[12]፡አጥብቆ፡ጮኸ፡ያሁሉ፡ዘበኛ፡በጩኸቱ፡የተነሣ፡እየፎከረ፡ጐራዴውን፡እየመዘዘ፡ተነሳ፡መብራት፡አብርተው፡ቢያዩ፡ዝንጀሮው፡ገና፡ውጭጭ[13]፡ይላል፡አለቃም፡በሳቅ፡ይንከተከታሉ[2,14]፡ጀግናው፡ሚስጢሩን፡አላወቀው፡በኋላ፡ምስጢሩን፡ቢያጫውቱአቸው፡አንድ[15]፡ብሎ፡ሣቅ፡ሆነ። ዝንጀሮውም፡ተዚህ፡ወዲህ፡እንኳን፡ሽጉጥ፡ይመዝና፡ከራስጌያቸው[1]፡ዝር[16]፡ብሎ፡መድረሱ፡ቀረ። አለቃ፡ወልደ፡ጌዎርጊስ፡እስኪሞቱ፡ድረስ፡ከሰው፡ቤት፡እህል፡ቀምሰው[17]፡አያውቁም። ተፈጸመ።

---

10 መጣቀሻ፡ = trigger.

11 ለጠጠ፡ = to bend (= to pull with መጣቀሻ፡)

12 አንጨበረረ፡ = to scorch.

13 ውጭጭ፡አለ፡ = to screech.

14 ተንከተከተ፡ = to roar with laughter.

15 አንድ፡አለ፡ = to be again, to be repeated.

16 ዝር፡አለ፡ = to do completely, thoroughly.

17 ቀምሰው፡አያውቁም። is an emphatic way of expressing አይቀምሱም፡ or አልቀመሱም፡ "he does not taste" or "he did not taste."

3

The Story of Alaqa Walda Georgis and his Monkey

Alaqa Walda Georgis was a savant. He was a favourite of King John, his chief house was in the town of Adawa in Tigre. He had a tame monkey, he taught him to stand and hold a lamp at meal time, to

wash (people's) hands, and many (other) deeds. He
used to place underneath his pillow a single-barrelled
pistol loaded with powder. When he loaded the pistol
and when he put on the cap, he (the monkey) used to
watch him. Since with monkeys and apes improper
conduct does not lack, one day in the night when he
(the Alaqa) was sleeping, he (the monkey) having
drawn out the pistol from under his pillow, having
cocked the hammer, when he pulled (the trigger) it
went off. Many warriors were sleeping in the house
to guard (him), and all rose up boasting of their war-
like deeds and drawing their swords, and thought that
an enemy had entered (lit. has entered). The master
of the house also, boasting of his valour, rose up and
all was in confusion. When they lit a lamp, let alone
an enemy, there was nothing, and when the master of
the house searched for his pistol it was lost. The
monkey having thrown the pistol away when it went
off, it was found lying on the floor. And the monkey
being frightened, was found tucked away in a corner.
Alaqa Walda Georgis understood the affair and with-
out punishing the monkey saying, "Wait, I have a plan
for this," having capped the pistol without charging it
with powder, having pulled the trigger he fired it
towards his face so that the monkey may see, then
without the monkey seeing, he loaded it with powder
only, and placed it under his pillow. (The monkey)
having remained some time, having let (his master)
forget, when the Alaqa was asleep, having drawn the
pistol out as he did before (lit. according to his custom),
having seen how he did it, pointing the muzzle of the
pistol towards his face, he pulled the trigger. The

powder scorched his eyes and hair, he screamed out loudly and all those guards owing to his screams, boasting and drawing their swords rose up. Having lit a lamp, when they looked, the monkey was still screeching and the Alaqa roaring with laughter. The soldiers did not know the secret, afterwards when he (the Alaqa) told it them they laughed again (lit. again there was laughter). And the monkey after this, let alone drawing the pistol, did not at all approach the pillow. Until Alaqa Walda Georgis died (i.e. as long as he lived) he never ate (lit. tasted food) in another person's house. Finis.

4

ያንድ፡ኃብታም[1]፡ሽማግሌ፡ታሪክ።

፩፡ሽማግሌ፡እጅግ፡ኃብታም[1]፡ነበረ፡፯፡ወንድ፡ልጆች፡ወልድዋል፡ ፩፡፩፡ምድር፡ገዝቶ፡ተክሏቸዋል[2]፡አንጋፋው[3]፡ልጅ፡እጅግ፡ብልህ፡ ነበረ፡ተቀማጥለው፡አደጉ፡አባታቸው፡ነጋም[4]፡ጠባም፡ማረድ፡ መብላት፡ጐረቤቱን፡ሁሉ፡እየጠራ፡መለገሥ፡ሆነ፡ወዳጆቹ፡ተው፡ ገንዘብ፡አትፍጅ፡ለልጆችህ፡አቆይ፡ቢሉት፡በኃብታቸው፡ይኑሩ፡ እኔም፡በኃብቴ፡ነው፡አንድ፡አንድ፡ምድር፡ተክያቸዋለሁ፡በተረፈ፡ ደሞ፡ለነሱ፡የሚሆን፡ወርቄን፡ካንድላቸው፡ምድር፡ቀብሬዋለሁ፡ አላቸው፡ሞት፡አይቀርምና፡ሞተ፡ልጆቹም፡አባታቸውን፡ቀበሩ፡ ዳሩግን፡ላርባው፡[5]፡ተቻከሉ፡ንዛዜ፡እንዲሰሙና፡ገንዘብ፡እንዲከ

---

[1] ሀብታም፡ is a more usual and better spelling.

[2] ተክለ፡ = to give as an inheritance, lit. to plant.

[3] አንጋፋ፡ = eldest son (this word is really Galliñña).

[4] ነጋም፡ጠባም፡ = always. Lit. ነጋ፡ and ጠባ፡ mean "to dawn."

[5] አርባ፡ "forty" is the 40th day after death when the will is read and the heir takes his inheritance.

ፈሉ ፡ ብለው ፡ ነው ፡ አርባውም ፡ ደረሰ ፡ ንዛዜም ፡ ፈሰሰ[6] ፡ ለልጆቼ ፡ እንዲሆን ፡ ብየ ፡ ካንድላቸው ፡ ምድር ፡ ወርቁን ፡ ቀብሬዋለሁ ። ደሞ ፡ ከሣጥኑ ፡ ውስጥ ፡ በብራና ፡ የተጻፈ ፡ ገንዘብ ፡ አስቀምጬላቸዋለሁ ፡ ተባለ ። ቶሎ ፡ ብለው ፡ ሣጥኑ ፡ ቢከፍቱ ፡ አንድ ፡ ቍራጭ ፡ ብራና ፡ ተገኘ ፡ ጽሕፈት ፡ ያለበት ፡ ጽሕፈቱም ፡ ራስህን ፡ ይብረደው ፡ እግርህን ፡ ይሙቀው ፡ ለልጆቼ ፡ ይኼነን ፡ አውርሻለሁ ፡ የሚል ፡ ነው ። ፍቹን ፡ ግን ፡ የሚያውቀው ፡ ሰው ፡ ታጣ ፡ በኋላ ፡ እገሌ ፡ የማይሉት[7] ፡ አንድ ፡ ተማሪ ፡ ፈታው ። ራስህን ፡ ይብረደው ፡ ማለቱ ፡ በራስ ፡ የገባ ፡ እመም ፡ ይገላል ፡ እግርህን ፡ ይሙቀው ፡ መባሉ ፡ በእግር ፡ የገባ ፡ እመም ፡ ስንኩል ፡ ያረጋል ፡ ብሎ ፡ ፈታው ፡ ሰውም ፡ አደነቀለት ። ልጆቹ ፡ ቢሆን ፡ እጅግ ፡ ከፋቸው ፡ በነሱ[8] ፡ ቤት ፡ ከሣጥኑ ፡ ውስጥ ፡ ብዙ ፡ ወርቅ ፡ እናገኛለን ፡ ብለው ፡ ጓጉተው[9] ፡ ነበር ፡ አንጋፋው ፡ ግን ፡ ያባቱን ፡ ብልሃት ፡ አወቀ ። እንግዴህ ፡ ምንአናርግ ፡ ብለው ፡ እስቲ ፡ ያንዳችን ፡ ምድር ፡ እንቆፍር ፡ ወርቅ ፡ ከልጆቼ ፡ ምድር ፡ ቀብሬላቸዋለሁ ፡ ብሏልና ፡ እንቆፍር ፡ ብለው ፡ የጠረጠሩትን ፡ ቦታ ፡ ሁሉ ፡ ይጐደፍሩ[10] ፡ ጀመረ ፡ ካንዳቸው ፡ ምድር ፡ ቢያጡ ፡ የ፫ ፡ ወንድማማቾች ፡ ምድር ፡ ቆፈሩ ፡ እንኳን ፡ ወርቅ ፡ ምንም ፡ አላገኙ ፡ እጅግ ፡ አጥብቀው ፡ ተናደዱ ፡ ይልቁንም ፡ በጣም ፡ የተናደዱበት ፡ በመማሰናቸው ፡ ነው ። እንግዴህ ፡ ወዲህ ፡ እኛ ፡ ከዚህ ፡ ስፍራ ፡ ምን ፡ እንፈጥር[11] ፡ እንቀመጣለን ፡ ብለው ፡ ፫ ፡ ወንድም[12] ፡ አማቾች ፡ ታንጋፋው ፡ በቀር ፡ ተማከሩ ፡ አንጋፋው ፡ ግን ፡ ብልህ ፡ ነበርና ፡ ራስህን ፡ ይብረደው ፡ እግርህን ፡ ይሙቀው ፡ ደሞ ፡ ወርቁን ፡ ለልጆቼ ፡ ካንድላቸው ፡ ምድር ፡ ቀብሬላቸዋለሁን ፡ አማርኛ ፡ ብልሃቱን ፡ አውቆታል ፡ ግን ፡ እነሱ ፡ ሲቆፍሩ ፡ እኔ ፡ የተለየሁ ፡ እንደሆን ፡ ሌላ ፡

---

[6] ፈሰሰ ፡ = lit. to be shed; to flow.

[7] የማይሉት ፡ = lit. "whom they do not call, or say": it means an ordinary, undistinguished person.

[8] በነሱ ፡ ቤት ፡ = "thinking in their hearts" or "with them."

[9] ጓጓ ፡ = to be greedy.

[10] ጐደፈረ ፡ = to dig.

[11] ፈጠረ ፡ "to create" is here used for ሰራ ፡ to make, to do.

[12] These two words should be written as one as it is a broken plur. of ወንድም ፡ i.e. read ወንድማማቾች ፡

ነገር፡ይመስላቸዋልና፡ልምሰል፡ብሎ፡ነው፡እንጂ፡የኑሮውን፡አሳብ፡በልቡ፡አስቦ፡ተቀምጦ፡ነበር። ፯፡ቱ፡ወንድም[12]፡አማቾችም፡ምክራቸውን፡አውጥተው፡አውርደው፡ወደ፡ጌታ፡ሎልነት፡ትዳር፡ሊበታተኑ፡ቆረጡ፡ተነስተው፡ሒደው፡አዳር[13]፡እየፈለጉ፡ገቡ። አንጋፋው፡ግን፡መቸም፡ብልህ፡ነውና፡ያባቱም፡ብልሃት፡ዘልቆታልና[14]፡ያነን፡የተጐደፈረውን፡አፈር፡መለስለሱን፡አይቶ፡የመዝሪያውን፡ጊዜ፡ጠብቆ፡ገብስ፡ዘራው፡ገብሱም፡አለ[15]፡አባት፡ሆነ፡ወንድሞቹም፡ምድራቸውን፡መቸም፡ባንዲት፡ጊዜ፡ለቀውት፡ሒደዋልና፡ለተጋዥ[16]፡አጋዛው[16]፡እህሉ፡ጐተራ፡በጐተራ፡ተንተራፈፈ[17]፡እየደጋገመ፡እርሻውን፡አሰፋ፡ይህ፡ነው፡ያባቴ፡ብልሃት፡ከምድራችሁ፡ወርቁን፡ቀብሬለሁ፡ያለው። እስከ፡ተረቱ፡እህል፡የያዘ፡ፈርዛዛ[18]። ወርቅ፡የያዘ፡ቀበዝባዛ[19]፡እንደሚል፡ሆነ። በዚህ፡ብልሃት፡የተነሳ፡ብዙህ፡ከበረ፡የገበሬ፡ሁሉ፡ንጉሥ[20]፡ሆነ፡ያም፡ይመጣና፡ዘር፡አበድረኝ፡እያለ፡ባገሩ፡ሁሉ፡ዝናው፡እየሰፋ፡እየራቀ፡ሔደ፡እጅግ፡ከበርቴ[21]፡ሆነ። አባቱ፡ልጆቹን፡አቀማጥሎ፡ነው፡ያሳደጋቸው፡የስራ፡ነገር፡መላውንም[22]፡አያውቁ፡በየገቡበት፡ቤት፡ጌታ፡መልኩን፡አቋቋሙን፡ባየ፡ጊዜ፡ሯ[23]፡ይህስ፡አንድ፡ቁም፡ነገር፡ይይዝልኛል፡እያለ፡ስራም፡ለዝም፡ቢያስይዝዋቸው፡መላው፡ጠፋቸው፡ምን፡ያልተቀጣ፡ያልተቆነጠጠ[24]፡ነው፡ተው[25]፡ዦሮውን፡በለው[26]፡እየ

---

13 አዳር፡ = ትዳር፡ = livelihood.

14 ዘለቀ፡ = here ተረዳ፡ = to be sure of, certain of.

15 አለ፡አባት፡ = ያለ፡ልክ፡ = without bounds; in abundance.

16 አጋዛ፡ = to rent out. ተጋዥ፡ = tenant.

17 ተንተራፈፈ፡ or ተንተረፈፈ፡ = to be well full.

18 ፈርዛዛ፡ = well off; in comfortable circumstances.

19 ቀበዝባዛ፡ = restless, unquiet.

20 ንጉሥ፡ here means not "king" but "principal," "most important."

21 ከበርቴ፡ = rich.

22 መላ፡ = plan, guess. 23 Meant for እረ፡

24 Lit. "unpinched" i.e., when a boy, not pinched for doing wrong.

25 ተው፡ is here an exclamation.

26 በለው፡ = hit, slap (the imperative of አለ፡ "to say" is often used in this sense).

STORIES 25

ተባሉ፡በጥፊ፡እየቀለጡ[27]፡አገር፡ላገር፡እየዞሩ፡የሚሆኑቱን፡እያጡ፡
አይተውት፡የማያውቁትን፡መከራ፡እያዩ፡ሲማስኑ፡ኖሩ። እንግ
ዲህ፡ወዲህ፡ምን፡ይብጀን፡ብለው፡ደሞ፡ተማከሩ። ወዲህ፡ወድያ፡
ብንል፡የሚበጀን፡ነገር፡የለም፡ያለን፡ተስፋ፡ወንድማችን፡ነውና፡
እስኪ፡ሒደን፡ስናበቃ፡አዘላለቃችን[28]፡እናዋየው፡ብለው፡ተነስ
ተው፡ወደ፡ወንድማቸው፡ተጓዙ። መቼም፡ታርዘው፡ተርበው፡
ተጐሣቁለው፡ከወንድማቸው፡ቢደርሱ፡ምን፡ሰዎች፡ናችሁ፡ምን፡
ትፈልጋላችሁ፡ብሎ፡ጠየቃቸው፡ሯ፡እኛስ፡እነ፡ገሌ፡ነን፡ብለው፡
ቢሉት፡እጅግ፡ተገርሞ፡ሲያበቃ፡አብልቶ፡አጠጥቶ፡አልብሶ፡ምድ
ራቸውንም፡እየምድራቸው፡መርቶ፡ወንድሞቹን፡አቅፎ፡እልቅና
ውን፡አስታውቆ፡እንደ፡አገሩ፡ሁሉ፡ደምብ፡ሁኖ፡ኖሩ፡እነሱም፡
በወንድማቸው፡ትክሻ፡በወንድማቸው፡ብልሃትና፡ስራ፡ልክክ[29]፡
ብለው፡መሰሉት፡በዚህ፡የተነሣ፡ውለው[30]፡አድረው፡እንደ፡አንጋ
ፋቸው፡ሊበለጥጉ[31]፡ምንም፡ያህል፡አልቀራቸው፡መከራ፡ቀጥቅጢ
ቸዋልና፡በንብረታቸው፡ዋዛና፡ፈዛዝነት፡አላገቡበትም፡ይልቁን፡
ይጠነክሩ፡ጀመር፡ጐረቤትም፡የወረዳውም፡ሰው፡ያከብርም፡ይፈራ
ቸውም፡ነበር፡የጌቱ፡ምክርና፡ዝክር፡አንድ፡ነበርና፡ሕዝቡ፡ያባትን፡
ብልሃትና፡ዘዴ፡ሲወጋ፡ይኖራል። ተፈጸመ።

---

[27] ቀለጠ፡ is lit. "to melt" (intrans.).

[28] አዘላለቅ፡ (see note 14, page 8) = happenings.

[29] ልክክ፤አለ፡ = to stick to.

[30] Lit. having passed days and nights.

[31] በለጠገ፡ = to be rich from ባለ፡ጠጋ፡ "rich." Note how this verb is formed and compare በለገ፡ to be a rustic, rude from ባለጌ፡ rude, rustic.

4

The Story of a Rich (Old) Man

A certain old man was very rich; he gave birth to seven sons, having bought for each land, he gave it them as an inheritance. The eldest son was very intelligent; (all of them) were brought up with care and in ease. Their father used to slaughter (animals for food) every day and feast, and inviting all his neighbours, he was generous (lit. there was generosity). When his friends said to him "Stop, do not waste your money, leave it for your children," he said to them, "Let them live on their luck (or fortune) and I on mine. I have given them each land and for the rest I have buried for them my gold (which will come to them) in the land of one of them." Everyone dies, so he also died (lit. death does not remain behind and he died) and the children buried their father, but they were impatient for the 40th day (to arrive) so that they might hear the will and divide the money. The 40th day arrived and the will was disclosed. It was said "So that it may be for my children, I have buried the gold in the land of one of them. Also written on parchment in the box I have put money for them." When they quickly opened the box a piece of parchment was found, which had an inscription on it, and the inscription said, "Keep your head cool and your feet warm. I bequeath this to my children." A person who understood the meaning of this however was lacking. Afterwards a certain student of no reputation explained it. He explained it saying, "Let your head be cool is that sickness which enters the head kills, and the meaning of keep your feet warm, sickness (disease) which enters the feet makes lame," and people were amazed at him. As for the sons they were greatly annoyed ; they were greedy, thinking that they would obtain much gold in the box. But the eldest son understood his father's plan. They, saying let us dig, began to dig in all suspected (i.e. likely) places saying, "Now what shall we do, come let us dig in one of the lands for he said (i.e. the father), I have buried for them gold in my sons' lands. When they did not find in one of the lands, they dug up the land of the seven brothers, but leaving gold out of the question they found nothing. They became extremely angry, especially they were angry owing to their fatigue (i.e. fruitless labour). The six brothers, excepting the eldest, consulted amongst themselves saying, "Now what shall we do in this place, why shall we stay." As for the eldest son he was clever and understood the meaning and the plan of "Let your head be cool and your feet hot and I have buried gold for my children in one of their lands," but when they were digging, he thinking, "If I be separated (i.e. if I stand on one side and don't do as they do) they will think another thing (i.e. will have suspicions of me) rather let me resemble them" and having considered in his heart his conduct he lay low (lit. was sitting). The seven brothers having considered carefully their plans, decided to scatter for their livelihood as servants of gentlemen. They left and went away, and searching for means of livelihood they entered (i.e. in domestic service). But the eldest since he is wise and understood well his father's plan

and having seen the fertility of that dug-up soil,
and having waited for the time for sowing, he sowed
barley and it grew up in abundance. Since his
brothers all together had abandoned their land, he
rented the land to a tenant. The grain (obtained
from the land) filled in abundance several granaries;
repeating (his agricultural efforts) he increased his
land under cultivation. He said, " 'Tis this my father's
plan which he said, that I have buried gold in your
land." It was like the proverb (or saying), "He who
has grain is well off; he who has gold is restless."
Owing to this plan he became very rich and he became
the chief of all the farmers, and people (lit. "that
one") coming and saying to him " Lend me seed," his
reputation in all the country went far and wide, and
he became very rich. The father had brought up his
sons delicately and they did not know how to work.
In whatever house they entered (in service) the master
having seen their countenances and manner says,
"Ah! this fellow will serve me for important affairs,"
but when he takes them for work or for an order they
do not know how to do it! They being told, "What
rude badly brought up people they are, box their
ears," and being slapped and wandering from country
to country, they failed to find anything to do, and
experiencing trouble which they had never known,
they were always weary. Again they consulted
amongst themselves saying, "For the future what is
best for us, if we wander here and there, there is
nothing to suit us, the (only) hope that we have is our
brother, when we have gone to him we will tell him
what has happened to us." (So) they started and

travelled towards their brother. When they arrived at their brother's naked, hungry and in a distressed condition, he asked them saying, "What people are you, what do you want?" When they told him, "Oh, we are so and so, etc." he was greatly astonished, and gave them food and drink and clothed them, and guiding each of them to their respective estates, he embraced them and made known (to people) that he was the eldest brother and they lived in accordance with the rules and regulations of the country. And they (i.e. the six brothers) by their (eldest) brother's support resembled him strictly in his plan and work (i.e. worked hard like he did). Owing to this, after some time they did not lack to be nearly as rich as their eldest brother. Since they had experienced misfortune they did not allow levity or slothfulness to enter into their manner of living; and they commenced to get wealthier (lit. stronger) and their neighbours and the people of the district used to honour and respect them. The consultations and festivals of the seven were the same and people used to talk about the skill and plan of the father. **Finis.**

5

ያንድ፡ንጉሥና፡ያንድ፡ፈላስፋ፡ (or ፈላስፋን፡) ታሪክ።

አንድ፡ንጉሥ፡እጅግ፡አጥብቆ፡የሚወደው፡ፈላስፋ፡ነበረው፡አብሮት፡የሚጋበዝ፡የሆነውን፡የሚሆነውንም፡ሁላ፡ያማክረው፡ነበረ፡በጤና፡በስምም፡አያል፡ወርኃት፡አያል፡ዘመናት፡ሲኖሩ፡አንድ፡ቀን፡ከገበታ፡ላይ፡ለምግብ፡ተቀምጠው፡ሳለ፡ፈላስፋው፡አንስቶ፡አዬ[1]፡

---

[1] አዬ፡አለ። = to sigh, to say "alas."

አለና፡እጅግ፡ተከዘ፡ወደ፡ምጉቡም፡እምብዛም፡ነፍሱ፡አልፈቀደ። በዚህን፡ጊዜ፡ንጉሡ፡ደንግጦ፡ያመመው፡መስሎት፡ምነው፡በደኅናህ፡ብሎ፡ጠየቀው፡ፈላስፋኑ፡እየመላለሰ፡አየን፡ብቻ፡ያዘ[2]፡ንጉሡም፡ደሞ፡አመመህን፡ቢለው፡እንኳን፡አላመመኝም፡ብሎ፡መለሰለት፡እንግድያውስ፡አሁንም፡አሁንም፡እየተከዝህ፡አየ፡የምትለው፡ምን፡ብትሆን፡ነው፡ብሎ፡መረመረው፡ቀጥሎም፡አየን፡ብቻ፡ያዘ፡ንጉሡም፡ገሚሱ፡ቍጣ፡በገሚሱ፡ጭንቀት፡እንደዚህ፡ያለ፡ምንድር፡ነው፡ሯ[3]፡ባክህን[4]፡ንገረኝ፡ምንድር፡ነው፡ብልሃቱ፡ብሎ፡ቢለው፡ፈላስፋኑ፡ክፉ፡ዘመን፡የሚመጣብን፡ቢሆን፡ነው፡እንዲህ፡የምሆነውን፡የማዝነው፡ብሎ፡አለው፡የባሰውን፡ንጉሡ፡በዚህ፡ነገር፡ተጨነቀ። ንጉሡም፡በፍጥነት፡ነገሩን፡እንዲረዳው፡ፈለገ፡ፈላስፋው፡መልሶ፡አየውን፡ያዘ፡ተዚህ፡ወዲህ፡ንጉሡ፡አጥብቆ፡ፈራ፡ሯ[3]፡እባክህን፡ውሐ[5]፡አታርገኝ፡ንገረኝ፡አለው። እስከ፡፫፡ዓመት፡እንደ፡ለመድነው፡ጊዜ፡ሁሉ፡ነው፡ቀጥሎ፡ግን፡የሚዘንበው፡ዝናብ፡እስከ፡፫፡ዓመት፡ድረስ፡ሰውም፡ሆነ፡እንስሳም፡ሆነ፡ፍጡር፡የተባለ፡ሁሉ፡ይመርዛል፡ውሃን፡የጠጣ፡ሁሉ፡ያብዳል፡ወንዙ፡ምንጩ፡ባሕሩ፡ዝናቡ፡ሲዘንብበት፡ይመረዛልና፡ስለዚህ፡ውሃ፡የጠጣ፡ሁሉ፡ያብዳል፡ተዚህ፡የበለጠ፡ምን፡የሚያሳዝንና፡የሚያስተክዝ፡አለ፡ብሎ፡አረዳው[6]። ንጉሡም፡እንደ፡ፈላስፋው፡አንገቱን፡ደፍቶ፡ተራውን፡ይተክዝ፡ጀመረ፡ቀጥሎ፡ጥቂት፡ተንፍሶ፡ስማ፡እንደዚህ፡ያለ፡የማይቻል፡መዐት፡ሲመጣብን፡ጊዜ፡ምን፡ይበጀናል፡ብሎ፡አማከረው። ለዚህማ፡መቼስ፡ምን፡አቅም፡አለኝ፡ያሳየኝ፡ይህ፡ነው። ባዋጅ፡የደህናውን፡ዝናብ፡ውሃ፡ጉድጓድ፡እያበጀህ፡አስቀምጥ፡ተብሎ፡ማስታወቅ፡ይሻል፡ይመስለኛል፡ለክፉው፡ዘመን፡መውጫ፡እንዲሆን፡ብሎ፡የተቻለውን፡ምክር፡መከረ። አዋጁም፡ሳይውል፡ሳያድር፡

---

[2] ያዘ፡ = lit. "to seize" but here "to say."

[3] See note 23, page 24.

[4] Meant for እባክህ፡

[5] ውሐ፡ (ውሃ፡) አደረገ = to alarm.

[6] አረዳ፡ = to convince, to inform (of the truth of).

ተመታ[7]። ከሕዝቡ፡የፈራ፡ጕድጓድ፡ይምስ፡ጀመር፡ነገሩን፡የናቀ፡ግን፡ተወው፡አመሉ፡ነው፡ሁል፡ጊዜም፡አዋጅ፡ይመታልና፡መቼ፡አንድ፡ነገር፡ሁኖ፡ያውቃል[8]፡ደግሞ፡ያሁኑስ፡የሚያስደንቅ፡አዋጅ፡ነው፡ተእግዚአብሔር፡ጋራ፡ተማከረዋልን፡እያለ፡ያፌዝ፡ጀመረ።

≻ ከቤተ፡መንግሥቱ፡ደሞ፡ጕድጓድ፡ሁሉ፡ተሰናድቶ፡ተምሶ፡የደኅናውን፡ዝናብ፡አከማቹበት፡በቁልፍም፡ተቆለፈ። የፈራውም፡እንደዚሁ፡አደረጉ። ያ፡ቀን፡መድረሱ፡አይቀርምና፡ደረሰ፡ገና፡መዝነብ፡ሲጀምር፡በየ፡ወንዙ፡በየ፡ምንጩ፡በየ፡ባሕሩ፡ሲጥልበት፡ጊዜ፡ተመረዘ፡ያን፡ውሃ፡የጠጣ፡ሁሉ፡ማበድ፡ጀመረ፡ሲል[9]፡ሲል፡እብደቱ፡እየባሰ፡ሔደ። የብደት፡ብዛት፡እየገነነ፡ሔደ፡ተዚህ፡ወዲህ፡በጐሣ፡እየተለየ፡እንደ፡አረመኔ፡ሁሉ፡እየተለየ፡ነጋሪት፡ምንድር፡ነው፡ቆሪ፡እንጨት፡አይዶለምን፡መለከትም፡እምቢልቴስ፡ምንድር፡ነው፡መቃ[10]፡አይዶለምን፡በሉ፡ነጋሪቱንም፡ጠፍሩ[11]፡መለከቱንም፡እምቢልቴውንም፡አብጁ፡አሉ። በየ፡ጐሣው፡አበጀ፡ሁሉም፡ተተበጀ፡በኋላ፡ነጋሪቱን፡እየጐሸመ[12]፡መለከቱን፡እያንጠራራ[13]፡እምቢልቴውን፡እየነፋ፡ሕዝቡ፡ሁሉ፡መቸም፡አብዶልና፡ንጉሥ፡አልነበረነም፡ወይ፡አሉ። አለ፡እንጂ። ወዴት፡ነው። ከግቢው፡ተቀምጦ፡ይንፈላሰሳል[14]፡አሉ። ይህነን፡ሁሉ፡ንጉሡም፡ፈላስፋውም፡ያያሉ፡ይሰማሉም፡ከዚህ፡ላይ፡እንዳልነው፡የሚበልጠው፡ሕዝብ፡አበደ፡ነጋዴ፡ንግድነቱን፡ትቶ፡ወደ፡ሌላ፡ሆነ፡አራሽም፡እርሻውን፡ትቶ፡ወደ፡ሌላ፡ሆነ፡ልጅም፡አባት፡እየተወ፡ወደ፡ሌላ፡ሆነ፡ክህናትም፡ክህነታቸውን፡ትተው፡ውደ፡ሌላ፡ሆነ፡ቁም፡ነገር፡የነገረው፡ጨዋ፡መኳንንትም፡ሊቃውንትም፡ሆነ፡ውልን፡ትተው፡ወደ፡ሌላ፡ሆነ፡

---

7 ተመታ፡ is used of a proclamation being made to beat of drum.

8 ያውቃል፡ has here a negative meaning.

9 ሲል፡ሲል፡ = እያደረ፡እያደረ፡ = gradually.

10 መቃ፡ here = ሸምበቆ፡ = reed.

11 ጠፈረ፡ = to bind with straps.

12 ጐሸመ፡ or ጐሰመ፡ = to beat (a drum).

13 አንጠራራ፡ = to blow a blast.

14 ተንፈላሰሰ፡ = to recline at one's ease.

ለብደቱ፡ዲካ[15]፡ጠፋበትና፡ሁሉም፡ዝብርቅርቁ[16]፡ወጣ።ሕዝቡም፡ቅድም፡እንዳልነው፡ጐሣ፡እየለየ፡ነጋሪቱን፡እያስጐሸመ፡መለከቱን፡እያንጠራራ፡እምቢልቴውን፡እያስነፋ፡ንጉሣችን፡ወዴት፡ነው፡በል[17]፡ሳብ[18]፡ወደ፡ግቢ፡እያለ፡ይስብ፡ጀመረ፡ግቢዮች፡ይኼነን፡ነገር፡ባዩ፡ጊዜ፡በንጉሡ፡እዝ፡የግቢ፡በር፡ሁሉ፡እንዲዘጋ፡ታዘዘ።እነዝያም፡እብዶች፡በደረሱ፡ጊዜ፡በሩ፡ተዘግቶ፡አገኙ፡ደሞ፡ዘግቶታልና።አዎን፡ሊተርፈን[19]፡ሯ፡በድንጋይና፡በዱላ፡መዝጊውን፡አንኩተው[20]፡በድንጊያም፡በዱላም፡ያን፡መዝጊያ፡ተለቀቁበት[21]።ንጉሡም፡ይኼነን፡ባየ፡ጊዜ፡ለፈላስፋኑ፡አንተ፡እነዚህ፡እብዶች፡ሊገሉን፡ሊፈጁን፡ደረሱብን፡ምን፡ይብጀን፡ትላለህ፡ብሎ፡አማከረው።ንጉሥ፡ሆይ፡እኔማ፡በጉድጓድ፡ደኅናውን፡ውሃ፡እናጠራቅም፡ለክፉው፡ዘመን፡መውጫ፡እንዲሆን፡ብየ፡መክሬ፡ነበረ፡ለሕዝቡም፡ይኼነኑን፡አስታወቅነ፡ይሆናል፡ብየ፡ነበር፡ሳይሆን፡ሲቀር፡ጊዜ፡ያነኑ፡የሚያሳብደውን፡ውሃ፡ጠጥተን፡አንድ፡እንምሰል፡አለ።ንጉሡም፡ያነኑስ፡የሚያሳብደውን፡በዬት፡ብናገኘው፡እብዶቹ፡ደረሱብን፡የለም፡ወይ።ልጅ፡ተሾልከ፡ይሒድና፡በቅምጫና፡ይዘልን፡ይምጣ፡ተብሎ፡ሰደዱት፡ሔደ፡ይዘ፡መጣ፡እንደ፡ጠበል፡ተሻምተው፡ጠጡ።ወዲያው፡አበዱ፡ንጉሥ፡መዝላልና፡መቀባጠር፡ጀመረ፡ወዲያውም፡ወደ፡ግቢው፡በር፡ሒዶ፡ይኼነን፡በር፡ማን፡አባቱ፡ነው፡የዘጋው፡አለ፡እርሱ፡ዝጉ፡ብሎ፡ሲያበቃ፡ወዲያው፡በዋ[22]፡አርገው፡ከፈቱ፡ንጉሡ፡እየዘለለ፡እየለፈለፈ፡እንደነሱ፡መስሎ፡በሩን፡በወጣ፡ጊዜ፡የተሰበሰበው፡ፍጡር፡ሁሉ፡መንገድ፡ለቆ፡ገለል[23]፡

15 ዲክ፡ = boundary.

16 ዝብርቅርቅ፡ = ድብልቅልቅ፡ = confusion.

17 Exclamation.

18 = ሒድ፡ = push on!

19 ተረፈ፡ = lit. to remain over.

20 አንኰተ፡ = to break.

21 ተለቀቀ፡ = መታ፡ = to strike.

22 በዋ፡አደረገ፡ this verb was not known to any Amhara I asked with the exception of the narrator. It is here meant for ወለል፡አደረገ።

23 ገለል፡አለ፡ = to move aside.

ብሎ፡ እናንተ፡ ዳር፡ እስከ፡ ዳር፡ እልል፡ በሉ፡ እልል፡ አሉ። ገሚሱ፡ ያልሰማ፡ ምንድር፡ ነው፡ ነገሩ፡ ብለው፡ ጠየቁ፡ ንጉሣችን፡ አብደው፡ ነበር፡ ሽርዋል፡ ደሞ፡ እንደ፡ ገና፡ ዳር፡ እስከ፡ ዳር፡ እልልታውን፡ አቀለጠው[24]። ከፉው፡ ዘመን፡ ሁሉ፡ ሲያብዱ፡ ኖሩ። ደኅናው፡ ዘመን፡ ሲገባ፡ ሁሉም፡ እየ፡ ስፍራው፡ እየሙያው፡ እየደምቡ፡ ገባ፡ መንግሥቱም፡ ረጋ፡ አገር፡ ሁሉም፡ ረጋ። > ንጉሡና፡ ፈላስፋው፡ እንደ፡ ልማዳቸው፡ ግብር፡ ቀርቦ፡ ሲበሉ፡ ፈላስፋው፡ አንስቶ፡ ለንጉሡ፡ ባለፈው፡ ክፉ፡ ዘመን፡ ነገር፡ እኔ፡ እኮ፡ እበልጥሃለሁ፡ አለው። በምን፡ ነገር፡ እኔ፡ እበልጥሃለሁ፡ እንጂ፡ እየተባባሉ፡ ይጨካከሩ፡ ጀመር። ንጉሡ፡ ፈላስፋውን፡ በምን፡ ትበልጠኛለህ፡ ብሎ፡ ጠየቀው። መብለጤማ፡ የሚያሳብደውን፡ ውሃ፡ እንጠጣና፡ ያበዱትን፡ እንምሰል፡ ብየ፡ መከርሁ፡ ይኼነን፡ ባናረግ፡ አንተም፡ ሙተህ፡ መንግሥትህንም፡ አጥተህ፡ እኔም፡ ሙቼ፡ ሁላችንም፡ መና[25]፡ እንቀር፡ ነበር፡ ብሎ፡ አለው። ይኼም፡ ይሁን፡ ግን፡ እኔ፡ እበልጥሃለሁ፡ ማለቴ፡ ምክር፡ ሰምቼ፡ የሚያሳብዳውን፡ ውሃ፡ በመጠጣቴ፡ ነው፡ አንጂ፡ ብሎ፡ መለሰለት። ተዚህ፡ ወዲህ፡ በፍቅር፡ በሰላም፡ እስከ፡ እድሜአቸው፡ ድረስ፡ ኖሩ።

ፍች፡ አብድ፡ ደኅናውን፡ ሲያገኝ፡ እብዱ፡ ሲያጫውተው፡ ደኅናው፡ ረጋ፡ ብሎ፡ ይሰማዋል፡ እያበደም፡ ቢያጫውተው፡ ደኅናው፡ ረጋ፡ ይላል፡ እብዱ፡ እገሌ፡ ክፉ፡ ሰው፡ ነው፡ ሆዱ፡ አይታወቅ፡ መሰሪ፡ ነው፡ እያለ፡ ያማዋል፡ ይጠላዋልም፡ ምነው፡ ባይመስለው። የመሰለው፡ እንደሆነ፡ ግን፡ ፚ፡ እገሌን፡ የመሰለ፡ የለም፡ ብሎ፡ ያመሠግነዋል። አባትና፡ እናት፡ ወንድ፡ ወይም፡ ሴት፡ ልጆቻቸውን፡ ተጨንቀው፡ ተጠበው፡ ያሳድጋሉ፡ ታደጉ፡ በኋላ፡ አርግፈዋቸው[26]፡ ወታደርነት፡ ይሔዳሉ። ወላጆቹም፡ ይናደዳሉ። ይኼም፡ አንዱ፡ እብደት፡ ነው። ዳሩግን፡ ስንቱን፡ እንጽፈዋለን። ይህ፡ ምሳሌ፡ ለብዙ፡ ነገር፡ ይመስላል። ተፈጸመ።

---

24 አቀለጠ፡ means lit. "to melt" (trans.) but with እልልታ፡ "cries of joy" it means "to utter."

25 መና፡ = ከንቱ፡ = in vain.

26 አረገፈ፡ = to leave.

5

The Story of a King and a Philosopher

A king had a philosopher whom he greatly loved, he used to eat together with him and consult him about all that had happened and that would happen. When they had remained thus for a long time in health and agreement, one day when they were sitting at table for food, the philosopher having made mention (of something) said, "Alas," and was greatly grieved and did not care for any more food. At that time (lit. " this time ") the king being startled, thinking him ill, asked him saying, "What is it, are you well?" The philosopher only repeated "Alas," and when the king asked him again "Are you ill?" he replied, "No, indeed I am not ill." (The king) cross-examined him saying, "In that case then what is the meaning of your being continually sad, and of the 'alas,' which you say?" He again said only "Alas," and when the king asked him, half in anger half in anxiety, "What is it, please tell me what is the matter?" (lit. what is its plan), the philosopher told him saying, " It is because of the evil times that are coming on us, that I am like this and grieving." Owing to this speech the king's anxiety grew worse. The king also wished quickly to know the matter for certain ; the philosopher answered him by sighs ; after this the king greatly feared and said to him, "O ! I pray you do not alarm me, tell me (the matter)." He informed him saying, "For three years everything will be as we are accustomed to it, but afterwards the rain that will fall up to three years will poison all creatures; be they persons or animals, all who drink of the water will become mad. When the rain rains on rivers, springs, and lakes they will be poisoned, and therefore all who drink the water will become mad. What is there (i.e. what can there be) which causes more grief and anxiety than this?" As for the king, bowing down his head (lit. neck) he began to grieve in his turn like the philosopher. Afterwards having sighed a little he consulted him saying, "Listen! when such an unsupportable calamity as this comes upon us, what is best for us?" He gave the best advice he could saying, "What power have I for this, what (God) has pointed out to me is this; I think the best thing is to acquaint the populace by means of a proclamation which says, 'Having prepared pits for the good rain water, keep it that it may be the means of escape from the evil times.'" The proclamation was made at once. The people who feared began to dig wells, but those who thought lightly of the matter began to jest saying, "Never mind (lit. leave it) it is his habit, he is always making proclamations but he never does (or knows) anything. Again the present proclamation is an amazing one, have they consulted with God?" In his palace also pits being prepared and dug, they accumulated in them the good rain and it (the well) was shut with a lock. And those who feared did the same. That day came all right, and as soon as it began to rain when it fell in each river, stream, and lake it (the river, etc.) became poisoned, and everyone who drank that water began to become mad; gradually the insanity became worse and the madness increased and spread. After this being divided into tribes (the nation) and like all pagans being split up they said, "What is a drum, is it not a wooden basin; what is a flute, is it not a reed; make a drum and make also a trumpet and flute." They made (musical instruments) in each tribe and after all were made beating the drums and blowing the trumpets and flutes, since all the people were mad they said, "Have we not a king." They said, "There is indeed, where is he; he takes his ease sitting in the palace. The king and the philosopher saw and heard all this; the most of the populace as we have mentioned above, were mad. The merchant having abandoned his trade went towards another (i.e. adopted another trade); the cultivator having left his cultivation went in for something else, the son leaving his father, went elsewhere; the priest abandoning his priesthood adopted another calling; serious gentlefolk, chiefs and professors having abandoned their work did something else. There was no limit to the madness and everything became in confusion. As for the people, as we have before stated, being divided up into tribes beating drums and blowing trumpets and flutes they began to advance saying, "Where is our king, go on towards the palace?" When the people of the palace saw this, they were ordered by the king that all the gates of the palace should be shut, and when those madmen arrived they found the gate closed. (They said), "He has shut it again, yes, will he escape us. Ah! break down the door with stones and clubs." They beat on that door with stones and clubs. When the king saw this, he asked advice from the philosopher saying, "These madmen have come to kill and destroy us, what do you say is best for us?"

He said, "Oh king! as for me I had advised saying,
let us collect the good water in pits so that it may be
a means of escape from the evil times and we informed
the people of this; I thought it would turn out well;
when this plan fails, having drunk the madness-pro-
ducing water, let us resemble them." The king (said),
" But where can we find that water which makes mad,
have not the madmen come." It being said, " Let a
boy slip out and go and bring for us in a gourd," they
sent him (i.e. they sent a youth). He went and brought
it, and they drank it, scrambling for it as if it were
holy water. They immediately became mad. The
king began to jump and to talk at random, and having
at once gone to the gate of the palace said, "Who the
devil has shut this gate?" He had before told them
to shut it! They opened it wide at once; when the
king went out of the gate dancing and talking nonsense
and resembling them, all the people who were as-
sembled gave him way, and going a little on one side
(said), "You folk give cries of joy from one end to the
other." They did so. Half of them who had not heard
asked what was the matter. (They replied), " Our king
was mad and now he is recovered," and they again
uttered shrill cries of joy from one end (of the crowd)
to the other. They remained mad during all the evil
time. When the good times arrived everyone entered
(i.e. returned) to his respective place, profession and
rule (i.e. normal behaviour) and the government
became settled, and all the people also. Dinner being
served, when the king and the philosopher were eating
according to their habit, the philosopher mentioned
the subject; he said to the king, "Respecting the past

evil time, I surpass you." (The king said), " In what thing, rather I surpass you," and talking thus together they began to boast one with the other. The king asked the philosopher in what way he surpassed him. He answering him saying, "My surpassing (you) is because I advised saying, let us drink the madness-producing water, let us resemble the mad people ; if we had not done this you would have died and lost your kingdom, and I having died, all of us would have been lost in vain." He answered him saying, "May be, but I surpass you, that is to say because I obeyed the advice and drank the madness-causing water." After this they lived in love and peace for the rest of their days.

The meaning is, when a madman meets a sane person, when the madman talks to him, the sane man hears him quietly. If he talks to him in a mad manner, the sane person is serene. The madman speaks evil of him saying, "So and so is an evil man, his heart is not known, he is an intriguer," and he hates him because he does not resemble him, but if he resembles him he praises him saying, "Ah! there is no one who can be compared to so and so." Parents bring up with diffi-culty their children, after they (the children) have grown up, having left them (i.e. their parents) they go away to be soldiers and their parents are angry and this is one kind of madness. But how much shall we write, this parable stands for many things. Finis.

6

የቀላጅ፡ታሪክ።

አንድ፡ተማሪ፡ትምሕርቱን፡ለመፈጸም፡ተሸዋ፡ተነሳ፡እስቡ፡በጐጃም፡አድርጐ[1]፡ወዲያው፡ወደ፡ጐንደር፡ገብቶ፡አገሩን፡ለመመለስ፡ነው። ተማሪ፡ሁሉ፡ጐጃምንና፡ጐንደርን፡ይመርጣል፡ሊቃውንት፡የበዛበት፡አገር፡ነው፡ትምሕርት፡በሰፊው፡የበዛበት፡ነው፡ከዝያ፡የተማረ፡ሰው፡አለቃ[2]፡ለመሆን፡ይችላል፡ስለዚህ፡ብሎ፡ያልነው፡ተማሪ፡ተነስቶ፡የጐጃምን፡ድምበር፡ሲደርስ፡ሰብል[3]፡ከመንገድ፡ዳር፡አገኘ፡ከሰብሉ፡ዳር፡ትንሽ፡ልጅ፡ተቀምጦ፡ከሰብሉም፡ውስጥ፡ብዙ፡ዝንጀሮ፡ተለቆበት፡ሲያወድም፡አየ፡ለሰብሉ፡አዝኖ፡ልጁን፡ልጄ፡ይኼነን፡ሁሉ፡ዝንጀሮ፡አንተ፡ነህን፡እምትጠብቅ፡ብሎ፡ጠየቀው። ልጁ፡ምላሽ፡ሲመልስለት፡የኜታ፡እኔ፡ጠባቂያቸው፡ተሆንሁ፡ተግመሩ[4]፡ዘጠኙን፡ተውጭልጭላው[5]፡፲፡ሩን፡ይውሰዱ፡ብሎ፡አለ፡ደብቴ[6]፡እጅግ፡ተናደደና፡በምን፡አፍህ፡ነው፡እንደዚህ፡ያለውን፡ቃል፡የምትናገር፡ብሎ፡ቢለው፡ታፍንጫየ፡በታች፡ተሸንጎበቴ፡በላይ፡ነው፡ብሎ፡መለሰለት፡ደብቴ፡የባሰውን፡ተናደደና፡እንግዴህ፡ወዲህ፡ምን[7]፡ተናግሮ፡ይሞቱዋል፡አለ፡ልጁ፡ቀበል፡አርጐ[1]፡ይኼነን፡ለልጄ፡ይኼነን፡ለምስቴ፡ተብሎ፡ተናዝዞ፡ይሞቱዋላ[8]፡አለ፡ከንዴት፡ያለው፡አገር፡ደረስሁ፡ብሎ፡ደብቴ፡እጅግ፡አጥብቆ፡ተገረመ። የጐጃም፡ሰው፡እጅግ፡አጥብቆ፡ተረበኛ፡ነው። ደብቴ፡መንገዱን[9]፡

---

1 Meant for አድርጎ፡(አርጎ፡).

2 See note 22, page 9.

3 ሰብል፡ = crops.

4 ግመር፡ = big monkey.

5 ሙጭልጭላ፡ (ውርንጭላ፡) = small monkey (also small donkey).

6 See note 26, page 10.

7 ምን፡ተናግሮ፡ይሞቱዋል። the verbs are in the third person but the meaning is the first per. ይሞቱዋል፡ is not any orthodox verbal form. This sentence was translated to me as "እኔ፡ምን፡ተናግሬ፡ልሙት።" or "እኔ፡ምን፡ተናግሬ፡መሞት፡ነው፡እንጂ።"

8 See note 7 above.

9 Lit. having seized (or taken) the road.

ይዞ፡ወደ፡ከተማው፡ሲጓዝ፡ከመንገድ፡ዳር፡ሰውየው፡ከምድር፡ላይ፡ሲንፈራፈር[10]፡አገኘ፡እንደ፡ታመመ፡አውቆ፡አዝኖለት፡ወንድሜ፡ሆድ፡ቍርጠት፡አሞኻልን፡ቢለው፡ጐጃሜው፡እንግድየው፡ስልቻ፡ያለፋል፡ብለኻልን፡ብሎ፡መለሰለት። ደብቴ፡ተንዴት፡ያለው፡አገር፡ገባሁ፡ተልጅ፡ይዞ፡እስከ፡አሮጌው፡ድረስ፡የቀላጅ፡አገር፡ነውሣ፡እግዜር፡ያውጣኝ፡ተዚህ፡አገር፡ብሎ፡መንገዱን፡ተጓዘ። እንግዴህ፡ደብቴን፡እንተው፡ወደ፡ተግባሩ፡ይሒድ።

አቶ፡አማ፡የሚባል፡ኃብታም፡ጌታ፡ነበር፡እጅግ፡አጥብቆ፡ቀልድ፡ወዳጅ፡ነበረ፡አጋፋሪውም፡እንደ፡ጌታው፡ቀልድ፡ወዳጅ፡ነበረ፡እንደዚሁ፡ሁነው፡ሲኖሩ፡አንድ፡ቀን፡አቶ፡አማ፡ጥሩ፡በቅሎ፡አስገዛ፡አጋፋሪውን፡አስጠርቶ፡እችን፡በቅሎ፡ጫንና፡መንገድ፡አሳያት፡ብሎ፡አዘዘው፡እሺ፡የኔታ፡ብሎ፡በቅሎዋን፡ጭኖ፡ተቀምጦባት፡ሔደ፡፩፡መንታ፡መንገድ፡ሲደርስ፡ዱብ፡ወርዶ፡ያውልሽ[11]፡እንግዴህ፡የሸዋ፡መንገድ፡ይህ፡ነው፡የጐጃምም፡መንገድ፡ይህ፡ነው። የጐንደርም፡መንገድ፡ይህ፡ነው። የትግሬም፡መንገድ፡ይህ፡ነው፡ጌታሽ፡መንገድ፡አሳያት፡ብሎኛልና፡የወደድሽውን፡መንገድ፡ይዘሽ፡ሒጅ፡ብሎ፡እንደተጫነች፡ለቀቃትና፡ወደ፡ቅልውጡ፡ውሎ፡ወደ፡ማታ፡ኸጌታው፡ተመለሰ፡እጅ፡ተነሣ፡በኋላ፡አቶ፡አማ፡ጌታው፡በል፡አንተ፡ለበቅሎዋ[12]፡መንገድ፡አሳየኻትን፡ብሎ፡ጠየቀው፡አዎን፡የኔታ፡ያ፬፡ቱን፡አገር፡መንገድ፡አሳየኋት፡የወደድሽውን፡ያዥና፡ሒጅ፡ብየ፡ለቀቅኋት፡ብሎ፡አለ፡ጌትዮም፡ተናዶ፡መቼም፡መሸቷልና፡አድረው፡በነግህ፡ተነሡ፡በቅሏን፡እንፈልግ፡ብሎ፡አቶ፡አማ፡አሽከሮቹንና፡አጋፋሪውን፡አዘዘ። ተነስተው፡ፍለጋቸውን፡ያዙ፡ሲፈልጉ፡ሲፈልጉ፡የበቅሎዋ፡ድምጥማጥዋ[13]፡ጠፋ፡በመጨረሻ፡የጣላት፡አጋፋሪ፡ያቶ፡አማ፡አሽከር፡አገኛት፡ዳሩግን፡ገሚስ፡ጐንዋን፡ጅብ፡ተጋብዟት፡

---

10 ተንፈራፈረ፡ = to roll (on the ground from pain).

11 ያውልሽ፡ = ያ፡ + ው፡ + ል፡ + ሽ፡

12 ዋ used for fem. article in Shoa. See Armbruster's *Grammar*, section 11, page 54.

13 ድምጥማጥ፡ = ፍለጋ፡ = trace.

ማዘኑን፡ ትቶ፡ መቼም፡ ቀልድ፡ ቤት፡ ያጠፋል። የጌታ፡ በቅሎዋን፡ አገኘኋት፡ ዳሩግን፡ ጅብ፡ በልቷት[14]፡ ጌትዮው፡ አማ[15]፡ አለ፡ አጋፋሪ፡ አላማም፡ አመሥግኖ፡ በላ፡ እንጂ፡ ጌትዮ፡ ደርሶ፡ ጥምቧን፡ አይቶ፡ እንሒድ፡ ኸቤታችን፡ አለ፡ ተነስተው፡ ኸቤታቸው፡ ገቡ። ከቤት፡ ገብተው፡ ጥቂት፡ እንደ፡ ቆዩ፡ ዝናብ፡ መጣ፡ አጋፋሪው፡ ገብቶ፡ ለጌታው፡ ዝናብ፡ መጣ፡ ብሎ፡ ነገረ። ጌትዮው፡ ግባ፡ በለው፡ አለ፡ ከቤቱ፡ ላይ፡ ወጥቶ፡ ዝናቡ፡ እንዲገባ፡ ክዳኑን[16]፣ ምንቅርቅሩን[17]፡ አወጣው፡ ለባለቤቱም፡ ከቤት፡ ለገቡትም፡ እንግዶች፡ ሣቅ፡ ሆነ። ≻ አንድ፡ ቀን፡ ካቶ፡ አማ፡ እንግዶች፡ መጡበት፡ ጋን[18]፡ ጠላ[19]፡ ያልተቀዳ፡ ቀረበ፡ ቀልደኛ፡ አጋፋሪውን፡ እያሸህ[20]፡ ቅዳ፡ አለው፡ እጀጠባቡን፡ ወደ፡ ክንዱ፡ ከፍ፡ አድርጎ፡ እጁን፡ ዘው፡ አግብቶ፡ ጠላውን፡ በጁ፡ ያሸው፡ ጀመረ፡ አቶ፡ አማ፡ ምነው፡ በጅህን፡ ብየኻለሁ፡ በግሬማ፡ እንግድያው፡ የጌታ፡ ይጠየፋሉ፡ ብየ፡ ነዋ፡ ብሎ፡ እግሩን፡ ከጋኑ፡ አግብቶ፡ በእግሩ፡ ጠላውን፡ ያሸው፡ ጀመረ፡ አቶ፡ አማ፡ ተናደደና፡ ንሣ[21]፡ ጥፋው፡ የሚመታው፡ አጋፋሪ፡ ነበር፡ ቶሎ፡ ፈጥኖ፡ ተነስቶ፡ ደኅና፡ አርፎ፡ የቆመውን፡ ጆሮ፡ ግንዱን፡ አቀለጠው[22]። አቶ፡ አማ፡ እርሱንን፣ ብየኻለሁ፡ አጋፋሪው፡ እርሰዎንማ፡ እንግዲያው፡ እንዳልጠፋ፡ ጌታየ፡ ነዎ፡ ብየ፡ ብፈራ፡

---

14 በልቷት፡ vide Armbruster's *Grammar*, section 65 (*b*).

15 አማ፡ Ato Amma uses this word in one sense, and the butler to make a joke pretends to understand it in another sense. Ato Amma says "አማ፡" i.e. "by Amma (his own name) is this true?" Abyssinians not only swear by the saints and the Emperor, but also by the name of the chiefs they serve. The butler pretends to understand "አማ፡" as "did he (the hyaena) speak ill of (or slander) the mule?"

16 ክዳን፡ (from ክደነ፡) means any covering but is here used for thatch.

17 ምንቅርቅር፡ አወጣ። = to undo, to shed.

18 Large earthenware jar.

19 Native beer (see Recipe 2).

20 አሸ፡ = to rub, to stir up. But እያሸህ፡ ቅዳ። means to pour out slowly moving the gan from side to side so as not to let the dregs mix with the pure talla.

21 ንሣ፡ = ይኸውልህ፡ (see note 11, page 40).

22 አቀለጠ፡ = lit. to melt.

ነዋ፡አለ፡በዚህ፡የተነሣ፡ብዙህ፡ሣቅና፡ጨዋታ፡ሆነ፡፩፡ቀን፡ደሞ፡ ካቶ፡አማ፡እንግዶች፡መጡበት፡ግብር፡አቅርቡ፡አለ፡በገበታ፡ማለት፡ በሰደቃ፡ማዕድ፡ቀረበ፡በሰታቴም፡ወጡ፡ቀረበ። አጋፋሪው፡ላቶ፡ አማ፡ባለሟል፡ነውና፡ከሁሉም፡ነገር፡አለሁ፡ባይ፡ነው፡ይልቁንም፡ እንግዳ፡በመጣ፡ጊዜ። ቅድም፡እንዳልነው፡ወጡ፡በቀረበ፡ጊዜ፡አቶ፡ አማ፡ወጡን፡ጠይቀው፡አለ። ማለት[23]፡አውጣ፡ነው። አጋፋሪ፡ ወደ፡ወጡ፡ጥቂት፡አጐነበሰና፡ሲያበቃ፡ተየት፡መጣህ፡ይሉሃል፡ አለው፡ወዲያው፡ቀና፡ብሎ፡ለጌታው፡ሲል፡ወጡን፡ጠየቅሁት፡ ጨው፡ተወልቃይት፡በርበሬውና፡ቅመሙ፡ተዘጌ፡መጣሁ፡ይላል፡ የኔታ፡አለ። ሣቅና፡ጨወታ፡ሆነ።

[23] The writer himself here explains ጠይቀው፡ as "take out," and says that this is a Shoan idiom.

6

A Story of a Jester

A student to complete his education having left Shoa, decided to go to Gojjam and afterwards, having entered Gondar, to return to his own country. All students choose Gojjam and Gondar because the professors there are many and learning is widely spread. A person who has studied there can become an "Alaqā." The student whom we have mentioned because of this having started, when he reached the frontier of Gojjam he found crops on the edge of the road, and a small boy sitting at the edge of the crops. He saw many monkeys having entered in the middle of the crops in the act of destroying them. Grieving on account of the crops he asked the lad, "My son are

you he who is guarding (against) all these monkeys?"
The boy answering him said, "Sir, if I am their guardian
take nine of the large ones and ten of the small ones."
The Dabtara was very angry and when he said to him,
"How (lit. with what mouth) do you speak words like
this," he replied saying, "It is underneath my nose
and above my chin." The Dabtara became more
angry and said, "After this what shall I say and die?"
The boy picking up his words said, "He saying this
for my son and this for my wife having made a will
dies." The Dabtara saying, "In what a country I
have arrived!" was greatly astonished. The people
of Gojjam are great jesters. The Dabtara going along,
marching towards the town, found a person on the
edge of the road rolling on the ground in convulsions.
Understanding him to be ill he was sorry for him and
said, "My brother, are you ill with stomach ache?" The
Gojjami answered him, "Then do you think that he
(i.e. I) is tanning a leather sack?" The Dabtara
marched on saying, "In what a country have I entered!
from the young to the old it is a country of jesters,
may God bring me out of this land!" Now let us leave
the Dabtara and let him go to his work.

There was a rich gentleman named Ato Amma, he
was a great lover of jokes. His butler, like his master,
was a great lover of jokes. Whilst they were living
like this, one day, Ato Amma bought a good mule,
and having called his butler (or steward) ordered him
saying, "Saddle this mule and try her (lit. show her
the road)." Having said "Yes, sir," he saddled the
mule, mounted her and went off. When he arrived at

cross-roads, he jumped down and having said, "Here
you are, now this is the Shoa road, the Gojjam road
is this, this is the Gondar road, and this is the Tigre
road; since your master has told me to show you the
road take the road you prefer to go," he let her go off
saddled, and having passed the day in spunging (on
people for meals) towards evening he returned to his
master.   After he had saluted him Ato Amma, his
master, asked him, " I say, did you test the mule " (lit.
did you show her the road).   He said to him, " Yes,
sir, I showed her the road of the four countries, and
telling her to take the one she liked and go, I let her
loose."   His master was angry, but night had fallen,
so they passed the night and started in the morning.
Ato Amma ordered his servants and the steward
saying, " Let us search for the mule."   They started
and seized the trail, they searched and searched but
there was no trace of the mule.   Finally the Agafari,
the servant of Ato Amma, who had lost her, found her,
but a hyaena had eaten half of her side.   Instead of
being sorry, joking always brings destruction on (lit.
spoils) a house.   (He said), " My Master I have found
the mule but a hyaena has eaten her."   His master
said, " Amma."   The steward said, " He (the hyaena)
did not speak evil (of her) but having praised her ate
her."   His master having come up and seen the car-
case said, " Let us go home "; they started and arrived
home.   Having entered the house, when they had
remained a little while it started raining.   The steward
having gone in told his master that it was raining (lit.
said " the rain has come ").   His master said (as a joke),
" Tell him to come in."   The steward having climbed

on the top of the house undid the thatch so that the
rain might enter and raised a laugh (lit. there was a
laugh) for his master and the guests who had entered
the house.

One day guests came to Ato Amma. A gan of
talla which had not been poured out was served. He
(i.e. the master) said to the jester steward "Pour it
out slowly (lit. stirring it, pour it out). He raised his
sleeves up (lit. towards his upper arm) and putting his
hand suddenly in the gan he commenced to stir the
beer. Ato Ammo (said) "Why! did I tell you your
hand." (The steward) said (lit. saying), "I thought
that if it be with my foot my master would be dis-
gusted." Then having put his foot into the gan he
began to stir the beer with his foot. Ato Amma
became angry and said, "Cuff him." The steward was
the one to be cuffed. He (the steward) quickly rose
up and hit on the temple one who was standing
tranquilly. Ato Amma (said) "Did I tell you him."
The steward replied, "The reason that I did not cuff
your honour is that you being my master, I was
afraid." Owing to this there was much laughter and
conversation.

Again one day guests came to Ato Amma. He
said "Serve the food." The food was served on a
table, and the dish in a large casserole. The steward
was a favourite of Ato Amma and was ready for any-
thing (lit. says I am) and especially when a guest
comes. As we have mentioned above, when the dish
was served Ato Amma said, "Serve out the stew" (lit.
ask the stew). The steward having bent down a little
towards the dish said to it, "He asks you from where

you have come," then straightening himself he said to his master, "Sir, I have asked the stew, the salt says he has come from Walqait, and the red pepper and spices say they have come from Zage." There was laughing and conversation.

7

የጻደቁ፡ተክለ፡ኃይማኖት፡ገድል።

አቡነ፡ተክለ፡ኃይማኖት፡ፍጽም፡የሆኑ፡ገበሬ፡ነበሩ፡፩፡ጥማድ[1]፡ነበራቸው፡ሲያስመለክታቸው[2]፡ጥማዳቸውን፡አርደው፡ለድኃ፡መጥውተው፡ተሰወሩ፡ወይም፡መነኑ። ሲኖሩ[3]፡ሲኖሩ፡አንድ፡ቀን፡አንድ፡ባለጌ፡ከገጠር፡ወደ፡ከተማ፡ሊሒድ፡ብሎ፡ተነስቶ፡ሲጓዝ፡ከመንገድ፡አቡነ፡ተክለ፡ኃይማኖት፡ጢማቸውን፡አንጀርግገው[4]፡ደረሱበት። የሰውየውን፡ሽረኚት[5]፡ያውቃልና፡የሚያረጉትን፡ሊያረጉ፡ነው። እንዴት፡ዋልህ፡ወንድሜ፡የት፡ሓጅ[6]፡ነህ፡አሉት፡ወደ፡ከተማ፡ዘላቂ፡ነኝ፡አላቸው፡አቡነ፡ተክለ፡ኃይማኖትም፡እኔም፡ወደዝያው፡ሓጅ፡ነኝ፡እንግዲያውስ፡ባንድ፡መንገዱ፡እንዲያልቅልን፡ባንድ፡እየተጫወትነ፡እንሒድ፡አሉት፡ባንድ፡ይጓዙ፡ጀመረ፡ወጋቸውን፡እያወጉ፡እህል፡መቅመሻ፡ጊዜ፡ሲደርስ፡ወንድሜ፡ከዚህ፡ምንጭ፡ዳር፡ተቀምጠን፡እህል፡ቀምሰን፡ውሃ፡ጠጥተን፡ስናበቃ፡እንሔዳለን፡አሉት፡ተጉያቸው፡እብስት፡አውጥተው፡ከፊታቸው፡አቀረቡ፡ባለጌውም፡ተጕኑ፡እብስት፡አውጥቶ፡አቅርቦ፡ሲበሉ፡የርሱ፡እብስት፡ሳይጠግቡ፡ቶሎ፡አለቀች፡የርሻቸውን፡እስቲጠግቡ፡ድረስ፡ቢበሉ፡አላልቅ፡አለች፡እብስተ፡መና፡የተባረከች፡ኑራ፡ባለ

1 ጥማድ፡ = ጥንድ፡ = pair of oxen.

2 አስመለከተ፡ = to cause to note.

3 Lit. whilst they are (he is) living or remaining.

4 አንጀረገገ፡ = to hang down (a tree its branches and fruit).

5 Correct form is ሸረኛነት፡

6 The pres. tense የት፡ትሔዳለህ፡ is much commoner.

ጌው፡ግን፡አጥብቆ፡ተገርሟል፡የርሳቸው፡እብስት፡ተኔ፡እብስት፡
አትበልጥ[7]፡የኔ፡ቶሎ፤አለቀች፡ይህ፡ነገር፡ምንድር፡ነው፡ብሎ፡ተገ
ረመ፡የተረፈውን፡አንስተው፡ያዙ፡እንሒድ፡እንግዴህ፡አሉት፡መን
ገድ፡ሲጀምሩ፡በል፡ወንድም፡ከቤትህ፡ስትነሳ፡ምስትህ፡ስንት፡እብ
ስት፡ለስንቅ፡ብላ፡አስያዘችህ፡አሉት፡መቸም፡የሱ፡ስስት፡የሳቸውን፡
እየበላሁ፡እሔዳለሁ፡የተረፉኝ፡ሁለት፡እብስቶች፡ለሌላ፡ቀን፡ይሆኑ
ኛል፡ብሎ፡አዘጋጅቷል፡አላወቁብኝም፡መስሎታል፡ሲመልስላቸው፡
ያችው፡ያይዋት፡አንዲት፡እብስት፡የበላናት፡ብቻ፡ነች፡አለ። ሲሔ
ዱ፡ሲሔዱ፡መሸ፡ከንዱ[7a]፡ ጋ[8]፡ለማደር፡አረፉ፡እራት፡እንብላ፡ብ
ለው፡እብስተ፡መናቸውን፡አቀረቡ። በማግሥቱ፡ከመንገድ፡ላይ፡
ደሞ፡ሲሔዱ፡በል፡ወንድም፡ተቤትህ፡የከተማው፡ርቀት፡፫፡ቀን፡
ነው፡ለስንቅ፡ብላ፡ስንት፡እብስት፡አስያዘችህ፡ብለው፡ጠየቁት፡
ያችው፡የበላናት፡ናት፡እንጂ፡ሌላም፡አላስያዘችኝም፡አላቸው፡
እንደዚሁ፡አራት፡አምስት፡ጊዜ፡ጠየቁት። የርሱም፡ምላሹ፡ሌላም፡
የለ፡ያችው፡ብቻ፡ናት፡እንጂ፡ተማለት፡በቀር፡ሌላ፡ምላሽ፡አልነበ
ረውም፡በመጨረሻ፡ከሁለት[9]፡መንታ፡መንገድ፡ደረሱ፡ከተማውም፡
ይታይ፡ጀመረ። በል፡ወንድሜ፡እንግዴህ፡ወደ፡ከተማው፡መግባትህ፡
አይዶለምን፡አሉት፡አዎን፡አለ፡እኔም፡እመጣለሁ፡ዳሩግን፡ወደዝያ፡
ጉዳየን፡አድርሼ፡ሳበቃ፡እመጣለሁ፡አንተ፡ግን፡ግባ፡አሉት። ደሞ፡
ሰው[10]፡እንዳይሆን፡የለምና፡እንዳንረሳሳ፡እንካ፡እንሂን፡ሁለት፡
እጸች[11]፡እቺ፡ሰው፡በመመው፡ጊዜ፡ፈዋሽ፡ነች፡አንድኛዋ፡ሰው፡
ገዳይ፡ናት፡ብለው፡ሰጡት። ወድያው፡በል፡ወንድሜ፡ደኅና፡ሰን
ብት፡ደኅና፡ያገናኘን፡ብለው፡ሲያበቁ፡በል፡ወንድሜ፡አንድ፡ነገር፡
ከቤትህ፡ስትነሳ፡ምስትህ፡ለስንቅ፡ብላ፡ስንት፡እብስት፡ሰጠችህ፡
አሉት፡ያቺ፡የበላናት፡ብቻ፡ናት፡አላቸው፡ተዚህ፡ወዲህ፡እር

---

7 The ም of the negative is omitted.

7a In many cases in the text the crasis or contraction of adjacent vowels (see Armbruster's *Grammar*, section 7*a*) is irregular but the spelling has been left as written.

8 ጋ፡ = ስፍራ፡ = place.

9 ሁለት፡መንታ፡መንገድ። = lit. a two twin road.

10 ሰው፡እንዳይሆን፡የለምና። the two negatives give an affirmative meaning.

11 Plur. of ዕፅ፡(እጽ፡) a plant.

ሳቸውም ፡ መንገዳቸውን ፡ ያዙ ። እርሱም ፡ መንገዱን ፡ ተጓዘ ። ከተማ ፡ በገባ ፡ ጊዜ ፡ ወሬውን ፡ ይጠያይቅ ፡ ጀመረ ፡ አሁን ፡ በቅርብ ፡ አዋጅ ፡ ተነገረ ፡ ንጉሡ ፡ የታመመችውን ፡ ልጄን ፡ ያዳነልኝን ፡ ሰው ፡ በወርቅ ፡ አጊጬ ፡ ሲሶ[12] ፡ መንግሥቴን ፡ እሰጣለሁ ፡ ብለዋል ፡ ሰዎች ፡ ብለው ፡ አወሩለት ፡ ይኼን ፡ በሰማ ፡ ጊዜ ፡ እንዲህማ ፡ ተሆነ ፡ ምን ፡ ያፈዘኛል[13] ፡ ቶሎ ፡ ሒጄ ፡ አድናታለሁ ፡ ብየ ፡ ላጋፋሪ ፡ ላሰማ[14] ፡ ብሎ ፡ ቶሎ ፡ ወደ ፡ አጋፋሪ ፡ ይኼነኑ ፡ አስታወቀ ፡ አጋፋሪውም ፡ ለንጉሡ ፡ ነገረ ። ብዙኅ ፡ ጠቢባን ፡ እርሷን ፡ ለማዳን ፡ አቅትዋቸው ፡ የቀረ[15] ፡ ነገር ፡ ነው ። ይሁን ፡ እንጂ ፡ ጥራውና ፡ እንደሚያደርግ ፡ አድርጎ ፡ ያድናት ። እኔስ ፡ እምፈልገው ፡ እንድትድንልኝ ፡ አይዶለምን ፡ ተሆነማ ፡ አሉት ። አጋፋሪውም ፡ ከበሽተኛዋ ፡ ዘንድ ፡ ይዞት ፡ ገባ ፡ ተስገበገበ[16] ፡ የምታድነውን ፡ ቅጠል ፡ ጭማቂ[17] ፡ ማጠጣት ፡ ትቶ ፡ ያን ፡ ጊዜውን ፡ የምትገለውን ፡ ቅጠል ፡ ጭማቂ ፡ አሳስቶ ፡ ቢያጠጣት ፡ ያንጊዜውን ፡ ደበነች[18] ፡ ሞተች ። ንጉሡም ፡ ይኼነን ፡ በሰማ ፡ ጊዜ ፡ ያድንልኛል ፡ ስል ፡ ሞቷዋን ፡ ሊያፋጥንልኝን ፡ መጣ ፡ ቶሎ ፡ ውሰዱና ፡ ስቀሉት ፡ ብሎ ፡ አዘዘ ፡ ያን ፡ ጊዜውን ፡ ሊሰቅሉ ፡ ሲያጣድፉ[19] ፡ ወሰዱት ። ሊሰቅሉት ፡ ሳለ ፡ አቡነ ፡ ተክለ ፡ ኃይማኖት ፡ ከተፍ[20] ፡ አሉ ፡ ወንድሞቼ ፡ እስኪ ፡ ቆይ ፡ አትስቀሉት ፡ ጉዳዩን ፡ አውቀዋለሁና ፡ ይቆይ ፡ ልጅትዋንም[21] ፡ እኔ ፡ አድናታለሁ ፡ ለንጉሡ ፡ አስታውቁልኝ ፡ አልዋቸው ። እኛ ፡ የታዘዝነውን ፡ ስንተው ፡ ጊዜ ፡ ቅጣት ፡ በራሳችን ፡ ላይ ፡ ይመጣል ፡ አልዋቸው ።

---

12 ሲሶ ፡ = $\frac{1}{3}$.

13 አፈዘ ፡ = አበዘነ ፡ = to cause to leave off work.

14 Lit. let me cause him to hear.

15 የቀረ ፡ ነገር ፡ ነው ። i.e. ቀርተዋል ፡ = they have remained, failed.

16 ተስገበገበ ፡ = to eat greedily, ቸኰለ ፡ would be a better verb to use here.

17 ጭማቂ ፡ (or ጥማቂ ፡) = juice.

18 = to dry up, or shrink up. By one Amhara አረረ ፡ was given as a synonym, and by another ተኰራመተ ፡ (ተኰረተመ ፡).

19 አጣደፈ ፡ = to hurry (trans.). Here እያጣደፉ ፡ is better than ሲያጣድፉ ።

20 ከተፍ ፡ አለ ። really means to do quickly.

21 ልጅት ፡ = girl.

ግድ፡ የለም፡ ሒዱና፡ ይልቅ፡ ለንጉሡ፡ አስሙ፡ አልዋቸው። ሒ
ደው፡ ቢያሰሙ፡ ንጉሡ፡ ተንግዴህ፡ ወዲህ፡ ደሞ፡ ሬሣዋን፡ ምን፡
ታረጉት፡ ነው፡ ተመቅበር፡ በቀር፡ አለ። እረ፡ ትልቅ፡ ሰው፡ ናቸው፡
ግድ፡ የለም፡ አድናታለሁ፡ ይሰቀል፡ ብለው፡ ያዘዙነንም፡ አትስቀ
ሉብኝ፡ ይቆይ፡ ብለው፡ ለመኑን። ንጉሡም፡ ውሰዱና፡ ሬሣዋን፡ አሳ
ዩት፡ የሚያረጋትን፡ አያለሁ፡ አለ። ከሬሣዋ፡ ዘንድ፡ ወሰድዋቸው፡
ጸልየው፡ ተሞት፡ እንቅልፍ፡ አስነስተው፡ አዳንዋት፡ ፍጥረት፡ ሁሉ፡
እስከ፡ ንጉሡም፡ ተገረሙ። ወርቅ፡ ሽልማትና፡ ሲሶ፡ መንግሥት፡
እነሆ፡ ይቀበሉ፡ ቢልዋቸው፡ እኔ፡ እምወስደው፡ ነገር፡ የለኝም፡ ያን፡
ይሰቀል፡ የተባለው፡ ድኋ፡ ብቻ፡ ይማሩልኝ፡ አሉ፡ እሽ[22]፡ አልዋቸው፡
ና፡ እንሒድ፡ ብለው፡ ያነን፡ ባለጌ፡ ይዘው፡ ሔዱ። ሰው፡ ግን፡ አጥ
ብቆ፡ ተገረመ፡ ይኼነን፡ ሁሉ፡ ሲሳይ[23]፡ እምቢ፡ ብሎ፡ ጥሎ፡ የሚሔ
ድ፡ አለ፡ ወይ[24]፡ ሲሉ። > ብቻቸውን፡ ሲሆኑ፡ አቡነ፡ ተክለ፡ ኃይማ
ኖት፡ ወንድሜ፡ ከቤትህ፡ ስትነሣ፡ ለስንቅ፡ ብላ፡ ምስትህ፡ ስንት፡ እብ
ስት፡ አስያዘችህ፡ አሉት፡ አባቴ፡ ያቺ፡ መጀመሯ፡ የበላናት፡ ብቻ፡
ነች፡ አለ። ግድ፡ የለም፡ ና፡ እንሒድ፡ አሉት፡ ጥቂት፡ እንደ፡ ሔዱ፡
ተመንገድ፡ ወጣ[25]፡ ብለው፡ ትልቅ፡ ቋጥኝ[26]፡ ድንጋይ፡ አገኙ፡ ወርቅ፡
ሁን፡ ብለው፡ ባረኩት፡ ፍልስ[27]፡ ወርቅ፡ ሆነ። ወንድም፡ የዚህ፡ ወርቅ፡
ገሚስ፡ ላንተ፡ ይሁን፡ እኩሌታው፡ ለኔ፡ ነው፡ ዳሩግን፡ ውነቱን[28]፡ ንገ
ረኝ፡ ተቤት፡ ስትነሣ፡ ምስትህ፡ ለስንቅ፡ ብላ፡ ስንት፡ እብስት፡ አስያ
ዘችህ፡ አሉት፡ አይኑን፡ ወደ፡ ወርቁ፡ ጥሎ[29]፡ አባቴ፡ ያቺ፡ መጀ
መሯ፡ የበላናት፡ ብቻ፡ ናት፡ አላቸው፡ ወንድሜ፡ የኔንም፡ ወርቅ፡
ጨምሬልሃለሁ፡ ብቻ፡ ውነቱን[28]፡ ንገረኝ፡ አሉት፡ ሞላው[30]፡ ወርቅ፡

---

22 More correctly እሺ፡ 23 ሲሳይ፡ = wealth.

24 ወይ፡ is usually affixed to the verb and not written as a separate word.

25 ወጣ፡ አለ። = እልፍ፡ አለ። = to pass on a little.

26 ቋጥኝ፡ (also ቃጣ፡) = a large lump of stone, a rock.

27 = refined, purified.

28 እውነት፡ is the correct spelling.

29 Lit. throwing his eye towards the gold.

30 Or መላው።

ለሱ፡መሆኑን፡በወቀ፡ጊዜ፡አባቴ፡ውነት[28]፡ምስቴስ፡፫፡እብስት፡ነው፡ያስያዘችኝ፡ዳሩግን፡በመጀመሪ፡የኔ፡ቶሎ፡አለቀች፡ያባቴ፡እብስት፡ግን፡በልተን፡እስትንጠግብ፣አላልቅ[31]፡አለች። ተገርሜ፡እንዲህማ፡ተሆነ፡የኔ፡ሁለቱ፡ለሌላ፡ጊዜ፡ይሆኑኛል፡ብየ፡ሰስቼ፡ደበቅሁ፡አላቸው። ቃሉ[32]፡ገና፡ከፉ፡ሳይፈጸም፡ያን፡ጊዜውን፡ተሰወሩበት፡ወዲህም፣ወድያ፡ቢያይ፡አንድም፡ፍጡር፡የሆነ፡ጠፋበት። ወርቁን፡መልሶ[33]፡መልሶ፡አይቶ፡ሲያበቃ፡አሳብ፡ገባው፡ይኼነን፡ድንገት፡ሰው፡ያየው፡እንደሆነ፡ወርቁን፡ይወስድብኛል፡እኔንም፡ይገለኛል፡ብሎ፡ተጣድፎ[34]፡ሳሩንም፡ቅጠሉንም፡በውል፡አለበሰው። አንዱ፡አሳብ፡ወደቀ፡ትልቁ፡አሳብ፡ደሞ፡መጣ። ይኼነን፡ቋጥኝ፣ተሸክሜው፡አልሔድ[35]፡ወደ፡አውራ፡መንገድ፡ወጥቼ፡ወደ፡ከተማ፡ከሚመላለስ፡ግመለኛ፡ጋራ፡ልዋዋል፡ይልና[36]፡ተነስቶ፡ሒዶ፡ካውራ፡መንገድ፡ላይ፡ተቀመጠ።እንዳለውም፡ተመላላሽ፡ግመለኛ፡አገኘ። ወንድሞቼ፡እቃ፡ትጭኑ፡እንደሆን፡አላቸው፡እንዴታ፡በዋጋ፣ተተስማማን፡ምነው፡አንጭን፡ስራችን፡ነው፡አሉት። ይሁን፡እንግድያውስ፡ትልቅ፡ናስ፡ነውና፡ታልተከፋፈለ፡የሚጫን፡አይዶለምና፡ከተማ፡ገብታችሁ፡መራጃ[37]፡መሮ[38]፡የሚያስፈልገውን፡መሳሪ፡ይዛችሁ፡መጥታችሁ፡ከፋፍላችሁ፡ትጭናላችሁ፡በዋጋ፡ቢሆን፡እንስማማለን፡እንጂ፡አንጣላም። የሰራችሁበትን፡አሳምሬ፣እሰጣለሁ፡አላቸው፡እሺ፡ብለው፡ወደ፡ከተማ፡ሒደው፡መሳሪ፡ይዘው፡ደረሱ። ወርቁን፡አሳያቸው፡መክፈል፡ጀመሩ፡ዳሩግን፡ግመለኞቹ፡ይህ፡ነገር፡አጥብቆ፡ገረማቸው፡ናስ፡ነው፡ብሎን፡ነበር፡ይህ፡ነገር፡ፍልስ፡ወርቅ፡ነው፡ከቤተ፡መንግሥት፡እንኳ፡አይገኝ[39]፡ለዚህ፡ድሀ፡ይኼነን፡ሁሉ፡ወርቅ፡ማን፡ሰጠው፡ተየትስ፡አገኘው፣

---

31 = አላለቀችም።

32 Lit. Before the words were yet out of his mouth.

33 መለሰ፡ = to return (trans.).

34 ተጣደፈ፡ = ቸኰለ፡ = to hurry.

35 = I cannot go. See note 7, page 47.

36 See note 11, page 8.

37 መራጃ፡ = sledge-hammer.

38 መሮ፡ = chisel.

39 See note 7, page 47.

ብለው ፡ ተገርመው ፡ ሲያበቁ ፡ ቆይ ፡ እንዲህም ፡ አይዶል ፡ ወርቁን ፡ ጭነን ፡ ስናበቃ ፡ ከጐድጓዳ ፡ ስፍራ ፡ ስንደርስ ፡ እሱን ፡ ገለን ፡ ወርቁን ፡ ተካፍለን ፡ ወደ ፡ ቤታችን ፡ ይዘን ፡ እንሔዳለን ፡ ምን ፡ ሞኝነት ፡ ይዞናል ፡ ይኼነን ፡ ሁሉ ፡ ወርቅ ፡ ጭነን ፡ ከቤቱ ፡ ማግባታችን ፡ ብለው ፡ ዱለት[40] ፡ አደረጉ ። ባለ ፡ ወርቁ ፡ ባለ ፡ ግመሎች ፡ ለስንቅ ፡ ስንዴ ፡ ዱቄት ፡ አምጡልኝ ፡ ብሎ ፡ አምጥተውለት ፡ ቆይ ፡ ለነዚህ ፡ ግመለኞች ፡ ክራይ ፡ ደሞ ፡ የፈለጡበትን ፡ ልሰጥን ፡ ነው ፡ ብሎ ፡ የምትገለዋን ፡ ቅጠል ፡ ጭማቂ ፡ ከስንዴ ፡ ጋራ ፡ ቀላቅሏል ፡ ተጫኑልኝ ፡ በኋላ ፡ አበላቸዋለሁ ፡ ይሞቱልኛል[41] ፡ እኔም ፡ ወርቁን ፡ ይዤ ፡ ኸቤቴ ፡ ብሎ ፡ ዶልቷል ። እንዝያም ፡ ግመለኞች ፡ እንዳሉትም ፡ ከጐድጓዳ ፡ ስፍራ ፡ ደረሱ ፡ እንደ ፡ ዶለቱት ፡ ግመላቸውን ፡ አንበርክከው ፡ ሲያበቁ ፡ ባለ ፡ ወርቁን ፡ ቀጥቅጠው ፡ ገደሉት ። ቀጥለው ፡ እስቲ ፡ ስንቁን ፡ እንብላ ፡ ብለው ፡ እብስት ፡ ቢያወጡ ፡ ጣይ ፡ የመሰለ ፡ እብስት ፡ አገኙ ፡ ገና ፡ ሳይቀምሱ ፡ እንዴት ፡ ያለ ፡ ነጭ ፡ ስንዴ ፡ ነው ፡ አለ ፡ አንዱ ፡ የቀሩት ፡ ደሞ ፡ ሞኝ ፡ ነህን ፡ የዚህ ፡ ሁሉ ፡ ወርቅ ፡ ጌታ ፡ ይህ ፡ ይብዛበትን ፡ ብለው ፡ ያነን ፡ ተሻምተው ፡ በሉ ፡ ሁሉም ፡ ሞቱ ። ግመሉም ፡ ወርቁም ፡ ለባዕድ[42] ፡ አለፈ ። ተፈጸመ ።

---

40 ዱለት ፡ አደረገ ። = ደለተ ፡ = to make a plot or plan.

41 See Armbruster's *Grammar*, section 71.

42 Or ለባዳ ።

7

The Life of Saint Takla Haimanot

Abuna (lit. our father) Takla Haimanot was an out and out farmer (thorough farmer); he had four pairs (of oxen). When (God) pointed out the way (of salvation) to him, he having slaughtered his oxen gave them in alms to the poor, and was not seen by men (lit. was hidden) or became a hermit. One day a rustic desired to go to the town from the country, and having started, whilst he was travelling Abuna Takla Haimanot having

appeared on the road, came up to him with his long
beard hanging down.   He knows the wickedness of
the man and is going to do what he will do (i.e. he has
made up his mind as to his plan of action).   He said
to him, "Good day brother, where are you going?"
He replied, "I am proceeding to the town."   And
Abuna Takla Haimanot said to him, "I also am going
towards there, let us go conversing together so that
we may complete our journey together."   Talking away
they commenced to travel together.   When meal time
arrived, Takla Haimanot said to him, "Brother, when
we, having sat on the bank of this spring, have finished
eating and drinking we will go on."   Having taken a
loaf out from his bosom he put it before them and the
rustic taking a loaf of bread out from his belt (lit.
side) and having served it (as food) when they ate his
bread it quickly was finished without their being
satisfied.   When they ate his (Takla Haimanot's) till
they had had enough, it was not finished, being bread
of manna which had been blessed.   The rustic how-
ever was greatly surprised.   Saying, "His bread is not
bigger than my bread, my bread quickly finished; what
is this affair," he was astounded.   He (Takla Haimanot)
having picked up what remained over, took it and said
to him, "Let us go now."   When they commenced to
wend their way onwards, Takla Haimanot asked him,
"Say, brother, when you left your house how many
loaves did your wife cause you to take as provision for
the road?"   Owing to his greed he arranged in his
mind thinking, "I will travel eating his bread, and the
two loaves which I have over will come in useful for
me another day."   He thought that Takla Haimanot

did not know, so when he answered him he said, "That one loaf, which you saw, and which we have eaten together, is all." As they went on night fell, and they rested to pass the night in a place. (Takla Haimanot) saying, "Let us eat our supper," put down his loaf of manna. The next day when they were again going along, Takla Haimanot asked him saying, "Say brother, the town is three days' distance from your house. How many loaves did she give you for provision?" He said, "The one which we have eaten indeed, she did not make me take another." He asked him like this four or five times but his answer did not vary; but for saying, "It was only that one," he had no other answer. Finally they arrived at cross roads and the town began to be seen. Takla Haimanot said to him, "Come, my brother, have you not to enter the town." He said, "Yes." Takla Haimanot said, "I also am coming, but I will come having finished my business over there; you however enter (the city)." Also having said, "Life is uncertain, here take these two plants so that we may not forget each other. The one is a remedy when a person is ill, the other kills a person," he gave him them. Afterwards having said to him, "Good-bye, may we meet in safety," he asked "Say brother, one thing (more), when you left your house how many loaves did your wife give you for provision?" He replied, "Only the one that we ate." After this Takla Haimanot went his way and the rustic also. When he entered the city he began to enquire here and there for news. The people told him saying, "Lately a proclamation was issued, the king has said 'The person who will cure my sick daughter for me, I will

decorate with gold and give one third of my kingdom.''
When he heard this, having said "If this be the case
what hinders me, I will quickly go and tell the chamber-
lain that I will cure her." He quickly informed the
steward of this, and the steward told the king. (The
king) said to him (i.e. to the steward), "Many learned
people were unable to cure her, but very good, call
him, and he having done as he will, let him cure her.
Is not what I want that she gets better!" The
chamberlain having taken him towards the sick woman
he entered in. Being in a hurry, instead of giving her
to drink of the juice of the leaf which cures, he made
a mistake, and when he gave her to drink of the juice
of the leaf which kills, she at once shrivelled up and
died. When the king heard this he ordered saying,
"I thought that he would cure her, has he come to
hasten her death, take him away quickly and hang him."
Immediately hurrying they took him away to hang
him. Whilst they were hanging him (i.e. whilst they
were about to hang him) Abuna Takla Haimanot
suddenly came and said to them, "Brothers, please
wait, do not hang him, I know the affair, let him be,
tell the king for me that I will cure the girl." They
said to him, "If we leave (i.e. omit to do) what we have
been ordered, we will be punished (lit. punishment
will come upon our heads)." (Takla Haimanot) said
"Never mind, rather go and tell the king." They went
and when they informed the king he said, "Now (lit.
for the future) except burial what will they do with
the corpse." They said (i.e. the servants) "Oh! he is
a great man, he said, 'Never mind, I will cure her,'
and begged us not to hang for his sake him whom you

had ordered us that he should be hanged." And the king said, "Take him and show him the corpse, I will see what he will do for her." They took him to the corpse. Takla Haimanot having prayed, and having raised her from the sleep of death, he cured her, and all the people, including the king, were amazed. On (the king) saying to Takla Haimanot, "Behold, accept a gold decoration and one-third of the kingdom," he said, "I have nothing that I want to take, only pardon for me that poor man who was ordered to be hanged." The king said, "Very good, so be it." (Takla Haimanot) having said "Come, let us go," took that rustic and went away. The people, however, were greatly astonished saying, "Is there anyone who refuses and does not accept (lit. throwing) all this wealth and goes away!"

When they were alone Abuna Takla Haimanot said to him, "My brother, when you left your house how many loaves did your wife give you for provisions?" He said, "My father, 'twas only the one that we ate in the beginning." Takla Haimanot said, "Never mind, come let us go." When they had gone a little, they left the road somewhat and found a big rock. Saying, "Become gold!" he blessed it, and it became pure gold. Takla Haimanot said to him, "Brother, half of the gold will be for you and half for me, but tell me the truth; when you left the house, how many loaves for provision did your wife give you?" Glancing towards the gold he answered him, "Father, 'twas only the one that we ate together in the beginning." Takla Haimanot said to him, "I give you my share of the gold also (lit. I have added for you my gold) only tell

me the truth." When he knew that the whole of the
gold was for him, he replied to him, "Father, in truth
'twas three loaves that my wife gave me, but in the
beginning mine quickly finished, but we ate your loaf
till we were full, and it did not finish, I was astonished
and thought that if it be like this, then my other two
loaves will come in handy for me another time, and
being greedy I hid them." The words were scarcely
out of his mouth when at once he (Takla Haimanot)
was hid from him, and when he looked here and there
there was no living creature. When he had looked at
the gold again and again, he became thoughtful and
hurriedly properly covered it with grass and leaves
thinking, "If by chance anyone sees this he will take
it from me and kill me." (Thus) he was freed from
one anxiety (lit. one thought fell), (but) (another)
important thought occurred to him. Saying (to him-
self), "I cannot carry this rock away, let me go to the
main road and make an arrangement with the camel-
men who pass to and fro," he got up, and having gone,
sat on the main road. As he said (or thought) he found
a passing camelman (i.e. camelmen). He said to them,
"My brothers, will you take a load?" They replied,
"Certainly, if we agree on the price, why should we
not load up, 'tis our work!" He said to them, "Very
well then! 'tis a big piece of brass, and since it cannot
be loaded without being divided up, go to the town
and bring the implements which are necessary—sledge-
hammers and chisels—and split and load it. As
regards the price we will certainly agree and not fall
out. I will pay you well for what you do." They
agreed and went to the town and brought their tools.

He showed them the gold and they commenced to divide it up, but the matter greatly astonished the camelmen. They were astounded and said, "He had told us that it was brass, this substance is pure gold, even in the palace (like this) is not to be found. Who gave this poor man all this gold, and whence did he get it?" They made a plan saying, "Wait, this is not the way (to act), when we have loaded up the gold, on arriving at a low-lying place, we will kill him, divide the gold among ourselves, and bring it to our houses. What foolishness has seized us that we should load up all this gold and put it in his house!" The owner of the gold told the camelmen to bring him wheaten flour for his travelling provisions, and they having brought it for him, he made a plan saying (i.e. thinking), "Wait a bit! shall I give hire to these camelmen and money for their splitting up (the gold)!" He (then) mixed the juice of the leaf which kills with the wheat and said, "After they have loaded up for me I will give it to them to eat; they will die, and I will take the gold to my house." And the camelmen, as they had said, arrived at a low-lying place. According to their plan (lit. as they had planned), having made their camels kneel down, they hit the owner of the gold and killed him. Afterwards saying, "Come, let us eat his provisions," when they brought out his loaves, they found loaves like the sun. Before they tasted them one man said, "What white bread it is!" The rest saying, "Are you a fool, is this much for the possessor of all this gold," ate it scrambling and striving for it, and all died, and the camels and gold passed to a stranger. Finis.

8

ያንድ፡ገበሬ፡ታሪክ።

አንድ፡ሰው፡ትዳሩ፡እርሻ፡ነበረ። ቆንጆ፡ምስት፡ነበረችው። ዳሩ ግን፡ያገር፡ጌታ፡ማለት፡መልከኛ[1]፡ምስቱን፡ሲያማግጥበት[2]፡የሚ ኖር፡ነው። አንድ፡ቀን፡ገበሬው፡እንደልማዱ፡በሮቹን፡ጠምዶ፡ሲ ዘራ፡ዘር፡አለቀበት[3]፡በሮቹ፣እንደተጠመዱ፡አቁሞ፣ተቤት፡ዘር፡ ሊያመጣ፡ወደ፡ቤቱ፡እየሮጠ፡ገብቶ፡እባክሽ፡ቶሎ፡በይ፡ዘር፡ስ ጭኝ፡ዘር፡አልቆብኛል፡በሮቹን፡እንደተጠመዱ፡አቁምያቸው፡መ ጥቻለሁ፡አላት። እርሷ፣ዘሩ፡ያለበትን፡ስፍራ፡አጥተኸዋልን፡ብላ፡ መለሰችለት። እርሱም፡ፈጥኖ፡ዘሩን፡አውጥቶ፡እጡብ[4]፡ብሎ፡ ይዞ፡ወደ፡ስራው፣በረረ[5]፡ይህ፡ሁሉ፡ሲሆን፡ያገር፡መልከኛ፡ ኸቤት፡ነው። በፊትም፡ብዙህ፡ጊዜ፡እንዲሁ፡ተሷ፡ጋራ፡ሲጫ ወት፡ያገኘዋል። ምስቱ፡የቁጣ፡ቃል፡ስትመልስለት፡ጊዜ[6]፡ያገሩ፡ ጌታ፡መቼም፡ምስቱን፡እንዳማገጠበት፡አውቆታልና፡ልቡን፡እ ጅግ፡አጥብቆ፡ነዶታል። አስቀጥቶ፡እንዳይፈታት፡መቼም፡ነጉላ[7]፡ ነው፡አጥብቆ፡ይወዳታል። ወደ፡ስራው፡ተሔደ፡ወድያ፡ያገሩ፡ ጌታ፡የገበሬውን፡ምስት፡በይ፡አንቺ፡እኔ፡ወደ፡ቤቴ፡ልውሰድሽ፡ ጌጥ፡ብትይ[8]፣ምንም፡ብትይ[8]፡ምን፡ገደደ፡የፈለግሽው፡ነገር፡ሁሉ፡ ተረፍ[9]፡ነው፡አላት። እርሷ፡እኔ፡ጌታየ፡ለምን፡ብየ፡ባሌ፡መል

---

[1] The መልከኛ፡ is official chief of a small district.

[2] አማገጠ፡ = to cultivate. Here = ወሸመ፡

[3] See Armbruster's *Grammar*, sect. 71.

[4] እጡብ፡ is an exclamation of astonishment.

[5] Lit. flew.

[6] Properly speaking ጊዜ፡ is used only like this with በ– and the simple perfect and not with ስ– or ብ– and the contingent. In practice though, it is often thus heard with the contingent.

[7] ነጉላ፡ = a simpleton.

[8] Lit. if you say.

[9] ተረፍ፡ = plenty, abundance.

ካም፡ሰው፡ነው፡በቤቱ፡እኔ፡እንዳልኩ፡ነው፡ቤቴ፡ነው፡ምን፡ሆን
ሁ፡ብየ፡ባሌን፡እተዋለሁ፡ብላ፡መለሰችለት፡መልከኛው፡ሸረኛ፡
ሰው፡ሁኖ፡በብልሃት፡ባልና፡ምስቲቱን፡አጣልቶ፡ለማፋታት፡
ብሎ፡እንግዲያውስ፡ቅድም፡ዘር፡ሊያወጣ፡እጡብ፡አላለምን፡ብሎ፡
ጠየቃት። አዎን፡ብላ፡መለሰችለት። እንግዲያውስ፡ሞኚት[10]፡ማታ፡
ሲመጣ፡እጡብን፡አምጣ፡ብለሽ፡በይው፡አላት። ሴት[11]፡የላከው፡
ጅብ፡አይፈራምና፡እንደሚሉት፡ተረት። ማታ፡ባሏ፡ሲገባ፡መቼም፡
ተመክራለችና፡አኮረፈች[12]፡ባሏ፡በይ፡አንቺ፡ዛሬ፡ለሰራሽው፡ስራ፡
በትር፡ይገባሽ፡ነበረ፡አላት፡እባክህን፡ወንድሜ፡ተወኝ፡ይልቅ፡
እጡብን፡አምጣ፡ብላ፡ተቆጣችው፡እርሱ፡በሰራችው፡ስራ፡መቆ
ጣቱ፡ቀርቶ፡ራስ[13]፡ወረዳዋን፡የርሷ፡ቍጣ፡ባሰ፡እንግዴህ፡
ወዲህ፡እኔና፡አንተ፡ባልና፡ምስት፡አንኳሆንም[14]፡እጡብን፡ካላ
መጣህ፡ብላ፡ደሞ፡ደገመችው። መቼም፡ነፈላም[15]፡ነውና፡እጡብን፡
ልፈልግ፡ብሎ፡ተነሣና፡ፍለጋውን፡ሔደ። ጐረቤቶችም፡ምን፡
ቂል[16]፡የሆነ፡ሰው፡ነው፡እያሉ፡ሣቁበት። ሲሔድ፡ሲሔድ፡አንድ፡
ሰው፡ጥማድ፡ጠምዶ፡አንዱ፡በሬ፡አባያ[17]፡ሁኖ፡ተኝቶበታል[18]፡
የተኛውን፡አባያ፡በሬ፡ትቶ፡ደኅናውን፡በሬ፡የቆመውን፡ይገርፍ፡
ጀመረ፡እጡብ[19]፡ፈላጊ፡ቁሞ፡ይኽነን፡ጉድ፡ያስተውላል፡አላ
ስችል[20]፡ብሎት፡በል፡ወንድም፡የምታረገው፡ነገር፡ገርሞኛል፡አባ
ዩን፡በሬ፡ትተህ፡ምነው፡ደኅናውን፡መግረፍህ፡ብሎ፡ጠየቀው፡
የበሮቹ፡ጌታ፡አለስራህ፡መንገድህን፡ይዘህ፡ተጓዝ፡ደህናውን፡መግ

---

10 ሞኚት፡ = fool (feminine).

11 That is to say that a man will do anything for a woman.

12 አኮረፈ፡ = to sulk.

13 ራስ፡ወረዳዋን፡ = She contrariwise.

14 አንኳሆንም። I was unable to find out to what district the dialectic form አንኳሆንም፡ belongs. Is it meant for እንኳ፡አንሆንም። ?

15 ነፈላ፡ = simpleton. 16 ቂል፡ = simpleton

17 አባያ፡ = refractory (ox).

18 See Armbruster's *Grammar*, sect. 71.

19 "The Itub-seeker."

20 Note this idiom.

ረፌ፡ደህናው፡አባዩን፡እንደ፡ቋንቋው፡በቀንዱ፡ወግቶ፡እንዲያስነሳው፡ነው፡አለው። እጡብ፡ፈላጊ፡ምን፡ጉድ፡ነው፡ብሎ፡መንገዱን፡ተጓዘ፡መሸበትና[18]፡ከንድ፡ቤት፡አሳድሩኝ፡ብሎ፡ገባ፡እራት፡ሲቀርብ፡ለቤቱ፡ሰው፡ባጓት፡እንጀራ፡አቀረቡ፡ለውሾች፡በርጎ። እንግዳው፡ይህ፡ነገር፡ምን፡ጉድ፡ነው፡ብሎ፡ጠየቀው፡የቤቱ፡ጌታ፡ይህ፡ስራ፡ያንተ፡ስራም፡አይዶል፡ስራ፡እንዳለብህ፡ወደ፡ስራህ፡ሒድ፡ብሎ፡አለው። ሲነጋ፡ተነስቶ፡ሲሔድ፡ደሞ፡መሸበትና፡ወደ፡መንደር፡ለማደር፡በቀረበ፡ጊዜ፡አንድ፡ጐበዝ፡ገጠመው፡ወዴት፡ትሔዳለህ፡ምን፡ትፈልጋለህ፡ብሎ፡ጠየቀው። እጡብን፡እፈልጋለሁ፡ብሎ፡የቤቱን፡ትዳር፡ሁሉ፡የሆነውንም፡ሁሉ፡ገልጦ፡አጫወተው። አሁን፡መሽቷል፡ነገ፡እጡብን፡ታገኛለህ፡ዛሬ፡ከኔ፡ዘንድ፡ታድራለህ፡እኛ፡ሶስት፡ወንድማማቾች፡ነነ፡እኔ፡የሁለቱ፡ወንድሞቼ፡ታላቅ፡ነኝ፡ታናሻችን፡ሽብቷል[21]፡ነገም፡ከንዱ፡ወንድሜ፡ቤት፡ነገ፡ወዲያ፡በሶስተኛውም፡ወንድማችን፡ቤት፡አድረህ፡ስታበቃ፡ተዝያ፡ወዲያ፡እጡብን፡ታገኛለህ፡አለውና፡ከቤቱ፡ይዞት፡ሔደ፡ከቤት፡ሲገባ፡ምስቱን፡እንግዳ፡ይዤልሽ፡መጣሁ፡ቶሎ፡በይ፡የግር[22]፡ውሀ፡የሚጠጣም፡አቅርቢ፡አሳት፡ምን፡ከፋኝ፡ደስታዬ፡ነው፡ብላ፡ቶሎ፡በሥልጥንና[23]፡የሚጠጣውን፡የግር፡ውሀም፡አቀረበች፡ቀጥላ፡ማለፍያ፡እንጀራና፡ወጥ[24]፡እራት፡አቀረበች፡ደስ፡እያላት፡ተጋበዙ፡እያለች፡አስመሰገች[25]። ሲነጋ፡የቤቱ፡ጌታ፡አየህን፡ምስቴ፡በማናቸውም፡ነገር፡ደስ፡ታሰኘኛለች፡ስለዚህ፡አልናደድ[26]፡ደስ፡እያለኝ፡አልሽብት[26]፡ዛሬ፡ደሞ፡ከመኻከለኛ፡ወንድማችን፡ቤት፡እደር፡በማግሥቱ፡ደሞ፡ከታ

---

[21] ሸበተ፡ = to become grey-haired or to be grey-haired.

[22] Shoes are seldom worn, so water to wash the feet is one of the first attentions to be paid to a guest.

[23] ሥልጥንና፡ is an abstract noun from √ሠለጠነ፡ it is best translated here as "promptness" or "adroitness."

[24] ወጥ፡ is not necessarily made from meat. It might be of vegetables. The meat or vegetables are stewed in a red pepper sauce and the result is somewhat like an Indian curry.

[25] = to satisfy with food and drink: see note 8, p. 2.

[26] See note 7, p. 47.

ናሽ፡ወንድማችን፡ቤት፡ ታድራለህ፡አለው ። ቀኑን፡ ሁሉ፡ጊዜ፡ እን
ዲመሽ፡ የንብረታቸውን፡ ሲጫወቱ፡ዋሉ፡ ሲመሽ፡ መኻለኛ፡ወንድ
ማቸው፡እጡብ፡ ፈላጊውን፡ከቤቱ፡ሊያሳድር፡ይዞት፡ሔደ። ከቤት፡
ሲገባ፡ምስቱን፡ አንቺ፡ ቶሎ፡ በይ፡እንግዳ፡ ይዤ፡መጥቼለሁና፡ ተሰ
ናጂ፡ ለግር፡ ውሀም፡ አላት ። እርሷም፡ የምን፡ እንግዳ፡ ጅብ፡ይገድ
ግድህ[27]፡ ብላ፡መለሰችለት፡በግድ፡ባሳር[28]፡እየተቸፈነነች[29]፡ማዕድ፡
አቀረበች፡ መጠጥ፡አምጭ፡ አላት፡ ጠምቀኻልን፡ አለችው ። በማግ
ሥቱ፡ ታላቅ፡ወንድማቸው፡ እንደምን፡ አደርክ፡ብሎ፡ እንግዳውን፡
ጠየቀው፡ እርሱም፡የሆነውን፡ ሁሉ፡ አጫወተው፡ በል፡ እንግዴህ፡
ደሞ፡ ከታናሽ፡ ወንድማችን፡ ቤት፡አድረህ፡ ስታበቃ፡ ሲነጋ፡እንጫ
ወታለን፡አለው፡ሲመሽ፡ታናሽ፡ወንድማቸው፡ይዞት፡ከቤቱ፡ገብቶ፡
ምስቱን፡ እንግዳ፡ ይዤ፡ መጥቼለሁና፡ ቶሎ፡ በይ፡ አሰናጂ፡ አላት፡
እርሷ፡ ጅብ፡ይገድግድህ፡የምን፡እንግዳ፡እሰቲ፡እምታበላውን፡አያ
ለሁ፡አለችና፡እጆችዋን፡አጣምራ[30]፡ ጉብ[31]፡ አለች። ውላ[32]፡ ውላ፡
ተነሣችና፡ምጣድ[33]፡ ልትጥድ፡ ሔደች፡ ግን፡ጊዜው፡አልፏል፡ባለ፡
ቤት፡ እራት፡ እስኪደርስ፡ሯ፡መጠጥ፡ስጭን፡ አላት።እርሷ፡የት፡አ
ገር፡ነው፡የጠመቅኸው፡ብላ፡አለች። በዚህ፡የተነሣ፡ባል፡ተናደደና፡
ብድግ፡ብሎ፡በትር፡አንስቶ፡ይመታት፡ጀመረ፡ እርሷም፡ እየሸሸች፡
ወደ፡ ጓዳ፡ እርሱም፡ እየተከተለ፡ ጀርባ፡ ጀርባዋን፡ በዚህ፡ ማህል፡
የጋን[34]፡ ልጅ፡ እንስራ፡ ወጭት፡ ሸክላ፡ የተባለ፡ ደቀቀ[35]፡ ሁሉም፡

---

27 ገደገደ፡ really means to make a wall. Another meaning, not in the dictionaries, is to stretch out the skin of a dead animal, hence as a slang expression "to kill," "to finish off," "do in."

28 አሣር፡ (ኀሳር፡) = trouble, awkward position.

29 ተቸፈነነ፡ = not to obey from pride.

30 አጣመረ፡ = to fold (the arms).

31 ጉብ፡ አለ። = to sit down.

32 From ዋለ፡ to pass the day.

33 ምጣድ፡ is a large earthenware pan used for cooking bread. When made of iron it is called ብረት፡ምጣድ። which is the توا of Hindustani.

34 የጋን፡ ልጅ። means "the gan species," i.e. all the different kinds of gans.

35 ደቀቀ፡ = ተሰባበረ፡ = to be broken to bits.

ጦማቸውን፡አደሩ። እንዳይነጋ፡የለም፡ነጋ። እጡብ፡ፈላጊም፡ነገሩ፡
አጥብቆ፡ገረመው፡ነገሩ፡ሁሉ፡ገባው፡ከሱ፡ኑሮ፡የባሰ፡ኑሮ፡መኖ
ሩን። ተዚህ፡ወዲህ፡ተነስቶ፡ወደ፡ታላቅየው፡ወንድማቸው፡ሔደ።
በተገናኙ፡ጊዜ፡ታለቅ፡ወንድም፡እህ፡እንደምን፡አደርክ፡ብሎ፡ጠየ
ቀው፡የሆነውን፡ሁሉ፡አጫወተው። ታላቅ፡ወንድም፡እንገዴህ፡
አልተረዳኸውምን፡ታናሽ፡ወንድማችን፡መሸበቱ፡በምስቱ፡ክፋት፡
የተነሣ፡ንዴት፡ነው፡መኻከለኛ፡ወንድማችንም፡እንዲሁ፡ነው። የኔ፡
ምስት፡ግን፡መልካም፡ነች፡አልናደድ[26]፡አላረጅ[26]፡አለው። በል፡
እንግዴህ፡አንተ፡ሞኝ፡እጡብን፡የት፡አገር፡አገኛለሁ፡ብለህ፡ትና
ውዛለህ[36]፡የሴት፡ነገር፡ሰምተህ፡በል፡አሁንም፡ወደዚያ፡ማዶ፡ደን፡
ሕቡአን[37]፡አሉ፡የሆድክን፡ጥራት፡አይተው፡ምንልባት፡ቢገጥሙህ፡
ለእጡብ፡ነገር፡መላ፡ይሰጡሃል፡አለው። ተሰነባበቱ፡ተነስቶ፡ሔደ።
እንዳለውም፡ከደኑ፡ሲገባ፡ሕቡአን፡ገጠሙት፡የት፡ትሔዳለህ፡ብ
ለው፡ጠየቁ፡እጡብን፡እፈልጋለሁ፡ብሎ፡ሁሉንም፡ነገር፡አጫወ
ታቸው። አንተ፡ሞኝ፡በል፡እንካ፡እነዚህን፡ሁለት፡አይነት፡ጨን
ገር[38]፡በዚች፡ነፍስ፡ያለውን፡ብትመታ፡አህያ፡ውሻ፡ዝንጀሮ፡ሁን፡
ብትለው፡ይሆናል፡ባንድኛዋ፡ብትመታ፡ጥንት፡እንደ፡ነበረ፡መ
መለሻ፡ናት፡ብለው፡ሰጡት፡ይዞ፡ሒዶ፡ከቤቱ፡ሊገባ፡ጎረቤት፡ሁሉ፡
እጡብን፡አምጥቶ፡ይሆን፡እያሉ፡ሳቁበት። አንድዋን፡ጨንገር፡የም
ትመልሰውን፡ከቤት፡ፈሰስ[39]፡ደበቀና፡ከቤት፡ገባ። የእግዜርን[40]፡
ሰላምታ፡ትታ፡ምስቱ፡እጡብን፡አመጣህን፡ብላ፡ጠየቀችው። አዎን፡
አመጣሁ፡አላት፡እስቲ፡አሳየኝ፡አለችው፡ቀጭን፡ጨንገር፡አሳያት፡
ለምን፡ትቀልድብኛለህ፡ያገሬን፡እንጨት፡አጣሁን፡አለችው፡
ከምን[41]፡ይውላል፡ይኼ፡አለችው። በዚች፡ጨንገር፡ቢመቱት፡

---

36 ናወዘ፡= to wander.

37 ሕቡአን፡ is plural of ሕቡእ፡ "a hermit."

38 ጨንገር፡= a switch.

39 ፈሰስ፡ eaves.

40 Lit. "a godly salutation," such as እንኳ፡እግዚአብሔር፡አቀናልህ። "I'm glad that your business has been successfully terminated."

41 ከምን፡ይውላል። = what is it used for?

ሰውየውን፡ ዝንጆሮ፡ ወይም፡ አህያ፡ ውሻ፡ ሁን፡ ቢሉት፡ ይሆናል፡ ወዲህም፡ እንደጥንትህ፡ ሁን፡ ቢባል፡ መላሽ፡ ናት፡ ይልቅስ[42]፡ ከመልካም፡ ስፍራ፡ አስቀምጭ፡ እንዳይጠፋ፡ ለሰውም፡ አታሳይ፡ አላት። እርሱም፡ ተነስቶ፡ ወደ፡ ስራው፡ ሔደ። ያገር፡ መልከኛ፡ እንደ፡ ለመደ፡ ከርሷ፡ ዘንድ፡ ገባ፡ እንደ፡ ደረሰ፡ ያባለጌ፡ ባልሽ፡ እጡብን፡ ይዞ፡ መጣ፡ ወይ፡ ብሎ፡ ጠየቃት። አዎን፡ ይዞ፡ መጣ፡ አለችው። ትቀልጃለሽን፡ አላት። እኔስ፡ የውነቴ፡ ነው፡ ብላ፡ ከተሻጠበት[43]፡ ከጣራ[44]፡ ጨንገርዋን፡ አውርዳ፡ አሳየችው። እንዴት፡ ትቀልጃለሽ፡ ዛሬስ፡ ደሞ፡ ያገሬን፡ እንጨት፡ አጣሁትን፡ ብሎ፡ አላት። አይዶለ፡ እች[45]፡ ጨንገር፡ ብርቱ፡ አስማት፡ አለባት፡ አለችው። እንደምን፡ አላት። በዚች፡ ጨንገር፡ ዝንጆሮ፡ ውሻ፡ ወይም፡ ማናቸውንም፡ ሁን፡ ቢሉት፡ ይሆናል፡ አለችው። የማይመስል፡ ነገር፡ በይ፡ በኔ፡ ሞክሪው፡ አላት። በጨንገርዋ፡ ዝንጆሮ፡ ሁን፡ ብላ፡ ብትመታው፡ ግመር፡ ዝንጆሮ፡ ሆነና፡ ቀጭ፡ አለ። እንደ፡ ጥንትህ፡ ተመለስ፡ ብላ፡ በጨንገርዋ፡ ብትመታው፡ እህኢ[46]፡ እያለ፡ ይገላመጥ[47]፡ ጀመረ። ከቤት፡ ያለ፡ ውሻ፡ የዝንጆሮ፡ ድምጥ፡ በሰማ፡ ጊዜ፡ ዝንጆሮውን፡ ሊነክስ፡ መጣ። ዝንጆሮውም፡ ፈትለክ[48]፡ ብሎ፡ ተቤት፡ ወጥቶ፡ ሩጫውን[49]፡ ያዘ። ውጭ፡ የጠመደ፡ ገበሬ፡ ሁሉ፡ እየተከተለ፡ በጅራፍ፡ ይገርፈው፡ ጀመረ። እጡብ፡ አምጭም፡ ያዝ፡ ቡቺ[50]፡ ልቤ፡ እንደነደደም፡ አልቀረ[26]፡ እያለ፡ ገረፈው። ውሻውም፡ ነጭቶ፡ ዘለዘለው። ሞተ። ተፈጸመ።

---

42 ይልቅስ፡ = but rather.

43 ተሻጠ፡ = to be stuck in.

44 ጣራ፡ = ባጥ፡ = roof. The former word is the usual one used in Shoa.

45 እች፡ = ይህች።

46 እህኢ፡ is onomatopoetic for a monkey's cry.

47 ተገላመጠ፡ = to glance round about.

48 ፈትለክ፡ አለ። = to hasten.

49 ሩጫውን፡ ያዘ። = Lit. took or seized his running, i.e. started to run.

50 ቡቺ፡ is an interjection used to call a dog.

8

The Story of a Farmer.

A certain person lived by agriculture (lit. his live-lihood was agriculture). He had a pretty wife. But the Chief of the country, that is to say the Malkañña, used to live in adultery with his wife. One day, the farmer having yoked his oxen, according to his custom, when he sowed he finished the seed. Having stopped the oxen just as they were—yoked—he ran to his house to bring seed from it. Having entered it he said to her (i.e. to his wife), "Come, give me seed quickly; my seed is finished, I have come leaving the oxen standing just as they were yoked." She answered him saying, "Do you not know where the seed is!" He having said "Well I'm damned!" quickly took it (i.e. the seed) and ran off to his work. Whilst all this took place the Malkañña of the country was in the house. Many times before this he (i.e. the farmer) used to find (lit. finds) him talking like this with her. When his wife answered him with cross words, since he knows that the Chief of the country has debauched his wife, he is very angry. He is a simpleton that he does not get him punished and divorce her, (but) he loves her greatly. After he had gone to his work, the Chief of the country said to the farmer's wife, "Say you, let me take you to my house, if you wish for ornaments or anything what lacks! All that you wish is in abundance." She answered him saying, "Sir, why? My husband is a nice fellow, in his house it is as I order, 'tis my house, what (evil) has happened to

me that I should leave my husband?" The Malkañña
was a wicked man and thinking to cause a divorce by
making the husband and wife quarrel by a plan, he
asked her therefore, "Before, when he was going to
take out the seed, did he not say 'Itub'?" She
answered him in the affirmative. He said to her,
"Then, fool, when he comes in the evening tell him to
bring 'Itub.'" They say that a person whom a woman
sends is not afraid of a hyaena. In the evening when
her husband came in, she had been given advice and
was grumpy. Her husband said to her, "I say!
today you ought to be beaten for what you have
done." She became very angry against him saying,
"Leave me alone brother and rather bring me 'Itub.'"
He having ceased to be angry at what she had done,
contrariwise her anger got worse. She again said to
him (lit. repeated to him), "From now henceforth you
and I are not husband and wife until you have brought
me 'Itub.'" Since he is (always) a fool, he said, "Let
me search for 'Itub,'" and started and went off to search
for it. As for his neighbours they laughed at him
saying, "What a simpleton he is." As he journeyed
along, a certain person had yoked his pair of oxen,
and one of them being refractory sat down. The
man left alone the refractory ox that had sat down,
and began to flog the quiet ox that was standing up.
The seeker after "Itub" stood and watched this
strange occurrence. Being unable to refrain, he
asked him, "Say brother, what you do astonishes me,
having left the refractory ox, why do you beat the
quiet one?" The owner of the oxen said to him, "It
is not your business, go on your way. My beating the

quiet ox is that he, according to his language, having goared the refractory ox with his horn, should make him rise up." The searcher for "Itub" having said "how strange" went on his way. It got dark and he entered a house and asked to let him pass the night. When supper was served, they served bread and whey to the household and bread and curds to the dogs. The stranger (or guest) asked him (i.e. the proprietor) saying, "What is this curious thing?" The master of the house answered him, "This is none of your business, if you have anything to do go and do it." At dawn he left the house and went on his way, and again night fell, and when he neared a village to pass the night, a youth met him and asked him where he was going and what he wanted. He said, "I seek for 'Itub'" and talked to him disclosing all his life in the house (i.e. at home) and all that had happened. (The youth) said to him, "Now night has fallen, tomorrow you will find 'Itub,' tonight you will spend with me, we are three brethren, I am the eldest of my two brothers, the youngest of us is grey-haired. Tomorrow after you have passed the night in the house of one of my brothers, and the day after tomorrow in the house of the third, you will find 'Itub.'" And he took him to his house. When he entered the house he said to his wife, "I have brought you a guest; bring quickly water for the feet and drinking water." She said "With pleasure; I am delighted," and quickly and adroitly brought drinking water and water for the feet; afterwards she served for supper excellent bread and meat stew, and being glad she told them to eat away and gave them a good meal. When day dawned the master of the house said to him, "Did you see how my wife makes me pleased in any (i.e. every) thing; therefore I do not get angry, and being pleased, my hair does not get grey. Today spend the night in the house of my middle brother, and on the next day you will pass the night in the house of our youngest brother." So that night might fall they passed the day conversing *re* their possessions and when night arrived their middle brother, taking the "searcher for 'Itub'" with him, went off to make him spend the night in his house. The middle brother when he entered his house, said to his wife, "Come, be quick, I have brought a guest with me; make preparations and (bring) water for the feet." She answered him saying, "What kind of guest? May a hyaena eat you." She served the food sulkily not of her own free will.

He said to her, "Bring drink"; she replied, "Have you brewed it?" On the next day the eldest brother asked the stranger how he had passed the night, and the latter told him all that had happened. He (i.e. the eldest brother) said to him (i.e. the stranger), "Now then! when you have passed the night in the house of our youngest brother, when day dawns we will have a chat." When it was dusk their youngest brother having taken him, entered his house and said to his wife, "I have come with a guest, get ready quickly." She said, "May a hyaena eat you; what sort of a guest! I'll see what you'll give him to eat!" and crossing her arms she sat down. After a long time she got up and went to put the Miṭad on the fire, but the time had passed. The master of the house said to her, "Till supper is served come give us to drink."

5—2

She said, "In what country have you brewed it?"
Owing to this the husband became angry, he got up
and, having lifted up a stick, he commenced to beat
her. She ran away towards a side room and he
followed her (beating) her back. In the meanwhile
all the large jars, pitchers, plates and earthenware
were broken in pieces and all of them spent the night
fasting. When day dawned the "'Itub' seeker" was
much astonished by the affair; he understood all,
that other people had a worse time than he. After
this he left and went to their eldest brother. When
they met, the big brother asked him saying, "Eh! how
did you pass the night?" He told him all. The eldest
brother said to him, "Now are you not sure of the
matter, the grey hairs of our young brother are from
anger caused by his wife's wickedness and our second
brother is the same. My wife however is nice. I do
not get angry, I do not get old." He (also) said to
him, "Now then you fool listening to the words of a
woman, in what country will you roam saying (thinking)
you will find 'Itub'; go now to the forest on the far
side, there are hermits there; having seen the pure-
ness of your heart, if they meet you perhaps they
may give you a plan in the matter of 'Itub.'" They
having taken leave of each other, he (the farmer) left
and went away. As he had told him, on his entering
the forest the hermits met him, and asked him where
he was going. He said, "I seek 'Itub'" and told them
the whole matter. They said, "You fool, come take
these two different switches; if you strike a person
with the one saying 'become a donkey, dog or monkey'
he will become so. If you strike with the other it

causes him to be as he was formerly" and gave him
(them). He took them and went off. When he was
about to enter his house, all his neighbours laughed
at him saying, "Probably he has brought 'Itub'!"
The switch which causes a return (to one's proper
shape) he hid in the eaves, and entered the house.
His wife, omitting to give him the proper salutation,
asked him if he had brought "Itub." He said to her,
"Yes, I have brought it." She said, "Come show it
me." He showed her a thin switch. She said to him,
"Why are you pulling my leg; do I lack (to know) the
wood of my country! What use is it?" He said, "If
they strike a person with this switch and say to him,
'become a monkey, donkey, or dog,' he will become
one. Afterwards if it be said, 'Become as you were
formerly' it (the stick) is a 'causer of return' (to the
original form). Now put it in a safe (lit. good) place
lest it get lost, and do not show it to anyone." And
he left and went to his work. The Malkañña of
the country came in to her as he was accustomed
to. As soon as he arrived he asked her, "Has
that rustic husband of yours brought the 'Itub'?"
She answered, "Yes, he has brought it." He said,
"Do you joke?" She said that she was telling
the truth, and having taken down the switch from
where it was stuck in the roof, she showed it him.
He said to her, "How you are jesting; do I today
not know the wood of my country!" She said,
"Not so! there is great magic in this stick." He
asked her saying, "How." She said to him, "With
this switch if they say to a person 'become a monkey,
dog, or anything,' he will become so." He said to

her, "A very unlikely thing; come try it on me!" On her hitting him with the switch, having said "become a monkey" he became a large monkey and sat down. When she said, "Return as you were formerly," and struck him with the switch, saying "Ihi" he commenced to look round him. When the dog that was in the house heard the sound of a monkey, he came to bite it. The monkey quickly left the house and commenced to run. All the farmers outside who had yoked their oxen, following it commenced to flog it with their whips. And "the bringer of 'Itub'" saying, "At him! seize him! my heart will not (now) remain vexed as it was (before)," flogged it. The dog also snatched at it and tore it to pieces and it died. Finis.

9

ላፈ[1]፡ ንጉሥ፡ አንድ፡ ሰው፡ ነገሩ፡ እንዲቀናለት፡ ሲል፡ ብር፡ ሰጠ፡ ፲፡ም፡ ፳፡ም፡ ይሁን፡ አናውቅም፡ ባላጋራው፡ ብር፡ መስጠቱን፡ ቢሰማ፡ በቅሎ፡ ይዞ፡ መጣ። ብር፡ ይዞ፡ የመጣው፡ ላፈ፡ ንጉሥ፡ ብር[2]፡ ብየ፡ መጣሁ፡ አላቸው፡ ልብ፡ እንዲያረጉት፡ ነው። በቅሎ፡ ይዞ፡ የመጣው፡ መጭ[3]፡ ብየ፡ መጣሁ፡ አላቸው።

---

[1] አፈ፡ ንጉሥ፡ (the king's mouth) is the chief judge of Abyssinia.

[2] ብር፡ አለ። = to hurry, to be quick.

[3] መጭ፡ አለ፡ = to hurry, to be quick.

9

A person gave dollars to the Afa Nigus so that he might be successful in his case. It is not known whether it was 10 or 20 dollars (that he gave). His opponent, when he heard that he had given money, brought a mule (i.e. as a present to the Afa Nigus). The man who had brought money said to the Afa Nigus, "I have come quickly" (also "I have come saying dollars") so as to remind him. The man who had brought a mule said to him (i.e. to the Afa Nigus) "I have come hurriedly" (also "I have come saying 'Machch'" (an exclamation to urge a mule on)).

10

ንጉሥ፡ሣኅለ፡ሥላሴና፡የማርቲን፡ጨዋታ።

ንጉሥ፡ሣኅለሥላሴ፡አንኮበር፡ከተማ፡የነበሩ፡ጊዜ፡፩፡ሰው፡ማርቲን፡የሚባል፡አይሮጳዊ፡ነበር። ፩፡ቀን፡በቅሎ፡እሰጥሀለሁ፡ብለው፡አበሉለት[1]፡ለመቀበሉ፡ቀን፡ቢበዛበት[2]፡እየዋለ[3]፡እያደረ፡ያስታውሳል፡እርሳቸውም፡ዘወትር፡እሺ፡ይሉታል፡በዚህ፡መሀል፡ንጉሡ፡ወደ፡ደብረ፡ብርሃን፡ከተማ፡ወጡ። ማርቲንም፡ዘወትር፡መናገሩን፡ቢሰለቸው፡በገንዘቡ፡በቅሎ፡ገዝቶ፡ወደ፡ንጉሡ፡ዘንድ፡ደብረ፡ብርሃን፡ወጣ። ንጉሡ፡እንዴት፡ሰነበትክ፡ብለው፡ሲያበቁ[4]፡ማርቲን፡በምን፡በቅሎ፡መጣህ፡አሉት፡እርሱም፡በእሺ፡በቅሎ፡መጣሁ፡አላቸው። ብዙውን፡ስቀው፡ያንጊዜውን፡በቅሎ፡ሰጡት። በዚያን፡ዘመን፡በቅሎ፡እጅግ፡አጥብቆ፡ውድ፡ነበረ።

---

[1] አበለ፡ = to lie, to deceive, to break one's word; and also as here "to promise."

[2] ቢበዛበት፡ and አበሉለት፡ are excellent examples of Armbruster's *Grammar*, sect. 71. The promise of the mule is "to his advantage" and the time passing without getting it is "to his disadvantage."

[3] Lit. passing days and nights.

[4] Here, as in many instances, ሲያበቃ፡ is better omitted.

10

The Conversation of King Sahla Sillase and Martin

When King Sahla Sillase was at Ankobar there used to be there a European named Martin. One day he (the king) promised to give him a mule. When many days passed without receiving it, from time to time he reminded him, and the king always said "Very well." In the meanwhile the king went out to the town of Dabra Birhān. And Martin, when he was fed up with always talking (i.e. asking), bought a mule with his own money and went out to the king at Dabra Birhān. When the king had asked him how he was, he said to him, "Martin, on what mule did you come?" He answered him, "I came on 'very well's mule'!" The king laughed much and immediately gave him a mule. At that time mules were extraordinarily dear.

11

የ፰አገሮች ፡ አመል[1] ፡

ተየሩሳሌም ፡ ፰ ፡ ሁነው ፡ ወደ ፡ ኢትዮጵያ ፡ መጡ ፡ ቅለት[2] ፡ ችክታ ፡ ኩራት ፡ ሥልጥንና[3] ፡ ተማችነት[4] ፡ ሽልታ[5] ፡ ገርነት ፡ ዱለት[6] ፡ ናቸው ።

---

[1] አመል ፡ is *generally* used for some defect or bad characteristic.

[2] The charge of levity is always brought against the people of Tigre.

[3] ሠለጠነ ፡ is most often used nowadays with the meaning of "to be civilized."

[4] ተማችነት ፡ = valour, bravery, courage.

[5] ሽልታ ፡ = ወስላትነት ፡ = faithlessness.

[6] ዱለት ፡ = plan, plot; here it means policy or the art and manner of government.

ትግሬ ፡ ሲደርሱ ፡ ቅለት ፡ ወንድሞቼ ፡ ሆይ ፡ እኔ ፡ አገሬን ፡ አገኘሁ ፡ ቀረሁ ፡ ደኅና ፣ ሁኑ ፡ አላቸው ። በኋላ ፡ ስሜን ፡ ሲደርሱ ፡ ችክታ ፡ ወንድሞቼ ፡ እኔ ፡ በታዬን ፡ አገኘሁ ፣ ደኅና ፡ ሰንብቱ ፡ ብሎ ፣ ቀረ ። ወገራ ፡ ሲደርሱ ፡ ኩራት ፡ ወንድሞቼ ፡ እኔ ፡ ርስቴን ፡ ገባሁ ፡ ደኅና ፡ ሰንብቱ ፡ ብሎ ፡ ቀረ ። ሥልጥንና ፡ ጎንደር ፣ በደረሰ ፡ ጊዜ ፡ ወንድሞቼ ፡ እኔ ፡ ሰፈሬን ፡ አግኝቼ ፡ ቀረሁና ፡ እናንተ ፡ ደኅና ፡ ሰንብቱ ፡ ብሎ ፡ ተቀመጠ ። አራቱ ፡ ሔዱና ፡ ቤገምድር ፣ ሲደርሱ ፡ ተማችነት ፡ ዘመዶቼ ፡ እኔ ፡ መኖሪያዬን ፡ አገኘሁና ፡ እላንተ ፡ ቀኝ ፡ ይምራቸው ፡ ብሎ ፡ አሰናበታቸው ፡ ያን ፡ ጊዜ ፡ ደብረ ፡ ታቦር ፣ ደርሰው ፣ ሽልታ ፡ ደብረ ፡ ታቦር ፡ ላይ ፡ ቁሞ ፡ ጎጃምን ፡ አሻግሮ ፡ አየና ፡ ወንድሞቼ ፡ ሆይ ፡ አገሬን ፡ ልግባ ፡ ፍቀዱልኝ ፡ ብሎ ፡ ወደ ፡ ጎጃም ፡ ተሻገረ ። ሁለቱ ፡ ሲሔዱ ፡ አማራ[7] ፡ መሬት ፡ ደረሱ ፡ ያን ፡ ጊዜ ፡ ገርነት ፡ ወንድሜ ፡ ሆይ ፡ ደኅና ፡ ሁን ፡ ከደግ ፡ በታ ፡ ያድርስህ ፡ ብሎ ፡ ቀረ ። ዱለት ፡ ብቻውን ፡ ሲጓዝ ፡ ሸዋ ፡ ገብቶ ፡ ነገሠ ።

7 አማራ ፡ መሬት ። The teller of the story said that by this he understood Wollo, Lasta and Yejju.

11

The Characteristics of the Eight Countries (i.e. Eight Provinces of Ethiopia).

They were eight and came from Jerusalem towards Ethiopia. They were Levity, Stubbornness, Pride, Civilization (or adroitness), Valour, Faithlessness, Simplicity, and Policy. When they arrived in Tigre, Levity said to them, "Brothers, I have found my country and will remain (here), good-bye." Afterwards when they arrived in Simen, Stubbornness having said, "My brethren I have found my place, good-bye," remained behind. When they arrived in

Waggara, Pride having said, "Brothers, I have entered into my inheritance, good-bye" remained behind. When Civilization arrived at Gondar he said, "My brethren I have found my resting-place (lit. camp) and will remain here, fare ye well" and stayed there. The four (i.e. the remaining four) went on, and when they reached Begamidr, Valour took his leave of them saying, "My friends (lit. relatives) I have found a place to remain, may (God) guide you right." Then they having arrived at Dabra Tābor, Faithlessness stood on the summit of Dabra Tābor, and looked over Gojjām and having said, "Brothers give me permission to enter my land" he crossed over to Gojjām. The (remaining) two going on arrived in Amhara country. At that time Simplicity having said, "My brother may (God) bring you to a good place" remained behind. Policy travelling alone entered Shoa and reigned there.

DESCRIPTIVE ESSAYS

1

የጋብቻ፡ሕግጋት።

የቍርባን፡በቤተ፡ክርስቲያን፡ጋብቻ፡መጽሐፈ፡ቅዱስ፡እንዳዘዘው፡ነው። ቆርባን፡አልባ[1]፡በቤተ፡ክርስቲያን፡ሳይሆን፡ጋብቻ፡አግቢ[2]፡አማላጅ[3]፡ወደ፡ሴት፡አባትና፡እናት፡ይልካል፡ልጃችሁን፡ስጡኝ፡ሲል፡እሺ፡ባሉ፡ጊዜ፡ለፍጥሙ[4]፡ቀን፡ይታቀድለታል[5]።ቀኑ፡በደረሰ፡ጊዜ፡ዳኛ፡እማኝ፡ይቀመጣል፡የሴት፡አባት፡የተላኩትን፡ምን፡ትፈልጋላችሁ፡ብሎ፡ይጠይቃል፡አግቢው፡የነገር[6]፡አባቱንና፡ባልንጀሮቹን፡ነው፡ይዞ፡የሚመጣው።የነገር፡አባት፡ልጅ፡ልታረጉን፡ብለን፡ነው፡የመጣነው፡ብሎ፡ይመልስለታል።የሴት፡አባት፡እንደምን፡እጃችሁ[7]፡ተምን፡ብሎ፡ደሞ፡ይጠይቃል፡ጌጥ፡ልብስ፡ከባ፡በቅሎ፡ምድር፡የተቻለውን፡ያህል፡ይቆጥራል፡ግል[8]፡የፈለገው፡እንደሆነ፡ይህ፡ምድር፡እንደዚህ፡እንደዚህ፡ያለ፡ነገር፡ግሌ፡ነው፡ብሎ፡ለዳኛ፡ለማኝ፡ያስታውቃል፡ይኼነን፡ሁሉ፡ንግግር፡ደብዳቤ፡ጸሓፊ፡ይጽፋል፡ተዚህ፡በኋላ፡እገሊት[9]፡ማለት፡ስሟን፡ጠርቶ፡ምኒልክ፡ይሙት፡ምስቴ፡ነች፡ብሎ፡ይፈጠማል[10]። ባሌ፡ነው፡በይ፡ብለው፡

---

1 አልባ፡ = without.

2 አግቢ፡ = the marrier.

3 አማላጅ፡ is an interceder.

4 ፍጥም፡ is a solemn declaration made usually in the name of Menelik. ተፈጠመ፡ = to make a solemn declaration like this.

5 ታቀደ፡ = to be fixed.

6 የነገር፡አባት፡ = ጠበቃ፡ = legal adviser, lawyer, barrister.

7 እጃችሁ፡ተምን፡ = what possessions have you.

8 ግል፡ is "reserved" property which will not be divided on divorce.

9 እገሊት፡ is fem. of እገሌ፡

10 See note 4 above.

ዘመዶች፡ያዝዋታል፡ስለምን፡ታፍራለች፡ቃል፡ትሰጣለች፡የነገር፡አባቷ፡ምኒልክ፡ይሙት፡ባሌ፡ነው፡አለች፡ይላል። የምትቀመጥበትም፡ከሴቶች፡ጋራ፡ነው፡እንጂ፡ዳኛና፡ምስክር፡ካለበት፡ስፍራ፡አትደርስም። ይህ፡ሁሉ፡የሚገባውን፡ነገር፡ተተፈጸመ፡በኋላ፡አግቢውን፡ጥንድ፡ዋስ፡ለዓይንዋ፡ለራሷ፡ለጥርሷ፡ጥራልን፡ይሉታል፡፪ዋስ፡ይጠራል፡ማለት፡ድንገት፡ባልና፡ምስት፡የተጣሉ፡እንደሆነ፡ይመታትና፡አካለ፡ጐደሎ፡እንዳያረጋት፡ነው፡ዋስ፡መጥራቱ። ይህ፡ሁሉ፡ደምብ፡ተተፈጸመ፡በኋላ፡ግቡ፡ይባላል፡ትንሽ፡ድግስ፡ተደግሷል፡ኸዝያ፡ያሉትን፡ሁሉ፡አብልተው፡ይሰድዋቸዋል። ተዝያ፡ወድያ፡ዋና፡የሠርግ፡ድግስ፡አግቢው፡ይደግሳል። የሴት፡አባት፡ደሞ፡ይደግሳል፡የሴት፡አባት፡ድግስ፡ሲደርስ፡አማችን፡ይኼነን፡ያህል፡ሁነህ፡ና፡ብለው፡ይልኩበታል፡ሲመጣ፡ጌጡን፡የተረከበውን[11]፡ሁሉ፡ይዞ፡ይመጣል። ያመጣው፡ሁሉ፡በደብዳቤ፡ይጻፋል። ተዚህ፡በኋላ፡ኸቤት፡ገብተው፡ይበላሉ፡ይጫወታሉ። ≻ ድንገት፡ባልና፡ምስት፡ጠብ፡አንስተው፡ከመፋታት፡የደረሱ፡እንደሆነ፡የሚፋቱት፡በነገር፡አባታቸው፡ነው። የተቋጠሩትን፡ገንዘብ፡እኩል፡ይካፈላሉ፡ተግል፡ገንዘብ፡በቀር። ምኒልክ፡ይሙት፡ፈታሁ፡ይላል፡እርሷም፡ይኼንኑን፡ትላለች። ≻ ምናልባት፡ባማላጅም፡ደሞ፡ይታረቃሉ። ≻ የ፹፡ጋብቻ[12]፡ሕግጋት፡ይህ፡ነው።

የጭን[13]፡ገረድ፡(ገረድ፡)

የጭን፡ገረድ፡ስለ፡ምስት፡ያህል፡ናት፡ሰማንያ፡ብቻ፡ነው፡የሚጐል፡በስተቀረ፡ልክ፡እንደ፡ሰማንያ፡ምስት፡ናት፡ምድር፡በቅሎ፡ጌጥ፡ሁሉ፡ይሰጣታል። ምንአልባት፡የተጣሉ፡እንደሆነ፡ሁሉንም፡ይዛ፡ትሔዳለች።

አንድኛዋ፡ዓይነት፡ገረድ፡ደሞ፡ከ፭፡ይዞ፡እስከ፡፴፡ብር፡ድረስ፡ነው፡

---

11 የተረከበውን፡ = የታገኘለትን፡ያህል።

12 This form of marriage is called ሰማንያ፡ since $80 is the fine for breaking a ፍጥም።

13 ገረድ፡ is a maidservant. የጭን፡ገረድ፡ is a concubine.

ደሞዝዋ ። አስቀድሞ ፡ ጥሎሽ[14] ፡ ጥሎ ፡ በሰው ፡ ፊጅቶ ፡ ነው ። ሰማንያ ፡
የላትም ።

ተራ[15] ፡ ገረድ ፡ ደሞ ፡ ተ፪ ፡ ብር ፡ ይዞ ፡ እስከ ፡ ፀ ፡ ብር ፡ ድረስ ፡ ነው ።

---

14 ጥሎሽ ፡ according to my informants is a Tigriñña word introduced by the soldiers of King John. It means the present given by the man to his concubine on her first arrival.

15 ተራ ፡ (also ተርታ ፡) is ordinary, not of high class.

1

The Rules of Matrimony

The marriage of (i.e. with) the sacrament in Church is in accordance with what the Bible lays down. The man who wishes to get married without the sacrament, and not in Church, sends go-betweens to the parents of the girl saying, "Give me your daughter." When they accept, they fix a day for the solemn declaration. When the day arrives, the judge and witnesses sit down. The girl's father asks those who are sent what they want. The bridegroom comes with his legal adviser and comrades. The lawyer answers him saying, "We have come that you may make us your sons." The girl's father also asks "How! what have you in your hands?" He (the lawyer) enumerates to the extent of his power ornaments, clothes, silk mantles, mules, land. If he wishes for "gil" he informs the judge and witnesses that such and such things will not be divided up by him in case of divorce. The scribe writes down all this conversation. After this (the bridegroom) makes a solemn declaration saying, "Such and such a woman, i.e.

naming her, by the death of Menelik she is my wife."
Her relations order her saying, "Say you that he is
my husband." Because she is shy, she gives her word
and her lawyer says, "She has said by the death of
Menelik he is my husband." Where she sits however
is with the women, she does not approach the place
where the judge and witnesses are. When all these
necessary things are finished, they (i.e. the girl's father
and lawyer) say to the bridegroom, "Call for us two
guarantees for her eyes, head, and teeth." He calls
these two guarantees. That is to say if by chance the
husband and wife quarrel and hit each other, the
security is given that he may not damage her body.
When all these formalities are completed they say
"enter," and a small feast is given, and having enter-
tained all the people who are there, they send them
away. After that the bridegroom gives the main
marriage feast. The girl's father also makes a feast.
When the time of the girl's father's banquet arrives
he sends to him (i.e. to the bridegroom) saying "Come
so many of you (my) son-in-law!" When he comes
he brings all the ornaments that he can. All that he
brought will be written down in a paper. Afterwards
they go inside and eat and chat. By chance the hus-
band and wife having started a quarrel, if it comes to
divorcing they carry it out through their lawyers.
With the exception of the "gil" property, they divide
equally the property that they had each enumerated.
He says, "By the death of Menelik I have divorced
you," and she says the same. And perhaps also by
the help of conciliators they may make it up.

This is the manner of marriage by oath.

Concubines.

A concubine is equivalent to a wife; 'tis only the oath (lit. "80" i.e. 80 dollar oath) which is lacking; for the rest she is exactly like the wife married by oath. Land, mules, ornaments, etc., are given her, if perchance they quarrel she takes it all away.

Another kind of concubine again has a salary of from 5 to 30 dollars (a month). Beforehand, the man having paid the "Tilosh" settles the matter before witnesses. She is not married by oath.

Ordinary (i.e. common) concubines also are of from 2 to 4 dollars.

2

የሌባሻይ[1]፡ሕግጋት።

የሌባሻይ፡ብልሃት፡ጥንት፡መሰረትና፡አመጣጡ፡ወደ፡ኢትዮጵያ፡ተጽርአውያን[2]፡ነው፡ይባላል። አንድ፡አንድ፡ደሞ፡በምን፡ነገር፡የሸዋ፡ብልሃት፡ነው፡እንጂ፡ይላሉ፡የሚበልጡቱ፡ግን፡ወደ፡ጽርአውያን፡ነው፡የሚያደሉት።

ይኼነንም፡የሌባ፡ሻይ፡መድኃኒት፡የሚያውቁ፡ልዩ፡፬፡ዘር፡ናቸው፡መድኃኒቱን፡ለሰው፡አይገልጡም። ሌሎችም፡መድኃኒቱን፡ቢያውቁትም፡ሊያጠጡ፡አይችሉም፡ተባለ[3]፡ብይኖቹ፡በቀር።ባለ ብይኖቹም፡ይኼነን፡ብልሃት፡ለልጅ፡ልጅ፡ነው፡የሚያሳልፉት፡በነዚህ፡ላይ፡የመንግሥት፡ሹም፡ይሾምባቸዋል፡የሚያጠጣ፡ሰው፡ፈቃድ፡ተሹሙ፡ነው። ለነዚህ፡ሌባሻዮች፡የሚያጠጡበት፡አገር፡በክፍል፡ነው፡ማለት፡ድፍን፡ሸዋና፡ሐረርጌ፡ከ፬፡ላይ፡ተከፍሎ

---

1 ሌባ፡ is a thief and ሻይ፡ = ፈላጊ፡ "a searcher."

2 ጽርአውያን፡ = the ancient Greeks. Sing. is ጽር።

3 ባለ፡ብይን፡ = possessor of a licence, licensee.

ላቸዋል። የተሰረቀ፡ሰው፡ለማጠጣት፡ሲፈልግ፡ከሹም፡ሒዶ፡ማኅ
ተም፡ደብዳቤ፡ለሌባሻዩ፡ባመጣ፡ጊዜ፡ሌባሻዩ፡ከተሰረቀበት፡ስፍ
ራ፡ወይም፡ከቤት፡እንደሆነ፡አጥር፡ገቢ፡ይቀመጣል። ወድያው፡
ጭቃ፡ሹም፡እማኞች፡ዳኛ፡አስቀምጦ፡ሲያበቃ፡እድሜው፡ከ፲፡
ዓመት፡እስከ፡፲፭፡የሆነው፡ልጅ፡ከሴት፡ያልደረሰ፡ይጠጣል፡ጭቃ፡
ሹሙ፡የልጁን፡ወገብ፡በመቀነት፡ያስራል፡እንዲንዘለዘል[4]፡፫ና፡፭፡
ክንድ፡ትርፍ፡ይተዋል። መድኃኒቱን፡ሲጠጣ፡በመጠጫ። በኋላ፡
በዋንጫ፡ወተት፡ይጠጣል፡ጌትየው፡ከከረጢት፡ጥቁር፡ዱቄት፡
ከወተቱ፡ውስጥ፡ይጨምራል፡የሚጠጣው፡ልጅ፡ወድያና፡ወዲህ፡
እየተገላመጠ፡በግድ፡ይጨርሰዋል፡ወድያው፡ይነሣል፡ያን፡ጊዜ
ውን፡ጭቃ፡ሹሙ፡ፈጥኖ፡የድጉን፡ጫፍ፡ይይዛል፡አፈጣጠኑ፡
እንደ፡እብድ፡ነው፡የሚሆነው። ጠጬ፡ከሔደበት፡ጭቃ፡ሹሙ፡
ዳኛውም፡አማኞቹም፡አብረው፡ይከተላሉ፡ከቤት፡ገብቶ፡ሌባው፡
ያደረገውን፡ሁሉ፡በጁ፡ምልክት፡ይሰጣል፡አንድ፡አንድ፡ጊዜም፡
ይተኛል፡ጌትየው፡ከጁ፡የማትለይ፡ቀጭን፡ዘንግ፡ይይዛል፡ድ
ረስ፡እያለ፡፫፡ጊዜ፡በዘንግዋ፡ይነካዋል፡ያን፡ጊዜውን፡ደሞ፤በፍ
ጥነት፡ይነሣና[5]፡ቶሎ፡ቶሎ፡ይኼዳል[6]፡ከፊቱ፡ሰው፡የገጠመው፡
እንደሆነ፡በኃይል፡ይገፋዋል፡ካጥር፡ግቢ፡እንደሆነ፡ሰው፡ሁሉ፡
ይቀመጣል፡የተቀመጠውን፡ሁሉ፡በጉልበቱ፡ይጐሽማዋል[7]፡ሌባ
ው፡ኸዝያ፡እንዳለ፡መልሶ፡መልሶ፡ይጐሽምና፡በጁ፡ይሞ፡በ
ጣም፡ይመታዋል። ሌባው፡ሩቅ፡አገር፡ሒዶ፡እንደሆነ፡በሔደ
በት፡መንገድ፡ይሔዳል፡ወንዝ፡ተሻግሮ፡እንደሆነ፡መድኃኒቱን፡
የጠጣ፡ልጅ፡ውሐ፡ሲነካው፡መድኃኒቱ፡ይረክሳል[8]፡ወንዝ፡ተ
ሻገረው፡ሌላ፡ልጅ፡ደሞ፡ይጠጣል፡ሌባው፡እስኪያዝ፡ድረስ።
በገጠር፡ደሞ፡ሳያጠጡ፡ቀደም፡አርገው፡የወረዳው[9]፡ጭቃ፡ሹም፡

---

4 ተንዘለዘለ፡ = to hang down.
5 ይነሣና፡ = ተነሥቶ፡
6 For ይሔዳል። See note 7, page 7.
7 ጐሸመ፡ = to hit, shove. See note 12, page 31.
8 ረከሰ፡ = (of a drug) "to lose its force."
9 ወረዳ፡ or አውራጃ፡ = district

እንዲለፍ[10]፤ይታዘዛል፡ በንዲህ፡ ያለ፡ ቀን፡ ሌባ፡ ሻይ፡ ይጠጣልና፡ ተቤታችሁ፡ አትጥፉ፡ ይባላል። ተዚህ፡ ወዲህ፡ የተያዘውን፡ ሌባ ሻዩ፡ ይመረምራል፡ አዎን፡ አጥፍቻለሁ፡ ብሎ፤ ያመነ፡ እንደሆነ፡ ለሌባ፡ሻይ፡የሚገባውን፡መንግሥት፡የደነባለትን[11]፡ተ፲፡ብር፡በላይ፡ አትብላ፡ ብለው፡ የደነቡለትን፤ ተቀብሎ፡ ሲያበቃ፡ ለተሰረቀውም፡ ገንዘቡን፤በሙሉ፡እንዲመልስ፡ለመንግሥት፡የሚገባውን፡ዳኘነት[12]፤ ሊከፍል፡ጥንድ፡ዋስ፡አስጠርቶ፡ይለቀዋል፡ወይም፡ለበላዩ፡ሹም፡ እጁን፡ያሳልፋል። ዋናው፡ሹም፡ይመረምራል፤አለዝያ፡ወደ፡አፈ፡ ንጉሥ፡ይደርሳል። > አጠፌጩ፡ማለት፡የተሰረቀው፡ሰው፡ለሌባ፡ ሻይ፡የሚገባውን፡፲፡ብር፡አስቀድሞ፡ይሰጣል፡እርሱ፡ተሌባው፡ ይከፈላል። >

የሌባሻዩን፡መድኃኒት፡የሚያረክስ፡ውሀና፡ሎሚ፡ነው። >

---

[10] ለፈፈ፡ = to inform.

[11] ደነባ፡ = ደነገገ፡ = to fix, make a rule.

[12] ዳኝነት፡ is a more correct spelling. In this case the ዳኝነት፤ is also called የሌባ፡ደም።

2

The Regulations of the Thief-searcher

It is said that the Levashai's science came to Ethiopia from the Greeks, and that it started with them. Some say, "How! 'tis rather a Shoan plan." Most people however favour the Greek origin. Those who know this Levashai medicine are four different families, and they do not disclose it to folk. And even though others know the medicine, with the exception of the licensees they cannot administer it to people. The licensees pass on this science from son to son. A government official is appointed over them.

The person who gives to drink (i.e. who has lost things by theft) must get permission from the official. For these Levashais the country in which they administer their drug is divided up, i.e. all Shoa and Harrar is, for them, divided into four parts. A person who is stolen from, if he wishes the drug to be given goes to the official. When he brings a sealed letter to the Levashai the latter sits in the place that the theft was committed in, or if it be in a house, then in the compound. Having then seated the local Chief, the witnesses, and the judge, a boy whose age is between 10 and 14 years, and who has never had connexion with a woman drinks (the drug). The local Chief ties the boy's waist with a girdle and leaves 3 or 4 yards of it to hang down. When he inhales the drug in a pipe (lit. drinks), afterwards he drinks milk in a horn. His master (i.e. the Levashai) adds to the milk a black powder from a bag. The boy who drinks it, looking about him finishes it by force (i.e. against his own desire). He at once gets up, and the local Chief at that time seizes the end of the girdle : his (i.e. the boy's) quickness is like that of a madman. Wherever the drinker (i.e. boy who has drunk the drug) goes the local Chief, the judge and the witnesses follow together. (The boy) having entered a house, give signs with his hands of all that the thief has done and sometimes he goes to sleep. His master seizes the thin rod which he has always, and saying three times "Arrive," touches him with it. Then he gets up quickly again and hurries along. If he meets a person in front of him he pushes him with force ; if he is in a compound everyone sits down. He pushes all who are sitting down with his knees. If the thief is there present he pushes again and again, and also hits him hard with his hand. If the thief has gone to a far country, he goes on the road that he travelled by. If he (i.e. the thief) has crossed a river, when the water touches the boy who has drunk the medicine, the medicine loses its force. They having crossed the river, another boy drinks the drug (and so on) till the thief is caught. In the country districts also, before they administer the drug, the local Chief of the district is ordered to give notice, and it is proclaimed "On such and such a day the Levashai will drink and do not be absent from your houses." After all this, the Levashai examines the man who is seized. If he confesses saying, "Yes, I have committed a fault," the Levashai, when he has received from him his due which the government have appointed for him, forbidding it to exceed six dollars, makes him call two guarantees that he will return the property in its entirety to the person who was robbed, and that he will pay to the government the dues of the judge, and then releases him: or else he hands him over to his superior officer. The superior (lit. principal) official will investigate the case, otherwise the matter reaches the Chief Judge. The man who gives to drink, i.e. the man who is stolen from, gives beforehand to the Levashai his fee of $6 and he (the person who is stolen from) is paid by the thief.

Water and lemons spoil the effect of the Levashai's medicine.

3

የጦር ፡ አቅድ[1] ።

ዘመቻ ፡ ሲፈለግ ፡ አዋጅ ፡ ይነገራል ፡ ከንደዚህ ፡ ያለ ፡ ስፍራ ፡ በገሌ ፡ ቀን ፡ በገሌ ፡ ወር ፡ ክተት ፡ ተብሎ ፡ ይነገራል ። ዘመቻው ፡ ንጉሥ ፡ ለንጉሥ ፡ እንደሆነ ፡ ሕዝቡ ፡ ሁሉ ፡ ነው ፡ የሚታዘዝ ፡ ቁላ ፡ ባለሽ ፡ ተብሎ ፡ ነው ። ከታዘዘበት ፡ ስፍራ ፡ ድረስ ፡ ይከታል ። ከዝያ ፡ ስፍራ ፡ የጦሩን ፡ አቅድ ፡ ወደ ፡ ፊታቸው ፡ የሚደረገውን ፡ ሁሉ ፡ ይመክራሉ ፡ ማለት ፡ እገሌ ፡ በንደዚህ ፡ ያለ ፡ ስፍራ ፤ እገሌ ፡ በንደዚህ ፡ ያለ ፡ ስፍራ ፡ ይዋል ። እገሌ ፡ ባስፈለገው ፡ ነገር ፡ ምልክቱ ፡ እንደዚህ ፡ እንደዚህ ፡ ያለ ፡ ይሁን ፡ ተብሎ ፡ ይታቀዳል ። ተዚህ ፡ ወዲህ ፡ ሁለት ፡ ሶስት ፡ ቀን ፡ ርቀት ፡ የሚቀድሙት ፡ ፊታውራሪዎች ፡ አንዱ ፡ ፊታውራሪ ፡ አበጋዝ[2] ፡ ይሾማል ፡ ለጦርነት ፡ ጊዜ ፡ ነው ፡ እንጂ ፡ ይህ ፡ ሹመት ፡ አይረጋም ፡ ማለት ፡ እገሌ ፡ ፊታውራሪ ፡ ከነገሌ ፡ ፊታውራሪዎች ፡ የጦርነት ፡ አቅድ ፡ ያውቃል ፡ ተብሎ ፡ ይመረጣል ፡ የተቆጠሩለት ፡ ፊታውራሪዎች ፡ በርሱ ፡ እግር ፡ ይታዘዛሉ ። ቀጥሎ ፡ ፈረሰኛ ፡ ባንድ ፡ ሹም ፡ እግር ፡ ሁለትና ፡ ሶስት ፡ ቀን ፡ ርቀት ፡ ይጓዛል ፡ እነ ፡ ቀኝ ፡ አዝማች ፡ ግራዝማች ፡ ናቸው ፡ ለነዚሁም ፡ ፊታውራሪ ፡ አላቸው ። በቀኝም ፡ ቀኝ ፡ አዝማችና ፡ ወራሪ ፤ በግራም ፡ ግራዝማችና ፣ ወራሪ ። ከዚህ ፡ ቀጥሎ ፡ ገዳም[3] ፡ ጦር ፡ ይለጥቃል[4] ። ቀጥሎ ፡ ንጉሥ ፡ እንዳሉ ፡ ንጉሥ ፡ እንበለዝያ ፡ ዋና ፡ አበጋዝ ፡ የጦር[5] ፡ ጠቅላይ ፡ ይለጥቃል ። ቀጥሎ ፡ እቃ ፡ ቤት ፡ ይከተላል ። ቀጥሎ ፡ ደጀን ፡ ይለጥቃል ። የደጀን ፡ ስራው ፡ የሞተ ፡ ለመቅበር ፡ የደከመውን ፡ ለማንሣት ፡ የተሳነውን ፡ ለመደገፍ ፡ ነው ። በቀኝ ፡ በግራም ፡ ቀኝ ፡ አዝ

---

[1] አቅድ ፡ = plan or rule. Different Amharas have translated this respectively as ደምብ ። መላ ። and ስራት ።

[2] አበጋዝ ፡ is "chief of a military expedition" but here it is not meant for "Commander-in-Chief" but as "O.C. advanced troops."

[3] ገዳም ፡ ጦር ፡ = "main body" and also "reserve."

[4] ለጠቀ ፡ = here, ተከተለ ።

[5] የጦር ፡ ጠቅላይ ፡ = G. O. C.

ማችና፡ግራዝማች፡አለበት፡በሩቁ፡ደሞ፡ግራና፡ቀኝ፡ታዞም፡ቢሆን፡
ባይታዘዝም፡ፉኖ[6]፡የሚባል፡ጦር፡ፈረሰኛና፡እግረኛ፡ያገኘውን፡
አውዳሚ፡እንደ፡አንበጣ፡ርቆ፡ይወራል፡እዝም፡አይሰማ፡ሴራ[7]፡
አይል[8]፡ዲና[9]፡አይል፡አገር፡አጥፊ፡ነው። የዚህ፡ሁሉ፡ክፍል፡
ጦር፡በግሩ፡ያሉትን፡ሹማምት፡አበጋዝ፡አለው፡ደግሞም፡መል
ክት፡ከንጉሡ፡ወይም፡ከዋናው፡ጦር፡ጠቅላይ፡እዝ፡እየመጣበት፡
ነው። ወራሪም፡ወደ፡ፊቱና፡ወደ፡ኋላው፡ነው፡አወራረሩ[10]። ይህ፡
ሁሉ፡ክፍል፡ጦር፡በተሰማራበት[11]፡ባዝኖ[12]፡እንዳይቀር፡በፊት፡የቀ
ደመው፡አበጋዝ፡ፈታውራሪ፡የቤተ፡መንግሥትን፡ድንኳን፡አስቀ
ድሞ፡ያስተክላል፡ሠራዊት፡ድንኳኑን፡እያየ፡ይሰፍራል። ደሞ፡የነጋ
ሪትና፡የመለከት፡ድምጥ፡እየሰማ፡ይከተታል፡ድምጡ፡በሩቅ፡ይሰ
ማልና። ነጋሪት፡የሚያስጭን፡መለከትና፡እምቢልቲ፡የሚያስነፋ፡
ራስና፡ደጃዝማች፡የሆነ፡ብቻ፡ነው፡እንጂ፡ሌላ፡ሹም፡ሁሉ፡አይገባ
ውም፡በነዚሁ፡እግር፡ይለጥቃል፡እንጂ። አንዱ፡ራስ፡ወይም፡አንዱ፡
አበጋዝ፡ከጦርነት፡የተነሣ፡የላላ[13]፡እንደሆነ፡ከገዳም፡ጦር፡ወይም፡
እዝ[14]፡ጠባቂ፡ጦር፡ወይም፡እገሌ፡ጦር፡እገሌን፡ገስግሰህ፡እርዳ፡
ተብሎ፡ይታዘዝለታል። ተፈጸመ።

---

6 ፉኖ፡ (√ፋነነ፡) are, as explained in the Amharic text, irregulars who plunder in advance of the army.

7 ሴራ፡ is here used as "loyal," as the opposite of ዲና፡ but it also means a conspiracy, a plotter.

8 ሴራ፤አይል፡ዲና፤አይል። አይል፡ is the neg. 3rd per. sing. of the pres. tense of አለ፡ to say, minus the ም of the negative. The meaning is "he (the raider) cares nothing for loyal or disloyal," i.e. does not trouble his head whether those whom he robs and kills are loyal or disloyal.

9 ዲና፡ is "disloyal," not obeying the government.

10 See note 14, page 8.

11 ተሰማራ፡ "to graze" means also to go out into the country

12 ባዘነ፡ = to lose one's way, be dispersed.

13 ላላ፡ = to be loose, feeble.

14 እዝ፡ጠባቂ፡ጦር፡ = the general reserve.

3

The Rules of War

When a military expedition is desired, proclamation is made, it being said, "Collect in such and such a place, on such and such a day, in such and such a month." If the expedition be one of King against King, the whole populace is ordered, "all males" being said. They collect in the place they were ordered. There they consult on the entire plan of the campaign which will be performed in the future, that is to say it is arranged that so and so shall stay in such and such a place, and for the thing that so and so needs the signal will be such and such (lit. like this). After this, one of the advanced guard leaders who go in front at a distance of two or three days is appointed "Abagaz." This appointment is for the period of the war however, it is not permanent. That is to say it being said that a certain Fītāurārī out of certain Fitauraris knows tactics (lit. the plan of war) he is selected (for Abagaz), and the Fitauraris who are appointed to him are under his orders. Again the cavalry marches under the command of a leader at a distance of 2 or 3 days. They (i.e. the cavalry) have right-wing and left-wing commanders and these also have Fitauraris. The right-wing commanders and skirmishers are on the right, and the left-wing commanders and skirmishers on the left, after this follows the main body. Next, if the king is there, the king follows, otherwise the chief Abagaz, the Commander-in-Chief. Next the transport (lit. store-house) follows and then the rear-guard. The work of the rear-guard is to bury the dead, to pick up the weary and to support those unable (to carry on). It has on the right a right-wing, and on the left a left-wing, commander. Far away also on the right and left, whether they are ordered or not, the army called Fano consisting of cavalry and foot, plunders afar, destroying all they find like locusts. They do not obey orders; they devastate the country, no matter whether it be loyal or rebel. Of all these parts of the army there are Commanders-in-Chief for the subordinate officers. Also it (i.e. the army) takes the signal from the king or from the Commander-in-Chief. The skirmishers skirmish to the front and rear. So that all these parts of the army may not lose their way in the country, the chief advanced guard commander, who goes on ahead, causes to be pitched first the king's tent. The army seeing the tent, camp themselves. Again they collect on hearing the sound of the drums and bugles, for their noise is heard far away. But it is only Rases and Dajāzmaches who have drums beaten (lit. loaded, i.e taken with their troops) and bugles and fifes blown; all the other chiefs have not the right, but follow the orders of these others. If a Rās or Abagaz gets weak from the fight (i.e. suffers heavy losses), (some one) from the main body, reserve, or any army corps is ordered to make a forced march and reinforce him. Finis.

RECIPES

1

የጠጅ፡አጣጣል[1]።

ጠጅ፡ሲጣል፡፩፡ዋንጫ፡ወይም፡፩፡ኩባያ[2]፡ማር፡፮፡ወይም፡፯፡ውሀ፡ከጋን፡ገብቶ፡ይማሰላል፡በማግሥቱ፡ሰፈፉ[3]፡ሁሉ፡ከላይ፡ይንሳፈፋል[4]፡ሰፈፉን፡ገፎ፡ጌሾ[5]፡ጥቂት፡በሳት፡አምሶ፡ከብርዙ[6]፡ትኩሱን፡ይገባል፡ሌቱን፡ፈልቶ[7]፡ያድራል። ደጋ[8]፡እንደሆነ፡በ፳፡ወይም፡በ፴፡ቀን፡ይደርቃል፡ቆላ[8]፡እንደሆነ፡ባ፲፡ና፡ባ፲፭፡ቀን፡ይደርቃል[9]። ጠጁ፡እየተጠለለ[10]፡በማር፡እየተላሰ[11]፡፳፡ዓመት፡ድረስ፡ይቀመጣል፡ማላሱ፡አንድ፡ጊዜ፡ብቻም፡አይደል፡ሊሆመጥጥ፡በፈለገው፡ጊዜ፡ማላስ፡ነው።

---

[1] See note 14, page 8. Note that there are special words for the making of both Taj and Ṭaḷla. See note 1, page 90.

[2] ኩባያ፡ is a cup or goblet of enamelled ware Arabic كُبِّيَّة

[3] ሰፈፍ፡ = impurities of honey, honeycomb.

[4] ተንሳፈፈ፡ = to float.

[5] ጌሾ፡ is a plant which is used to make the Taj and Ṭaḷḷa ferment as hops are used with us.

[6] ብርዝ፡ is unfermented Taj, i.e. a mixture of honey and water.

[7] ፈላ፡ which means to boil is used meaning to ferment with regard to Taj.

[8] ደጋ፡ is the elevated country having an altitude generally of at least 7900—8000 ft. ቆላ፡ is the low country having a less altitude than 5900 ft. Country which has an intermediate altitude is called ወይና፡ደጋ። N.B. These altitudes are naturally rough estimates as the Abyssinian does not go in for measurements, but judges by climate, vegetation etc.

[9] ደረቀ፡ = lit. to dry, but here = ጠራ፡ to get pure.

[10] ተጠለለ፡ = to be filtered or strained.

[11] ተላሰ፡ means lit. to be licked. This verb is also used as in text for the mixing of honey with Taj.

ያረቂ፡ጠጅ፡ ደሞ፡ሲጣል፡ ፩።ማር፡ ፭፡ውሀ፡ ነው፡ጠጁ፡ወፍራም፡ እንዲሆን፡ነው።

ሰፈፉ፡ ተነጥሮ፡ ሰም፡ ይወጣዋል፡ ተሰም፡ የሚተርፈው፡ ደሞ፡ ፋጉሎ[12]፡ ይባላል፡ለምጣድ[13]፡ማሰሻ[14]፡ ይሆናል።

---

12 ፋጉሎ፡ = dregs of wax.

13 See note 34, page 61.

14 ማሰሻ፡ = noun of instrument from አሰሰ፡ = ወለወለ፡ to rub, clean.

1

The Making of Hydromel

When Taj is made, a horn or cup of honey is put in a large jar with 6 or 7 cups of water (that is to say the proportion is 1 to 6 or 1 to 7), and stirred. The next day all the impurities and wax float on the top. (The maker) having taken out the impurities and having slightly heated some Gesho, it goes into the birz whilst hot, and ferments all night. If it be in the highlands it is ready in 8 or 9 days, and if in the plains in 4 or 5 days. Taj, which is filtered and which has been mixed again with honey, will remain good for 20 years. This mixing again with honey is not just only once. It must be done when needed, when the Taj is becoming sour.

Taj for Araqi (spirit) is one part of honey to 5 parts of water so that the Taj may be thick.

The impurities being purified they give wax; what is left over from the wax also, is called "Fagulo" and is used for rubbing on mitads.

2

የጠላ፡አጠማመቅ[1]።

ጠላ፡አጠማመቅ፡ገብስም፡ሆነ፡ማናቸውም፡እህል፡ሆነ፡ተቆልቶ፡ይፈጫል፡ቀጥሎ፡ከዶቄቱ፡ውሀ፡አግብቶ፡ታሽቶ፡ይንከራል[2]፡ተዚህያ፡ወዲያ፡ከጋንም፡ሆነ፡ከበርሚል፡ይገባል፡ውሀ፡ወዲያው፡ይሞላል። በፊት፡ግን፡ጥንስስ[3]፡ጠንስሶ[4]፡ነው። ጥንስስ፡ማለት፡በገምቦ፡ወይም፡በንስራ፡የተወቀጠ፡ጌሾ[5]፡ውሀ፡ጨምሮ፡ይገባል፡በሶስተኛው፡ቀን፡ቂጣ[6]፡የማናቸውም፡እህል፡ሰባብሮ፡ብቅል፡ጨምሮ፡ከጋኑ፡ይገባል። እንዲፈላ፡፩፡ቀን፡ድረስ፡ይቀመጣል፡ባራተኛው፡ቀን፡ውሀ፡ይሞላል፡ጠላው፡መድረሱ፡እንደ፡ጠጁ፡ነው።

ብቅል፡አደራረጉ፡ከገብስ፡ወይም፡ከስንዴ፡ነው፡በውሀ፡ነክሮ፡ገሚስ፡ሰዓት፡ያህል፡አቆይቶ፡ጉድጓድ፡ጐድጉዶ፡ቅጠል፡ጐዝጉዞ፡ቅጠል፡በላይ፡ሸፍኖ፡አፈር፡ይለብሳል። በሶስተኛው፡ወይም፡ባ፬፡ተኛው፡ቀን፡ከጉድጓድ፡አውጥቶ፡ለጣይ፡ይሰጣል፡ሲደርቅ፡ተፈጭቶ፡በመጠን፡ነው፡አገባቡ፡የበዛ፡እንደሆነ፡ጠላ፡ያሆመጥጣል።

ጠላ፡ዓይነቱ፡ብዙ፡ነው፡ቀይ፡ነጭ፡ነው። የቡሆ፡የቂጣ፡ነው፡እንደ፡ዓይነቱ፡ስራውም፡ደሞ፡በተለይ፡ነው።

---

[1] See note 14, page 8.

[2] ተንኮረ፡ was explained as እየተገለበጠ፡በሰለ።

[3] ጥንስስ፡ = flour of malt.

[4] ጠንሰሰ፡ = to make flour of malt.

[5] See note 5, Recipe 1.

[6] ቂጣ፡ is a cake of unleavened bread something like the Indian Chapātī.

2

The brewing of beer.

Barley or other grain for the brewing of beer is parched and ground, afterwards the flour being mixed with water it is kneaded and fried. After that it is put in a large jar or barrel which is afterwards filled with water. But first flour of malt must be made. Flour of malt means that pounded Gesho is put in a jar or pitcher together with water, and on the 3rd day a Chapātī of any kind of grain is broken up and put together with malt into the jar. It stays there 4 days, so that it may ferment. On the 4th day it is filled with water. The time that beer takes to be ready is the same as Taj.

Malt is made from barley or wheat. The maker having soaked the wheat or barley in water and leaving it there for about ½ hour, digs a hole and spreads leaves in it; he then covers it with leaves and earth. On the 3rd or 4th day having taken it out of the hole, it is spread out to dry in the sun. It is ground when dry, and is added by measure; if it be in excess it sours the beer. There are many kinds of beer; there is red, and white, beer of dough and beer from Chapātī. According to the kind it is, its manufacture also is different.

3

የሻሜት፡መጠጥ፡አበጃጀት[1]።

ሻሜት፡መጠጥ፡ማለት፡ልዝብ፡መጠጥ፡ነው፡ለሰውም፡ጤና፡ነው፡እንደ፡ሸርበት፡ነው። አበጃጀቱ፡ገብስ፡እጅግ[2]፡ሳይገባው፡ቆልቶ፡ይፈጫል፡ቀጥሎ፡በወንፊት፡ይነፋል። ቀጥሎ፡ማር፡አንጥሮ፡በመጠን፡ተገብሱ፡ዱቄት፡ጋራ፡ውሀ፡ጨምሮ፡በውል፡አሽቶ፡በማጥርያ፡አጥርቶ፡በገምቦም፡ሆነ፡በጠርሙዝ፡ይቀመጣል። ውሀ፡ከገብሱ፡ዱቄት፡ሲጨመር፡መወፈርና፡መቅጠኑን፡ባለቤት፡እንደወደደ፡

[1] See note 14, page 8.

[2] እጅግ፡ሳይገባው። = እጅግ፡እሳት፡ሳይገባው።

ነው ። ሲቀመጥ ፡ እድሜው ፡ ፫ ፡ ቀን ፡ ብቻ ፡ ነው ፡ ተዚያ ፡ ወዲያ ፡ መሆምጠጥ ፡ ይጀምራል ።

ውሀ ፡ ሳይገባ ፡ በማር ፡ ብቻ ፡ የገብሱ ፡ ዱቄት ፡ የታሸ ፡ እንደሆነ ፡ ስሙ ፡ በሶ ፡ ይባላል ፡ የመንገድ ፡ ስንቅ ፡ ነው ፡ ከተሰፈረበትም ፡ በማር ፡ ከታሸው ፡ በሶ ፡ በውሀ ፡ በጥብጠ[3] ፡ ያው ፡ ሻሜት ፡ ይሆናል ። ደግሞ ፡ አንዱ ፡ አይነት ፡ በሶ ፡ ውሀና ፡ ጨው ፡ ከዱቄቱ ፡ ገብቶ ፡ ይታሻል ። ሶስተኛ ፡ አይነት ፡ ደሞ ፡ ጨው ፡ ብቻ ፡ ገብቶ ፡ ዱቄቱ ፡ ደረቅ ፡ እንደሆነ ፡ ይያዛል ፡ ሲፈለግ ፡ በውሀ ፡ ይታሻል ።

[3] በጠበጠ ፡ = to dilute.

3

The manufacturing of the drink "Shāmet."

The drink "Shāmet" is a mild one; it is good for the health and is like Sharbat. (For) its preparation barley is parched without this being done to excess: it is then ground and winnowed in a sieve. (The maker) afterwards having purified honey, mixes it well with the barley flour by measure, having added water; he then filters it and it is put in a jar or bottle. When he adds water to the barley flour its thickness or thinness is as he himself likes. It only lasts (i.e. remains good) for 3 days, after that it begins to sour. If barley flour alone without water is mixed with honey, it is called "Baso." It is provision for travelling. Where one encamps, if the "Baso" which is mixed with honey be diluted with water, it becomes Shāmet. There is also a kind of "Baso" in which water and salt are mixed with the flour. A third kind also is taken with salt only being added, the flour being dry. When it is wanted it is mixed with water.

4

የሸዋ ፡ ድልህ[1] ፡

፳ ፡ ቁና[2] ፡ ጥሬ ፡ በርበሬ ፡ ፩ ፡ ውቅጥ[3] ፡ ይወጣዋል ። አደራረጉም ፡ ቀጥሎ ፡ እንደተጻፈው ፡ ነው ። የበርበሬውን ፡ ቂንድ[4] ፡ ቀንጥሶ[5] ፡ ጉድፍንም ፡ ለቅሞ ፡ በሙቀጫ ፡ ሸክሽኮ[6] ፡ ማውጣት ፡ ነው ፡ ቀጥሎ ፡ ከበርበሬው ፡ አንድ ፡ ጭብጥ ፡ በሶብላ[7] ፡ የሁለት ፡ ትሙን[8] ፡ ዝንጅቢል ፡ የሁለት ፡ ትሙን ፡ ነጭ ፡ ሸንኩርት ፡ የሩብ ፡ ቀይ ፡ ሸንኩርት ፡ እነዚህን ፡ ሁሉ ፡ ጨምሮ ፡ እንደገና ፡ መደለዝ[9] ፡ ነው ፡ ድልዙን[9] ፡ አውጥቶ ፡ ከጥኃይ ፡ በውል ፡ ማድረቅ ፡ ነው ፡ ሁለት ፡ ሶስት ፡ ቀን ፡ ያህል ፲ ቀጥሎ ፡

<table>
<tr><td>ቁንዶ ፡ በርበሬ ፡</td><td rowspan="4">} እንዚህ ፡ ሁሉ ፡ ቅመሞች ፡ ተደባልቀው ፡ ነው ፡
የሚሸጡት ፡</td></tr>
<tr><td>ከሙን ፡</td></tr>
<tr><td>ቀረፋ ፡</td></tr>
<tr><td>ቀረንፉል ፡</td></tr>
</table>

ደሞ ፡ ዝንጅቢል ፡
ጥቁር[10] ፡ አዝሙድ ፡
ነጭ[10] ፡ አዝሙድ ፡

---

1 ድልህ ፡ as will be seen by the text is a kind of sauce or chutney.

2 ቁና ፡ is a measure for grain.

3 ውቅጥ ፡ = pounded substance from ወቀጠ ፡ to pound.

4 ቂንድ ፡ = ቅንድብ ፡ = husk of corn. It is here used for the small piece of stalk that may adhere to the end of the pepper pod.

5 ቀነጠሰ ፡ = to break off.

6 ሸከሸከ ፡ = to pound coarsely.

7 በሶብላ ፡ = ዘቃ ፡ ቅቤ ፡ is a kind of aromatic plant.

8 ትሙን ፡ is the ordinary word used in Shoa for the Menelik piastre which itself bears the inscription ገርሽ ፡ (Arabic غرش). Properly speaking ትሙን ፡ is the name of the old double-piastre which is now obsolete. It was called ትሙን ፡ as being $\frac{1}{8}$ (Arabic ثُمْن) of a dollar.

9 ደለዘ ፡ = to pound anything with moisture in it. ድልዝ ፡ = the paste, pounded mass. Compare note 3, Recipe 4.

10 ጥቁር ፡ አዝሙድ ፡ = አባሱዳ ፡ (Arabic حبة سودا) = nigella seed. ነጭ ፡ አዝሙድ ፡ is a seed with properties like the above but it is white.

ኮረሪማ፡
ድምብላል፡
ጦስኝ[11]፡
ጎመን፡ዘር፡
እርድ[12]፡
ጨው፡
እንዚህን፡ሁሉ፡ከውቅጡ፡በርበሬ፡ቀይጦ[13]፡በውል፡ማላም፡ነው፡
ቀጥሎ፡በውሃ፡በውል፡ማሸት፡ነው፡ወፍሩ፡የወፈረ፡የስንዴ፡ሊጥ[14]፡
እስኪሆን፡ድረስ። ሲሆን፡በሆምጣጤ፡ውሃ፡ጭምር፡ቢታሽ፡ይበ
ልጣል። ስራው፡ከተፈጸመ፡በኋላ፡ለለት፡ምግብ፡ማለት፡ለሶስትና፡
ላራት፡ቀን፡ያህል፡አስቀርቶ፡የቀረውን፡በንጹህ፡ዕቃ፡መርጎ[15]፡ማስ
ቀመጥ፡ነው፡እንዲነግሥ[16]። ጣሙን፡ሳይለውጥ፡ብዙህ፡ዘመን፡ይቀ
መጣል፡ከመቀመጥ፡ብዛት፡የደረቀ፡እንደሆነ፡ማርጠብ፡ያስፈልጋል።
ውቅጡ፡በርበሬ፡፩ቁና፡እንዚህ፡ቅመሞች፡ሲጨመሩ፡ሞላው፡ሁ
ለት፡ቁና፡ይሆናል።

የጎንደሮች፡ድልህ፡ልዩነቱ፡

የጎመን፡ዘርና፡ነጭ፡ሽንኵርት፡ቀይ፡ሽንኵርት፡ቀቅሎ፡ማሳደር፡
ያስፈልጋል፡በማግሥቱ፡ቅመምን፡ሁሉ፡ጨምሮ፡ተበርበሬው፡ጋራ፡
ማላም፡ነው። ለሁሉም፡የሸዋም፡የጎንደሬውም፡ድልህ፡ሆነ፡ቅመ
ሙ፡ሁሉ፡ተዝንጅቢል፡በቀር፡ቆልቶ[17]፡ነው፡ቁሌቱ[18]፡ሳይገባው።
የጎንደሮቹ፡ድልህ፡ግን፡ቀይ፡ሽንኵርት፡እንዚዝ፡እስቲመስል፡ነው፡
የሚቆላው።

---

[11] ጦስኝ፡ is a kind of thyme.

[12] እርድ፡ = turmeric (Arabic هرد).

[13] ቀየጠ፡ = to mix.

[14] ሊጥ፡ = dough.

[15] መረገ፡ = to smear, plaster, coat over.

[16] ነገሠ፡ = here, to ferment.

[17] ቆልቶ። አምሶ፡ is better.

[18] ቁሌት፡ = አቈላል። እምሱ፡ is here better than ቁሌቱ።

4

The Dillih of Shoa

Seven measures of raw red pepper pods give one measure of powdered red pepper. The process of manufacturing is as written below. (The maker) having plucked off the ends of the pepper pods and having gathered the waste matter, pounds it a little in a mortar and then must take it out. Then having added a handful of Basobila, two piastres' worth of ginger, two piastres' worth of garlic and a quarter dollar's worth of onions, he must pound again. Having taken out the paste he must dry it properly in the sun for about two or three days. Then:

Black pepper }
Cumin } All these spices are sold mixed.
Cinamon }
Cloves }
Ginger (again).
Black Azmud.
White Azmud.
Cardomans.
Coriander.
Tosiñ.
Cabbage seed.
Turmeric.
Salt.

Having mixed all these with the powdered red pepper, the maker must make it properly fine, and afterwards knead it well with water, until its consistency becomes that of thick wheat dough. If it be possible, if it be kneaded with vinegar and water, it is preferable. After it has been made having put on one side enough for daily food, i.e. for three or four days, he should put the rest in a clean vessel with (the top) plastered up (with dough) so that it may ferment. It lasts for a long time without its taste changing. If, owing to the length of time it has been kept, it gets dry it should be moistened (lit. he should moisten it). The powdered red pepper is one measure and when these spices are added, altogether they will make two measures.

The difference of the Gondar people's Dillih

Having boiled the cabbage seed, garlic and onions it must be left overnight. On the next day, having added all the spices, they must be made fine with the red pepper. For both the Shoans' and the Gondar people's dillih all the spices, with the exception of the ginger, are heated over a fire but not too much. The onions however of the Gondar folks' dillih are roasted till they resemble the colour of a black beetle.

MISCELLANEOUS

1

እጅግ፡የተወደዳችሁ፡ኢትዮጵያውያንሆይ።

ሰሚ፡ጆሮ፡ለባዊ[1]፡አእምሮ፡ይስጣችሁ፡ብየ፡ሰላምታየን፡አቀርባለሁ። ከብዙ፡ዓመት፡ከብዙም፡ዘመን፡በኋላ፡እኔ፡የኢትዮጵያ፡ጎህ፡የምሆነው፡ዜናዊ[2]፡ጋዜጣ[3]፡በግርማዊ[4]፡ገናና[5]፡የኢትዮጵያ፡ንጉሠ፡ነገሥት፡ትእዛዝ፡ነጋድራስ፡ኃይለ፡ጊዮርጊስ፡ከኢትዮጵያ፡መንግሥት፡የውጭ፡ምንስተርነት፡የተሾሙ። በሙሴ፡ኢድልቢ፡እጅ፡ከኢሮጳ፡ወደ፡አዲስ፡አበባ፡አስመጡኝ። የኢትዮጵያ፡ሕዝብም፡የሰው፡ልብ፡ቶሎ፡የሚከፍት፡ከስንፍናም፡የምታነቃ፡ብርሃን፡መጣህልን፡ብለው። ትልቅ፡ትንሹ፡በክብረት፡ተቀበሉኝ። ለእግዚአብሔር፡ለመንግሥት፡የሚጠቅም፡ሥራም፡ላትምላቸው፡ተሰናዳሁ። ስለዚህ፡ይህን፡ስራ፡አይቶ፡ቃሌንም፡ሰምቶ፡የማይነቃ፡ሰው፡የኤሊን፡ስንፍናዋን። የጕጕት፡በቀን፡አለማየትዋን፡ይመስላል። ነገር፡ግን፡ነጋድራስ፡ኃይለ፡ጊዮርጊስ፡የውጭ፡ምንስተር፡ጃንሆይና፡ንግሥታችን፡መንግሥታችንም፡ወደውሀል፡ሁሉም፡ይሰሙሀል፡ስምህንም፡ጎህ፡ብለው፡ሰይመውሀልና[6]፡ደስ፡ይበልህ፡ስላሉኝ፡በዚህ፡ቀንም፡ሰው፡ሁሉ፡ሕያው[7]፡ሁን፡ጎህ፡አጋዣችን፡ሆይ፡ብለው፡መረቁኝ፡በታላቅ፡ደስታ፡በክብርም፡ዋልኩ፡የክርስትና፡አባቶቼም፡ራሶች፡ሊቃውንቶች፡ምንስተሮችና፡ደጅ፡አዝማቾች፡ወምበሮች፡ጸሐፎች፡መኳንንቶችም፡ሁሉ፡ናቸው። አምላከ፡ኢትዮጵያ፡ይከ

---

1 ለባዊ፡ = አዋቂ፡ = intelligent.

2 ዜናዊ፡ = celebrated.

3 ጋዜታ፡ is the usual spelling of this word in Amharic.

4 ግርማዊ፡ = majestic, awe-inspiring √ገረመ፡

5 ገናና፡ = august.

6 ሰየመ፡ = to give a title to.

7 ሕያው፡ሁን፡ = lit. be alive.

በር ፡ ይመስገን ፡ በኤይሮጳ ፡ በአስያ ፡ በአሜሪካ ፡ በአፍሪቅያ ፡ በአውስት ራልያም ፡ ከንቅልፋቸው ፡ አንቅቼ ፡ በእውቀት ፡ እስከ ፡ አየር ፡ እንዳደረስ ኳቸው ፡ ዛሬም ፡ ወደ ፡ ኢትዮጵያ ፡ እጆችዋን ፡ ወደ ፡ እግዜአብሔር ፡ ከምትዘረጋ ፡ አገር ፡ ያመጣኸኝ ።

ዕድሜ ፡ ለምኒልክ ፡ ከነ ፡ ሠራዊቱ ፡ ብየ ፡ እጸልያለሁ ።

የኢትዮጵያ ፡ እውነተኛ ፡ አገልጋይ ። ጎህ ።

ሐምሌ ፡ ፲፯ ፡ ቀን ፡ ፲፱፻ ፡ ዓመተ[8] ፡ ምሕረት ፡ አዲስ ፡ አበባ ፡
እግቢ ፡ ታተመ ።

---

[8] ዓመተ ፡ ምሕረት ። often abbreviated to ዓ ፡ ም ፡ "year of grace" is our A.D.

1

Regarding a Newspaper

My dear Abyssinians,

I present you with my salutations saying "May (God) give you a hearing ear and clever intellect." After many years I who am the celebrated newspaper "the Dawn of Ethiopia," Nagadras Haile Georgis the Minister for Foreign Affairs of Ethiopia by order of the Majestic and August Emperor of Abyssinia brought me from Europe to Addis Abeba by the instrumentality of Mr Edilbee. The Ethiopic nation saying "You, the light which quickly opens people's minds, and which awakes from sloth, have come," great and small received me with honour. I am prepared to print for them work useful to God and to the government. Therefore if anyone who having seen this work, and having heard my words, does not wake, he resembles the laziness of the tortoise and the owl's not seeing by day. Since Nagadras Haile Georgis however, the Minister for Foreign Affairs told me, "The Emperor and our Queen and government like you and all will listen to you and have given you the name (or title) of 'Dawn,' be pleased" and this day all the populace blessed me saying, "Live long oh Dawn, our supporter." I passed the day in great joy and honour, and my godfathers are Rāses, professors, ministers, generals, judges, scribes and all officers.

The God of Ethiopia be honoured and praised! As I having awakened from their sleep (people) in Europe, Asia, America, Africa and Australia have by knowledge made them reach the ether (i.e. have highly instructed them) to-day also you have brought me to Ethiopia the country which stretches out her hands towards God.

I pray for life to Menelik and his army.

"Dawn" the honest servant of Ethiopia.

Printed at the Palace, Addis Ababa, 17th Hamle 1900 (A.M.).

2

ለሰውነት፡የሚጠቅም፡መጠጥ፡

ስማ፡የኢትዮጵያ፡ሕዝብ። በዳግማይ፡ምኒልክ፡በስዩመ፡እግዚአብሔር፡ንጉሠ፡ነገሥት፡ክቡር፡መንግሥት፡ጠላቶችን፡ሁሉ፡ላሸነፍኸ፡ለበረታህ፡ሕዝብ፡ላንተ፡ሰላም፡ይሁን። ሁለግዜ፡ብርቱ፡ሁን፡ብርቱም፣እንድትሆን፡መልካም፡ወይን፡ጠጣ። ከላ፡ላሮሼ፡ሰው፡ጉልበትን፡ይመልሳል፡የጉልማሳ፡ሰውን፡ብርታት፡ይጠብቃል፡ለሁሉም፡ደኅንነትና፡ጤናን፡ይሰጣል። የከላ፡መገኛው፡ከአፍሪቅያ፡ነው፡በራቱ፡ማእዘን፡ስሙ፡ተጠርቷል፡ረጅም፡ሕይወትን፡የሚፈልግ፡ሰው፡ሁሉ፡ይመኘዋል።

ቶኒ ፡ ኮላን ፡ ወይም ፡ ኮላ ፡ ክሪን ፡ ወይ ፡ ኮክተል ፡ ኮላን ፡ ወይም ፡ ስክርስ
ታት ፡ የሚባል ፡ ታላቅ ፡ የኮላን ፡ አረቂ ፡ የጠጣ ፡ ሰው ፡ ሌላን ፡ መጠጥ ፡
አይፈልግም ።

እነዚህን ፡ መጠጦች ፡ ሁሉ ፡ ወደ ፡ ኢትዮጵያ ፡ የሚያመጣቸው ፡ የን
ግድ ፡ ማኅበር ፡ ሉኢስ ፡ ዱባይል ፡ ኮ ፡ አዲስ ፡ አበበ ፡ ላይ ፡ ነው ።

2

A beverage which is good for the Body

Listen people of Abyssinia! I present my salutations to you who, under Menelik II by the grace of God, Emperor, have vanquished all the enemies of your noble government and have become strong. Be always strong and so as to be strong, drink good wine. "Kola" revigorates (lit. gives back strength to) the aged, preserves the strength of the robust and gives health to all. "Kola" is found in Africa, it is celebrated in the four quarters of the globe; all who wish for long life desire it. The person who drinks "Toni Kola" or "Kola-Kri" or "Cocktail Kola" or "Secrestat" which is called "Grand Liqueur de Kola" does not desire any other beverage.

The "Société Commerciale" of Louis Dubail and Co. of Addis Abeba is the importer of all these drinks into Abyssinia.

3

የሃኪም፡ምራብ፡መድኃኒት፡ማስታወቂያ።

የሃኪም፡ሜራብ፡ጊየርጊዮን፡መድኃኒት፡ቤት፡ከ፯፻፡የሚበልጥ፡ሁሉም፡መጀመሯ፡ዓይነት፡መድኃኒት፡በመልካም፡ዋጋ፡መሸጡን፡በማክበር፡ለሕዝብ፡ሁሉ፡ያስታውቃል። ከሱ፡ዘንድም፡የሚጠጣው፡ኮሶ[1]። የወስፋት፡መድኃኒት። የቅጥኝ። የጨብጡ። የወባ። የቁስል። ኢኦዶር[2]። ኢኦዳፎርም። የሌላም፡በሽታ፡መድኃኒት፡ሁሉ፡ነው። ደግሞም፡የኃኪም፡ጥሩ[3]፡ሽቶ፡አለ።

---

[1] ኮሶ፡ is a purgative drug used to expell tapeworm and the word is also roughly used for any purgative.

[2] ኢኦዶር፡ Iodide of Potassium is probably meant.

[3] ጥሩ፡ is literally "pure" but is also used meaning "excellent, of high quality."

3

Advertisement of Dr Merab's Medicine

The Pharmacy "Géorgie" of Dr Merab has the honour to inform the public that more than 700 medicines are for sale at a reasonable price and all of the first quality. He has also Kosu; remedies for taenia, syphilis, gonorrhoea, fever, and wounds; iodide, iodoform, and medicines for all other diseases. The doctor has also good perfumes.

4

ካቶ፡ከበደ፡ቤት፡የክርስቲያን፡ምግብ፡የጦም፡የብሎት[1]፡ምግብ፡አለ፡የተመሰገነ[2]።

ካቶ፡አለሙ፡ቤት፡የተመሰከረለት[3]፡ጥሩ፡ምግብ፡ከሻይ፡ጭምር፡አለ።

ባዲስ፡አበባ፡ተሁሉ፡የሚበልጥ፡ጥሩ፡ዳቦ፡ቤት፡በመንግሥት፡የታወቀ፤ጥሩ፡መጠጥም፡በየአይነቱ፡አለ።

የአቶ፡አየለ፡ልኳንዳ[4]፡ጥሩ፡የክርስቲያን፡ምግብ፡አለ። ግቡ፡ግዙ፡የጦም፡ወጥ፡የብሎት[1]፡ወጥ፡አለ።

---

[1] ብሎት፡ is a day on which meat is eaten "jour gras."

[2] የተመሰገነ፡ = lit. which is praised.

[3] የተመሰከረለት፡ = lit. which has evidence given in its favour. See Armbruster's *Grammar*, par. 71.

[4] ልኳንዳ፡ is Ato Ayala's shot at ሎካንዳ፡ "hotel."

4

Eating-house Signboards

In Ato Kabbad's house there is highly recommended food for Christians, both for fast and non-fast days.

In Ato Alamu's house there is highly recommended pure food and tea.

The most excellent bread shop in the whole of Addis Abeba: celebrated in the kingdom. There are also excellent drinks of every kind.

In Ato Ayala's hotel there is excellent food for Christians. Enter! Buy! There are dishes for fast and non-fast days.

5

ይድረስ፡ከኢትዮጵያ፡ባንክ፡የገንዘብ፡መሰብሰብያ።

ክፈል፡ለ   ወይም፡ይህን፡ለያዘ።

ቍጥሩ

5

Cheque Form of Bank of Abyssinia

To the Bank of Abyssinia.

Pay to   or the holder of this

the sum of

6

የኢንዮጵያ፡ባንክ፡   አዲስ፡አበባ፡ ፲፱፻..

የኢትዮጵያ፡ባንክ፡አዛዥ፡አዲስ፡አበባ።

እንደዚህ፡እንደውሉ፡የጠየቅሁዎትን፡መቶ፡ብር፡ያበድሩኝ፡ ይህነንም፡ገንዘብ፡ከነወለዱ፡በ፳፫ሐምሌ፡ወይም፡አስቀድሜ፡ ባመት፡በመቶው፡ብር፡ወለዱ፡፲፫ብር፡ጭምር፡ታስቦ፡እከፍልዎ ታለሁ። በተረፈ፡ዋሴ፡አቶ፡እገሌ፡ይኸነን፡የተበደርኩትን፡ገንዘብ፡ ከነወለዱ፡ይከፍልዎታል። በቀኑ፡ያልከፈልኩ፡እንደሆነ፡ግን፡ወለ ዱም፡ዋና፡ሆኖ፡መቶው፡ብር፡በወር፡በወሩ፡ብር፡ተሩብ፡ብር፡ ተሩብ፡ይወልዳል፡ይኸውም፡ወለድ፡ደግሞ፡በወሩ፡ዋና፡ይሆናል።

እላይ፡ እንደተባለው፡ መቶ፡ ብር፡ ዋስ፡ መሆኔ፡ ተበዳሪው፡ አቶ፡ ተሰማ፡ በማናቸውም፡ ምክንያት፡ የተበደረውን፡ ብር፡ ከነወለዱ፡ በሰጡት፡ ቀን፡ ያልከፈል፡ እንደሆነ፡ እኔው፡ እራሴ፡ ዋናውን፡ ከነወለዱ፡ እከፍልዎታለሁ።

6

Loan Agreement Form of Bank of Abyssinia

The Bank of Abyssinia Addis Abeba 19...

The Governor of the Bank of Abyssinia Addis Abeba.

In accordance with this agreement, please lend me the \$100 which I asked you. I will pay you this money together with the interest on 25th Hamle or before, $15\ {}^{\circ}/_{\circ}$ per annum additional being calculated. Besides, my guarantee Ato so and so will pay you this money that I have borrowed, together with its interest. If I have not paid on the day (fixed) the interest will become capitalised $\$1\frac{1}{4}\ {}^{\circ}/_{\circ}$ per mensem being the rate (lit. \$100 will produce interest at the rate of $\$1\frac{1}{4}$ per month). This interest also will monthly become principal.

I being (lit. my being) security for the \$100 mentioned above, if the borrower Ato Tasamma does not pay the borrowed money with the interest on the appointed day from any reason, I myself will pay you the principal and its interest.

7

ሞዓ ፡ አንበሳ ፡ ዘእምነገደ ፡ ይሁዳ ፡ ዳግማዊ ፡ ምኒልክ ፡ ሥዩመ ፡ እግ
ዚአብሔር ፡ ንጉሠ ፡ ንገሥት ፡ ዘኢትዮጵያ ።
ይድረስ ፡ ከሙሴ ፡ ፓስታካልዲ ። ሰላም ፡ ላንተ ፡ ይሁን ።
ያመጣህልኝ ፡ የሠራብሎ ፡ ኪና ፡ ፈሮኪና ፡ እጅግ ፡ ማለፊይ ፡ ነው ።
አሁንም ፡ በኔ ፡ ስም ፡ የኢትዮጵያ ፡ ንጉሠ ፡ ነገሥት ፡ ሠራተኞች ፡ ተብ
ለው ፡ እንዲጠሩ ፡ እንድታስታውቅ ፡ ይሁን ። ማዚያ ፡ ፲፪ቀን ፡ ፲፰፻፺፰
ዓመተ ፡ ምሕረት ፡ አዲስ ፡ አበባ ፡ ተጻፈ ።

7

Certificate appointing a Merchant Purveyor to the Emperor

Inscription round crest is, "The conquering lion of the house of Judah, Menelik Emperor of Abyssinia."

(From) the conquering lion of the house of Judah, Menelik II by the grace of God Emperor of Ethiopia.

To Monsieur Pastacaldi. Greetings! The Kina, Farokina of Sarabalo which you brought (or imported) for me is very good. And now you may notify in my name, that you be called manufacturers to the Emperor of Ethiopia.

Maziya 12th 1898, A.M. Written at Addis Abeba.

8

በዚህ፡ጽሕፈት፡የጥሩ፡ጨውን፡ጥቅምና፡የመጥፎ[1]፡ጨውን፡አለመስማማት፡ማጕደሉንም[2]፡እናስታውቃለን።

በቀድሞ፡ዘመን፡ጀምሮ፡የኢትዮጵያ፡ሰዎች፡ደህና፡አድርገው፡መርምረው፡ተረድተው፡ያውቃሉ። ከወደ፡አሩሲ፡ከሌላም፡ስፍራ፡የሚመጣው፡ያሸቦ[3]፡ጨው፡ጭራሽ፡መጥፎ፡እንደሆነ።

እንኳን፡ሌላ፡እክክ፡ያሳክካል፡እያሉ፡ለጋማም፡ለቀንድም፡ከብት፡አያበሉትም። ስለዚህ፡ለከብት፡ያልተስማማ፡ለሰውም፡አጥብቆ፡አይስማማም።

ጨዉም፡በውስጡ፡አሻዋና፡ጠጠር፡ሌላም፡ክፉ፡እድፍ፡አለበት፡ስለዚህ፡ነው፡የሚያሳክከው።

ደግሞም፡ይህ፡ሁሉ፡ነገር፡ስለተደባለቀበት፡ከአስር፡አንዱ፡ወይም፡ከአስር፡ሁለቱ፡አሻዋና፡እድፍ፡እየሆነ፡ከድልህም፡ለሌላም፡ምግብ፡ሲጨምሩት፡አያሰማም፡አያመረቃምም[4]።

ስለዚህ፡በአዲስ፡አበባ፡ጉምሩክ፡ፊትለፊት፡ያሉት፡የሙሐመድ፡አሊ፡ኮምፓንዮች[5]፡ይህነን፡ነገር፡መርምረው፡ከባሕር፡እጅግ፡ያማረ፡

---

[1] መጥፎ፡= bad.

[2] አጕደለ፡= to damage.

[3] አሸቦ፡= salt in grains: when in bars it is called አሞሌ፡

[4] አመረቃ፡= አጣፈጠ፡= to make taste nice.

[5] ኮምፓንዮች፡= the persons running a company (ኩባኒያ፡ or ኮምፓንያ፡). There is a confusion of ideas here as መርምረው፡ which follows shows that ኮምፓንዮች፡ is meant to represent people whereas "ጉምሩክ፡ፊትለፊት፡ያሉት፡" evidently refers to the principal shop and cannot logically refer to human beings.

የተነጠረም ፡ ጥሩ ፡ ጨው ፡ አምጥተዋል ፡ ከምግብ ፡ ሲጨምሩት ፡ ጥቂቱ ፡ የሚያሰማ ፡ የሚያመረቃም ፡ ዋጋውም ፡ ከአሞሌና[3] ፡ ከአሸቦ ፡ ጨው ፡ አብልጦ ፡ ያንሳል ።

ይላሉ ፡

የሙሐመድ ፡ አሊ ፡ ከምፓንዮች[5] ።

8

Advertisement of Muhammad Ali and Co. for Salt

In this writing we will point out the advantages of pure salt and the unsuitability of bad salt and its damage (i.e. the harm it does).

From ancient times the Abyssinians, having well investigated, know for certain that the "Ashabo" salt which comes from the Arussi and other places is thoroughly bad.

Not to speak of other things, thinking that it produces itch, they do not give it to maned or horned cattle. Therefore that which does not suit cattle certainly will not suit people!

The salt has in it sand, pebbles and other bad impurities, that is why it causes itch.

Since it is mixed with all this, one-tenth or one-fifth being sand and impurities, when it is added to "Dillih" or other food it does not taste and does not give a nice flavour.

Therefore the directors of Muhammed Ali which are opposite to the Custom House in Addis Abeba having investigated this affair, have imported (lit. brought from the sea) pure salt which is very nice and purified. When added to food a little of it makes itself tasted and it tastes nice. The price also is much less than "Amole" and "Ashabo" salt.

"The directors of Muhammad Ali."

9

ክቡራን፡ጌቶቼ፡ሆይ።

በሰለጠኑት፡አህጉር[1]፡ሁሉ፡ትልልቅ፡ስራ፡ሲመረቅ[2]፡እንደሚደረግ፡ዛሬ፡በመደረጉ፡ይህ፡የዛሬ፡ቀን፡የከበረ፡ቀን፡ነው።

ተስራ፡ሁሉ፡ዋና፡የትምርትና፡የጥበብ፡ቤት፡ማበጀት፡ነው። ትምህርት፡ማለት፡የስልጥንና፡የሀብት፡የክብረት፡የንጽህና፡የደግ፡ባህሪ፡መሰረት፡ናት።

የቀደምት፡ታሪክ፡ስንመለከት። ሊቅ፡ከመሃይም[3]፡እንዲከበር፡እንረዳለን።

ለዚህም፡ምስክራችን፡መጽሐፍ፡ቅዱስ፡ነው።

ሙሴን፡ሰልሞንን፡ነቢያቶችን፡ይቆጥርልናል። የሐዲስ፡ዘመን፡ሊቃውንት፡እንቁጠር፡ያልን፡እንደሆን፡አያል፡ወራትና፡ዘመናት፡ያስፈልገናል፡ቁጥራቸውን፡ለማድረስ።

በትልልቁ፡ከተማ፡ዙረን፡ስንመለከት። ለሊቃውንቱ፡የማይፈርስ፡የማይጠፋ፡የምስል፡ሃውልት[4]፡መታሰቢያ፡አቁመውላቸው፡እናገኛለን፡ለአዳም፡ልጅ፡ምስክር፡ሁኖላቸው፡ለዘለዓለም፡እንዲመረቁ።

የእሮፓም፡ነገሥታት፡እንመልከት፡እንሆ፡ትምህርትና፡ጥበብ፡በዓለም፡ሁሉ፡ለመምላት፡በየአመቱ፡ብዙ፡ምልዮን፡ብር፡ይከስራሉ[5]።

ለዚህ፡ምስክሩ፡ይኸውና፡የፈረንሳ፡መንግሥት፡የኢትዮጲያ፡ብላቴኖች፡ፍቅር፡አድሮበት፡ይህን፡ቤት፡አሰራ፡ሕዝባችን፡በትምህርትና፡በጥበብ፡እንዲቆም፡ብሎ።

---

1 አህጉር፡ is giiz plur. of አገር፡(ሀገር፡) "country."

2 ተመረቀ፡ lit. to be blessed.

3 መሃይም፡=illiterate.

4 ሃውልት፡=monument.

5 ከሰረ፡=to spend, to bankrupt (Arabic كسر).

ለዚህ፡ስራ፡ክቡራን፡የነገሥታቱ፡ሚኒስትሮች፡ሁሉ፡ረድተዋል፡አያል፡ነጋዶችም፡ለኛ፡ጥቅም፡ሲሉ፡አግዘዋል፡የሚጠቅም፡ስራ፡ነውና፡ይህን፡የተማሪቤት፡ስራ፡አስበው፡ለጀመሩልን፡ሰዎች፡በስራቸው፡ቀንታችኍ፡ጌቶቼ፡ሆይ፡እንድትረዷቸው፡እለምናችኋለሁ።

በገራችን፡አያል፡ተማሪቤት፡እንዲሰራና፡በያለበት፡ትምህርትና፡ጥበብ፡እንዲበዛ።

ከትምህርት፡በቀር፡ሁሉ፡ነገር፡ተበዝ፡ይረክሳል፡ትምህርት፡ግን፡ይወደዳል።

እስኪ፡ተመልከቱት፡ጌቶቼ፡ሆይ።

መድፍን፡የንፋስ[6]፡መርከብን፡ስልክን፡ምድር፡ባቡርን፡ከውኃ[7]፡ውስጥ፡እንደ፡አሣ፡የሚሄደውን፡መርከብ፡በዓለሙም፡ያለውን፡ልዩ፡ልዩ፡አይነት፡መድኃኒት፡ከእንጨትና፡ከአፈር፡ያወጣው፡ለአዳም፡ልጅ፡ጥቅም፡የሰራው፡ድንቁርና፡ይመስላችኋልን።

ወይስ፡ድንቁርና፡ነው፡ከምድር፡ሆድ፡ይህ፡ሁሉ፡ለአዳም፡ልጅ፡የሚጠቀምበት፡ነገር፡ያወጣ።

አይዶለም።

እስቲ፡እኛስ፡ለምን፡የሁሉ፡መጨረሻ፡እንሆናለን፡ጥበብን፡ለማግባት፡ምንድርስ፡ነው፡የሚከለክለን፡ልጆቻችን፡ወደ፡ተማሪቤት፡ለመስደድ። ሲሆን፡ይህ፡የማይበቃ፡እንደሆነ፡ደግመን፡ደጋግመን፡አያል፡ተማሪ፡ቤት፡እንክፈት፡ከጥቂት፡ቀን፡በኋላ፡አባቶቻቸውን፡በእውቀታቸው፡የሚያስመሰግኑ፡ጕልማሶች፡እንድናይ።

ወላጅም፡አንድ፡ፍሬ፡ዘርቼ፡እልፍ፡አመረትሁ፡ብሎ፡እንዲመካ።

አሁንም፡ትምህርት፡ለዘለዓለም፡ትኑር፡ጥበብም፡ትንገሥ።

ለትምህርት፡የሚረዱ፡ሰዎችንም፡እግዚአብሔር፡እድሜያቸውን፡ያርዝመው፡እንበል።

አሁንም፡አብረን፡በደስታ፡ድምፅ፡እንመርቅ።

ይላል፡ኢትዮጲያዊ። ።

---

[6] የንፋስ፡መርከብ። better ያየር፡መርከብ።

[7] ከውኃ፡ውስጥ፡እንደ፡አሣ፡የሚሄደው፡መርከብ። = a ship which goes in the midst of the water like a fish, i.e. a submarine.

9

My noble Sirs !

In all civilized countries important works being flourishing like they are (done), to-day, by this act, this day is honoured.

The constructing of schools is more important than anything else.   Learning means the foundation of civilization, of wealth, of honour, of purity, of good character.   If we examine the history of former times we will ascertain that a learned man is (more) honoured than an unlettered one.   Our evidence for this is the Holy Bible.   It enumerates for us Moses and Solomon.   If we say "Let us count the learned men (lit. professors) of modern times we will need several months and years to arrive at their number.   If we travel round and look at large cities, we find that they (i.e. people) have erected imperishable memorial statues to savants, so that, the statues being a testimony for them to all mankind, they (the savants) may be eternally blessed (i.e. praised).   Let us regard the kings of Europe.   Behold, they spend every year many million dollars to fill the whole world with knowledge and science.   As a proof of this, behold! the French government (or country), being imbued with love for the youth of Abyssinia, constructed this house (i.e. school) so that our nation may make progress in knowledge.   In this work all the honoured diplomatic corps (lit. ministers of the kings) have given aid, and many merchants, thinking that it would be useful to them, have assisted.   It is indeed a useful work my (dear) Sirs, I beg you to aid in their work those people who after much thought have commenced to construct for us this school, so that many schools may be built in our country, and learning everywhere increase. With the exception of learning everything when it becomes abundant becomes cheap, but learning increases in value.

Please see (dear) Sirs!

Do you think it ignorance which has constructed for man's advantage cannon, aeroplanes, telegraphs, railways, submarines, and which has extracted from wood and earth (i.e. organic and inorganic substances) the different kinds of drugs there are in the world! Or is it ignorance which has extracted from the bowels of the earth all these things that are useful to mankind!

No!

Now, why should we be the last of all in introducing knowledge (in our midst), and what is it that prevents us from sending our children to school? If we do, and if this does not suffice, let us continue to open many schools, so that after a short time we may see youths who cause their fathers to be praised for their (i.e. of the children) knowledge. So that he may boast saying, "I have sown one fertile seed and gathered ten thousand fold."

And now may learning last for ever and science reign! Let us say, "May God lengthen the days of the people who assist learning!"

And now let us joyfully bless (praise) together!

"An Abyssinian."

10

የላስቲክ ፡ ውል[1] ፡ ነገር ።

መጀመሬ ፡

ጃንሆይ ፡ የፈቀዱትን ፡ የላስቲክ ፡ ውል ፡ ተመልክተን ፡ ሞኖፖል ፡ የመንግሥታችን ፡ የኢትዮጵያ ፡ መንግሥት ፡ ነው ፡ ተብሎ ፡ ተጻፈ ። ባለ ውሉ ፡ ግን ፡ የላስቲክ ፡ ሥራ ፡ አዛጋር ፡ ነው ፡ እንጅ ፡ ባለቤት ፡ አይደለም ። እንዲሁም ፡ ከሆነ ፡ መንግሥት ፡ አሽከሩን ፡ ባጉልና[2] ፡ በማይረጋ ፡ ደምብ ፡ ሥራውን ፡ ሲሰራ ፡ ማሰናበት ፡ ይችላል ። የላስቲክ ፡ ስራ ፡ አዛጋር ፡ ስራው ፡ አጉል[2] ፡ መሆኑ ፡ በምንድር ፡ እናውቃልን ፡ ሲሉ ፡ ነገሩ ፡ ጸሐይ ፡ ይመስል ፡ የተገለጸ ፡ ነው ። እግዚአብሔር ፡ በኢትዮጵያ ፡ አገር ፡ ውሥጥ ፡ የፈጠረው ፡ ጸጋ ፡ የኢትዮጵያ ፡ ሰው ፡ እንዲጠቀምበት ፡ ብሎ ፡ ነው ፡ እንጅ ፡ እንግዳ ፡ ከውጭ ፡ አገር ፡ መጥቶ ፡ እንዲቀማው ፡ አይደለም ። የኢትዮጵያ ፡ ሰው ፡ ሰርቶ ፡ ደክሞ ፡ ለፍቶ[3] ፡ ላስቲክ ፡ ሲሰበስብ ፡ ፈረሱላውን[4] ፡ ለ፫ና ፡ ለ፬ብር ፡ መሸጥ ፡ የግድ ፡ አለበት ። ውሉ ፡ ግን ፡ ባይኖር ፡ የላስቲክ ፡ ዋጋ ፡ ፈረሱላው ፡ ከ፴ና ፡ ካ፵ብር ፡ አይጐድልም ፡ ነበር ።

፪ተኛ ፡

እንኳን ፡ ሰው ፡ ቀርቶ ፡ ከብት ፡ የማይወደውን ፡ ሳዕር ፡ በግድ ፡ አይበላም ፡ ገደልም ፡ አይቶ ፡ ቢመቱትም ፡ ቢገፉትም ፡ ለመግባት ፡ በጅ ፡ አይልም ። ነፍስ ፡ የሌለው ፡ እንስሳ ፡ ለሥጋው ፡ ደኅንነት ፡ ከፈለገ ፡ እንዴትስ ፡ ነፍስና ፡ ብልሀት ፡ ያለው ፡ ሰው ። እንቍ ፡ በርካሽ ፡ ዋጋ ፡ አይገዛም ፡ ወርቅም ፡ ለአሞሌ[5] ፡ አይሸጥም ፡ እንደዚሁም ፡ ፈረሱላው ፡ ለ፴ና ፡ ላ፵ብር ፡ የሚሸጥ ፡ ላስቲክ ፡ ለ፫ና ፡ ለ፬በግድ ፡ ሲሸጡት ፡ ዘረፋ ፡ ማለት ፡ አይደለም ፡ ወይ ።

---

1 ውል ፡ = agreement, treaty, contract, concession.

2 አጉል ፡ = incomplete, defective, faulty, useless, bad.

3 ለፋ ፡ = to tire one's self, expend one's energies.

4 ፈረሱላ ፡ is about 37 lbs.

5 See note 3, page 106.

ጃንሆይ፡ አጼ፡ምኒልክ፡ ስለ፡ አገራቸው፡ ስለ፡ ኢትዮጵያ፡ ሕዝብ፡ ደህንነት፡ ብለው፡ ከውጭ፡ አገር፡ ነገሥታት፡ ሁሉ፡ ጋራ፡ ውል፡ ተጻጽፈው፡ በሐገራቸው፡ በኢትዮጵያ፡ ውሥጥ፡ ንግድ፡ እንዳይከለከል፡ እንዳይሰናከል፡ ፈቅደው፡ አዘዙ። ተንኮለኛ፡ ሰው፡ ግን፡ ቢያሳስታቸው፡ የላስቲክን፡ ሞኖፖል፡ ውል፡ ሰጡ። ይኸውም፡ ውል፡ ንግድን፡ አሰናከለ፡ ድኃን፡ አስለቀሰ፡ የኢትዮጵያን፡ ሰው፡ ሁሉ፡ አጐዳ። ውሉስ፡ ባይኖር፡ ወይስ፡ ጃንሆይ፡ ቢያፈርሱት፡ ባመት፡ በዓመቱ፡ አንድ፡ ሚሊዮን፡ ብር፡ በላስቲክ፡ ንግድ፡ ወደ፡ ኢትዮጵያ፡ አገር፡ ይገባ፡ ነበር። ከዚህ፡ ከሚሊዮኑ፡ ብር፡ የመንግሥት፡ እጻ[6]፡ ፳፻፡ ብር፡ በቀረጥ፡ ይደርሳቸው፡ ነበር። ባለውሉ፡ እስከዛሬ፡ ድረስ፡ ለመንግሥት፡ የከፈለው፡ ባመት፡ በዓመት፡ ፴፮ሺ፡ ብር፡ ብቻ፡ ነው።

፫ተኛ፤

ህሳቡ፡ የሚያሳስትና፡ የሚያስቸግር፡ አይደለም። እነሆት። ከኢትዮጵያ፡ አገር፡ በዓመት፡ ባመት፡ ፮ሺህ፡ ፈረሱላ፡ ላስቲክ፡ ሲገኝ፡ መንግሥት፡ በፈረሱላ፡ ቁጥር፡ በ፲፬ብር፡ ህሳብ፡ ሲያስቀርጥ፡ ፹፬ሺ፡ ብር፡ ይደርሰዋል፤ እንዴትስ፡ ብለው፡ ፴፮ሺ፡ ብር፡ ሲገባላቸው፡ ዝም፡ ይላሉ። ደግሞ፡ ፮ሺህ፡ ፈረሱላ፡ እንኳን፡ ቀርቶ፡ በዓመት፡ በዓመት፡ ፳ሺ፡ ፈረሱላ፡ ሲወጣ፡ በቀረጥ፡ የሚደርሳቸው፡ ፪፻፹ሺ፡ ብር፡ ነበር። ባሁኑ፡ ሥራ፡ ይህነን፡ ሁሉ፡ ትተው፡ ዝም፡ ብለው፡ ፴፮ይቀበላሉ። የቀረውንም፡ ባለውሉ፡ ይበላል።

፬ተኛ፤

የመንግሥታት፡ ሁሉ፡ ስርዓት፡ ብናስተውል፡ ውል፡ ሲዋዋሉ፡ የነገሩ፡ ቁጥርና፡ ልክ፡ ተወስኖ፡ ተቈርጦ፡ ይጻፋል፡ በላስቲክ፡ ውል፡ ግን፡ የሚሸጥና፡ የሚገዛ፡ ላስቲክ፡ ልክ፡ አልተወሰነም፡ ዋጋውም፡ አልተቈረጠም። ስለዚሁም፡ ባለውሉ፡ እራሱን፡ ጌታ፡ አድርጎ፡ በመንግሥት፡ ማህተም፡ ኮርቶ፡ በድኃ፡ ገንዘብ፡ ጠግቦ፡ የላስቲክ፡ ንጉሥ፡ ሆነ፡ የኢትዮጵያም፡ ሰው፡ ሁሉ፡ በሱ፡ ፊት፡ ባርያ፡ መሰለ። የሰውን፡ ድካም፡ ሳይ

---

[6] እጻ፡ = lot.

መልስ ፡ ቀርቶ ፡ በቅጡ[7] ፡ እንደሚገባ ፡ ዋጋ ፡ ሳይሰጥ ፡ ቀርቶ ፡ ሰላሳና ፡ ዓርባ ፡ ብር ፡ ለሚሀክል[8] ፡ ለላስቲክ ፡ ፈራስላ ፡ ፳፭ብር ፡ ይሰጣል ።

፳፫ተኛ ፤

ባለውሉ ፡ የኢትዮጵያን ፡ ሐገር ፡ ዙሬ ፡ የላስቲክን ፡ ዛፍ ፡ ስፈልግ ፣ ስንትና ፡ ስንት ፡ ድካም ፡ አገኘሁኝ ፡ ኢያለ ፡ ምክንያት ፡ ያመጣል ። ይኸነንም ፡ ነገር ፡ ሲናገር ፡ ሀሰቱ ፡ ነው ። በኢትዮጵያ ፡ አገር ፡ ውስጥ ፡ ቀድሞ ፡ የጌቦን[9] ፤ ዛፍ ፡ የአገኘ ፡ ፈረንጅ ፡ አንድ ፡ ነጋዴ ፡ ነው ፡ እሱም ፡ ከዚህ ፡ አገር ፡ ከተቀመጠ ፡ አስራ ፡ ሁለት ፡ ዓመቱ ፡ ነው ። ይህ ፡ እውነት ፡ እንደሆነ ፡ ብዙ ፡ ሰው ፡ ያውቃልና ፡ ይመሰክራል ። ደግም ፡ ላስቲክ ፡ በኢትዮጵያ ፡ አገር ፡ ውስጥ ፡ አዲስ ፡ የተገኘ ፡ ነገር ፡ አይዶለም ። የኢትዮጵየ ፡ ሰው ፡ ከጥንት ፡ ጀምሮ ፡ የጌቦን ፡ ዛፍ ፡ እየቈረጠ ፡ በወንዝ ፡ ላይ ፡ ድልድይ ፡ ይማግርበታል[10] ። አሁንም ፡ እንግዳ ፡ ሰው ፡ መጥቶ ፡ እኔ ፡ ነኝ ፡ ያገኘሁት ፤ ብሎ ፡ እየዋሸ ፡ የሰውን ፡ እንጅራ[11] ፡ ቀማ ።

ከጥንትም ፡ ጀምሮ ፡ የኢትዮጵየ ፡ ሰው ፡ ጥጥ ፡ ይዘራል ፡ ይፈትላል ፡ ሸማን[12] ፡ ይሰራበታል ፡ ነገር ፡ ግን ፡ እስከ ፡ ዛሬ ፡ ድረስ ፡ ወደ ፡ ውጭ ፡ አገር ፡ ልከ[13] ፡ አያውቅም ። ዛሬም ፡ እንግዳ ፡ መጥቶ ፡ እኔ ፡ በኢትዮጵያ ፡ አገር ፡ ጥጥ ፡ አገኘሁ ፡ ብሎ ፡ የጥጡን ፡ ውል ፡ ቢቀበልና ፡ የሰውን ፡ እንጅራ ፡ በዚህ ፡ ውል ፡ ምክንያት ፡ ቢቀማ ፡ ምን ፡ ይባላል ። ስንኳን ፡ መንግሥት ፡ ቀርቶ ፡ ትንሽ ፡ እውቀት ፡ ያለው ፡ ሰው ፡ ነገሩን ፡ ቢሰማ ፡ ይደነቅ ፡ ነበር ።

፳፬ተኛ ፤

ጃንሆይ ፡ የፈቀዱትን ፡ ውል ፡ እንደምን ፡ ብለን ፡ እናፈርሳልን ፡ ቢባል ፡ ነገሩ ፡ አጭር ፡ ነው ። ይህ ፡ ጃንሆይ ፡ የፈቀዱት ፡ ውል ፡ በፊት ፡

---

[7] በቅጡ ፡ = በውል ፡ properly.

[8] ለሚሀክል ፡ = ለሚያህል ፡

[9] ጌቦ ፡ = rubber tree.

[10] ማገረ ፡ = lit. to make a ማገር ፡ i.e. pole made of withes tied together and used as a support for the rafters of a roof.

[11] እንጀራ ፡ is the usual spelling.

[12] ሸማ ፡ = toga.

[13] See note 16, page 24.

የእንግሊዝ፡ኩባኒያ፡ኖርዋል። ኩባኒዮቹ[14]፡የውሉን፡ቃል፡በትንሽ፡ነገር፡ሳይፈጽሙ፡ቢቀሩ፡ጃንሆይ፡ውላቸውን፡አፈረሱና፡ልክ፡በሌለው፡መጠን፡ለሌላ፡ሰው፡ሰጡት። ጃንሆይ፡ከዚህ፡ቀደም፡ስንትና፡ስንት፡ውል፡ፈቅደው፡ነበሩና፡ክፋቱን፡ሲያዩ፡ጭርስ፡ብለው፡አፈረሱ። አሁንም፡መንግሥት፡ሰውን፡ያጎላላ[15]፡ውል፡ቢያፈርስ፡ምን[16]፡አለበት።

የቆዳ፡ንግድ፡ሞኖፖል፡በነበረ፡ጊዜያት፡በዓመት፡በዓመት፡ሺ፡ፈረሱላ፡ይወጣ፡ነበር። ውሉ፡ከቀረ፡ወዲህ፡ወጪው፻፸፰ሺ፡ፈረሱላ፡በዓመት፡ባመት፡ሆነ። የላስቲክም፡ውል፡ቢቀር፡ያን፡ጊዜ፡ለንግዱ፡ስፋት፡ልክ፡የለም። የኢትዮጵያ፡ሰው፡ትርፍ፡ሲያይ፡ዛፉን፡እየተከለ፡አገሩን፡ይሞላል።

ባለውሉ፡የተፈቀደልኝ፡ውል፡የቀረ፡እንደሆነ፡ላስቲክ፡ባገር፡ይጐድላል፡ብሎ፡እያወራ፡ይመሃኛል[17]። እብድ፡ካልሆነ፡ሰው፡በቀር፡እንደዚህን፡ያለ፡ወሬ፡አያምንም። የኢትዮጵያ፡ሰው፡ሁሉ፡እየሰራ፡እየደከመ፡እንጀራውን፡እግዚአብሔር፡ባልከለከለው፡መንገድ፡ይፈልጋል። በውድ፡ዋጋ፡ላስቲኩን፡የሚገዛው፡ሰው፡ሲያገኝ፡እንዴት፡ብሎ፡ዛፉን፡ነቅሎ፡ይጥላል።

እነሆት፡የሐረርጌ፡የቡን፡ውል፡ከፈረሰ፡ወዲህ፡ባላገር፡ዛፉን፡ነቅሎ፡አልጣለም፡አታክልቱም፡አልደረቀም። ዳሩ፡ግን፡የአደሬ[18]፡ሰው፡ስንኳን፡ብቻ፡አይዶለም፡ሱማሊና፡ጋላ፡አብዝቶ፡የቡን፡ዛፍ፡ይተክል፡ጀመረ። አምኃራን፡ሰው፡ሙኝ፡ማድረጉ፡ነው፡ወይስ፡በምን፡ምክንያት፡የላስቲክ፡ውል፡ሲቀር፡ዛፉን፡ነቅሎ፡ይጥላል።

፳ተኛ፡

እናንተ፡መንግሥትን፡የምታቆሙና። የምትረዱ፡መሣፍንት፡ቅዱሳን፡መጻሕፍትን፡ተመልከታችሁ፡የተጻፋትን፡የእግዚአብሔር፡

[14] Lit. companies.

[15] አጎላላ፡ = to damage, harm.

[16] ምን፡አለበት፡ is equivalent to "what is there against it," "why not."

[17] አመሃኘ፡ = to make an excuse.

[18] አደሬ፡ is another name of Harrar.

ሕግጋት ፡ አንብቡ ። ሕዝብ ፡ ሁሉ ፡ ያልቅስና ፡ አንድ ፡ ሰው ፡ ብቻ ፡ ይጠቀም ፡ አልተባለም ። ከንጉሥ ፡ ግምብ ፡ ውስጥ ፡ የጃንሆይ ፡ አንበሳ ፡ ሸሽቶ ፡ ወደ ፡ አደበባይና ፡ ወደ ፡ ገባያ ፡ የወጣ ፡ እንደሆነ ፡ ሰውን ፡ እንዳይበላ ፡ የመንግሥት ፡ ሰው ፡ በጠመንጃ ፡ አይገድለውም ፡ ወይ ። ደግም ፡ በመንገድ ፡ አጠገብ ፡ ለመፍረስ ፡ የቀረበ ፡ ግምብ ፡ የተገኘ ፡ እንደ ፡ ሆነ ፡ ድንገት ፡ ፈርሶ ፡ ሰውን ፡ እንዳይገድል ፡ ብሎ ፡ የመንግሥት ፡ ሰው ፡ አዞ ፡ በግድ ፡ አያስፈርስም ፡ ወይ ።

ይኸነን ፡ ሁሉ ፡ ካወቃችሁ ፡ ምን ፡ ይበልጣል ፡ የ፩ሰው ፡ ጥቅም ፡ ወይስ ፡ የኢትዮጵያ ፡ ሕዝብ ፡ ሁሉ ። እነሆ ፡ የጠቢባን ፡ ቃል ፡ ስሙት ። የንጉሥ ፡ ደስታ ፡ የሕዝቡ ፡ ደኅንነት ፡ ነው ፡ የተደኃየ ፡ እንደሆነ ፡ ትካዜ ፡ በንጉሡ ፡ ልብ ፡ ይገባል ። ሕዝብ ፡ ሀብታም ፡ ሲሆን ፡ መንግሥት ፡ ሃይለኛ ፡ ይሆናል ፡ ነገር ፡ ግን ፡ የተደኃየ ፡ እንደሆነ ፡ የመንግሥት ፡ ክብር ፡ ያልቃል ። የተራበ ፡ ሰው ፡ የጠገበውን ፡ አይመስልም ። ዕራቁቱን ፡ የሄደው ፡ ሸማ ፡ እንደለበሰው ፡ አይዶለም ፤ እንጀራውን ፡ የለመነ ፡ ሰው ፤ አይጠግብም ፡ የጎረቤቱንም ፡ በርኖስ ፡ የለበሰው ፡ አይሞቀውም ።

ይህነን ፡ ካወቃችሁ ፡ እናንተ ፡ መንግሥታችሁን ፡ የምትጠብቁ ፡ መኳንንት ፡ ሆይ ፡ ሰዎቻችሁን ፡ ስንፍና ፡ ትተው ፡ በብርቱ ፡ ልብ ፡ ስራቸውን ፡ እንዲሰሩ ፡ አስተምርዋቸው ። እግዚአብሔር ፡ አምላክ ፡ አዳምን ፡ በፈጠረ ፡ ጊዜ ፡ እንጀራህን ፡ በፊትህ ፡ ወዝ ፡ ትበላለህ ፡ አለው ፡ ደግሞ ፡ ከተከለከለው ፡ ዛፍ ፡ ፍሬ ፡ እንዳይበላ ፡ አዘዘው ። እንደዚሁም ፡ ሰዎቻችሁ ፡ መንግሥት ፡ የከለከለውን ፡ ነገር ፡ እንዳያድርጉ ፡ አስተምሩዋቸው ።

፳ተኛ ፡

እናንተም ፡ የኢትዮጵየ ፡ ሰዎች ፡ ወዳጆቼ ፡ ሆይ ፡ ተስፋ ፡ አታጡ ። ዘወትር ፡ መንግሥታችሁን ፤ እየለመናችሁ ፡ የላስቲኩን ፡ ውል ፡ አፍር ሰው ፡ ስለናንተ ፡ ጥቅም ፡ ብለው ፡ እግዚአብሔር ፡ የፈጠረላችሁትን[19] ፡ ጸጋ ፡ ሳይመልሱላችሁ ፡ አይቀሩም ።

የለመነ ፡ ያገኛል ፡ ደጅም ፡ የመታ ፡ ይከፈትለታል ።

ይላል ፡ የኢትዮጵያ ፡ ወዳጅ ።

---

19 Or የፈጠረላችሁን ።

10

Concerning the Rubber Concession

I

We have examined the rubber concession which the Emperor granted, and it was written that the monopoly was the property of the government of Abyssinia. The Concessionnaire is the manager of the rubber work and not the proprietor however. Since it is thus, the government can dismiss their servant when he works in a faulty manner and without proper system. If they ask how do we know that work of the manager of the rubber work is faulty, the matter is as plain as the sun. The wealth which God has created in the interior of Ethiopia is that the Abyssinians may profit from it, and not that a stranger coming from a foreign country may rob it. The people of Abyssinia having worked and tired and exhausted themselves in collecting rubber, are compelled to sell at $5 or $6 a farasula. If, however, the contract was non-existent the price of rubber a farasula would not be less than 30 or 40 dollars.

II

Let alone men, cattle do not eat grass that they dislike; and having seen a precipice, even if they be beaten and pushed, they do not consent to enter it. Since a soulless animal seeks the well-being of its flesh, what about a man with soul and intelligence!

Gems are not bought at a cheap price and gold is not sold for Amoles, and thus if rubber which can be sold at $30—40 the farasula be sold compulsorily at 5 or 6 dollars is this not pillage?

The Emperor Menelik, thinking it beneficial to his country and the Abyssinian nation, made a treaty with all foreign kings and ordered that in his country, in Abyssinia, trade should neither be forbidden or hindered. A trickster however, having caused him to err, he gave the concession of the rubber monopoly. And this concession has hindered trade, has caused the poor to lament and caused damage to the whole populace of Abyssinia. But if the concession did not exist, or if the Emperor would cancel it, each year a million dollars would come to Abyssinia on account of the rubber trade. From this million dollars the government would receive as their share by custom duty $200,000. Up to the present the Concession-naire only pays the government $47,000 yearly.

III

The calculation is not one which will cause mistakes or difficulties. Here you are! If yearly in Ethiopia 6000 farasulas of rubber be obtained, the government taking dues at the rate of $14 per farasula receive $84,000. How is it that when they receive $47,000 they say nothing? Again not to speak of 6000 farasulas, when yearly 20,000 farasulas is produced, what they would receive by dues would be $280,000. Under the present regime they leave all this, say nothing, and accept $47,000; the Concession-naire eats all the rest!

IV

If we notice the rule of all governments when they make an agreement, the number (i.e. quantity) and extent of the thing (*re* which the agreement has been made) is defined and settled and written down. In the rubber agreement, however, the amount to be bought and sold was not laid down, and the price was not fixed. And therefore the Concessionnaire having made himself master, boasting of the government seal (on his concession), and filled with the money of the poor, has become the "rubber king" and all the Abyssinians in his sight seem slaves. Failing to reward people's labours and to properly give the price as is befitting, he gives 5 or 6 dollars for rubber which is worth 30 to 40 a farasula.

V

The Concessionnaire makes the excuse of saying, "I travelled thro' Ethiopia whilst searching for rubber and how much trouble I was put to!" When he says this he lies. He who formerly found the rubber tree in the interior of Abyssinia was a European merchant, and he has resided in this country twelve years. Many people know that this is true and will give witness. Again rubber is not a thing which has been newly found in Abyssinia. The Abyssinians from ancient times have cut down the rubber tree, and made bridges over rivers from it. And now a foreigner comes and says, "'Tis I who discovered it," and by lies has stolen the people's bread! From ancient times the Abyssinians are in the habit of

sowing cotton, weaving, and making shamas from it,
but up to the present they don't export it to foreign
countries. To-day if a foreigner having come and
said, "I have discovered cotton in Abyssinia" and
receives a cotton concession, and if by the excuse of
this concession he robs the people, what would be
said? Let alone the government if a person of even
a little intelligence heard this he would be astounded.

VI

If it be said, how can we annul a concession which
the Emperor has granted, the matter will not take
long (lit. is short). Formerly an English Company
had this concession which the Emperor had granted.
When the agents failed to accomplish in a small
matter the conditions of the contract, the Emperor
cancelled their agreement, and gave it without stipula-
tions (lit. to an extent without bounds) to another
person. How many concessions before this had the
Emperor granted, and when he saw their harm com-
pletely annulled them? And now if the government
cancel an agreement which brings loss to the people,
what have they to fear? At the time of the trade
monopoly in hides 1000 farasulas were yearly ex-
ported. After the concession fell through the export
became yearly 175,000 farasulas. If the rubber con-
cession also fall through, then there will be no limit to
the extent of the trade. When the inhabitants of
Abyssinia see the profit, they will plant the tree and
fill the land with it. The Concessionnaire is making
pretexts saying (lit. giving the news saying), "If the
concession which is granted to me be annulled, rubber

will decrease in the country." With the exception of
a madman no one will believe such an announcement.
All the people of Abyssinia work and tire themselves
out in searching for their bread in the ways that God
has not forbidden. When they find people who will
buy the rubber at a dear price, why will they pluck
up the tree and throw it away? Behold! after the
coffee concession of Harar was annulled the farmers
did not uproot the trees and throw them away, and
the plantations did not dry up. But it is not only the
people of Harar, Somalis and Gallas began to plant
coffee trees in abundance. Does he want to make out
the Amharas to be fools, or from what reason will they
uproot and throw away the tree if the rubber con-
cession is non-existent?

VII

You chiefs who support and assist the government
examine the holy books (of the bible) and read the
divine laws that are written. It is not said that let
the whole nation weep and one person only benefit.
If one of the Emperor's lions, having fled from the
palace, went out towards the square and market will
not a government official shoot him lest he eat people!
Again if by the side of the road, a wall be found about
to fall, lest having suddenly fallen, it may kill some
one, will not an official give orders for its compulsory
destruction (i.e. pulling down)? Seeing that you know
all this, which is better, the advantage of one person
or of the whole Abyssinian nation? Lo! listen to
the words of the wise. The happiness of a king is
the welfare of his people, if they become poor anxiety

enters the king's heart. When the people are rich, the kingdom will be powerful, but if they become poor the glory of the kingdom will be finished. A hungry person does not resemble a full one; a man who goes naked is not like one wearing a shama. A man who begs for bread is not satisfied, he who wears the cloak of his neighbour, it does not warm him (i.e. it only warms him for a time as he has to give it back). You chiefs who are guarding your country since you understand this, teach your people that they should abandon sloth and that they should do their work with energy (lit. strong heart). The Lord God when he created Adam he said to him "in the sweat of thy face shalt thou eat bread" again he ordered him that he should not eat the fruit of the forbidden tree. Thus teach your people that they should not do what the government has forbidden.

VIII

You Abyssinians, my friends, do not lose hope. You continuously petitioning your government they will cancel the rubber concession for your advantage, and will not fail to return you the wealth that God has created for you.

Who begged will obtain and who knocks at a door it will be opened for him.

A friend of Ethiopia.

11

እላንተ፡የኢትዮጵያ፡ሰዎች፡ሆይ፡እስከ፡መቼ፡ድረስ፡እንቅልፍ፡ይወስዳችኋል። አይኖቻችሁን፡ከፍታችሁ፡ተነሡና፡ለመንግሥታችሁ፡አቤት፡እያላችሁ፡ጩሁ። በሕግና፡በሥርዓት፡እንዲገዝዋችሁ፡ጃንሆይ፡የሾምዋቸው፡ምኒስቲሮች፡ሁሉ፡መልካም፡ክርስቲያኖች፡ናቸው። ልባቸው፡ሩሕሩሕ[1]፡ናቸው። የናንተንም፡ጥቅም፡ይወዳሉ።

እግዚአብሔር፡ያባታችሁ፡አምላክ፡ቢወዳችሁ፡እህልና፡ከብት፡የበዛበት፡ሌላም፡የተወደደ፡ዛፍ፡በየዓይነቱ፡የሚበቅልበት፡የተባረከውን፡ምድር፡ሰጣችሁ። በገራችሁ፡ውሥጥ፡ጌበ፡የሚባል፡ዛፍ፡አለ። ባላገሮች፡ይህነን፡ዛፍ፡እየበጡ[2]፡ላስቲክ፡ያወጣሉ። ይኸውም፡ላስቲክ፡በብዙ፡ብር፡ተሸጠ[3]፡እንዳይጠቅማችሁ፡ቀርቶ፡የባዳ፡ሰው፡ወስዶት፡ይከብርበታል። ከናንተ፡ዘንድ፡በርካሽ፡ዋጋ፡ገዝቶ፡ወዲያውም፡አገር፡ልክ፡የሚያተርፍበትን፡የብሩን፡ልክ፡አታውቁትም። እንደዚሁም፡እግዚአብሔር፡እናንተ፡እንድትጠቀሙበት፡ብሎ፡በመሬታችሁ፡ላይ፡የፈጠረውን፡ሀብትና፡ጸጋ፡እንግዳ፡መጥቶ፡ይቀማችኋል።

ባለ፡ውሉ፡የላስቲክ፡ፈራስላ፡በ፳፡ወይም፡በ፶ብር፡ሲገዛችሁ፡ቅሚያ፡ነው፡እንጅ፡ዋጋ፡መሆኑ፡አይምሰላችሁ። ዋጋም፡በልክና፡በመጠን፡ቢሆን፡ፈራሱለው፡ከ፵፡እና፡ከ፶ብር፡አያንስም፡ነበር።

ከመንግሥታችሁ፡ሥርዓትና፡ሕግ፡በለመናችሁ፡ድኃ፡አይጎዳም፡ነበር። የሚገባችሁ፡የእግዚአብሔር፡ስጦታ፡ወደ፡ሌላ፡እንደዞረባችሁ[4]፡መንግሥታችሁ፡የውቃልና፡በለመናችሁት፡አይከለክላችሁም፡ነበር።

---

[1] ሩሕሩሕ፡ = merciful.

[2] በጣ፡ = to bleed; to make a surgical operation.

[3] ተሸጠ። ተሺጠ፡ is better.

[4] See Armbruster's *Grammar*, section 71.

ውሉ፡ ባይኖር፡ ነጋዴ፡ ሁሉ፡ ላስቲካችሁን፡ በስርዓት፡ ይገዛችሁ፡ ነበር። አባቶቻችሁ፡ አገራቸውን፡ ኢትዮጵያን፡ ከብዙ፡ ትውልድ፡ ጀምሮ፡ እስከ፡ ዛሬ፡ ድረስ፡ ተጠንቅቀው፡ ጠበቁላችሁ፡ ዓለምም፡ እጅግ፡ አድርጎ፡ አመሠገናቸው። የዛሬ፡ ዘመን፡ ግን፡ ተለውጠበችኋል[4]። ነገር፡ ሁሉ፡ ተወደደ። ሰው፡ ለሰው፡ አይጠጋም። ደግነት፡ ቀረ። ገንዘብ፡ ያጣ፡ ሰው፡ ዕራቁቱን፡ ይሄዳል፡ እህልም፡ አያገኝም።

ፍጥረት፡ እንዳይደኃይ[5]፡ እግዚአብሔር፡ በቸርነቱ፡ ላስቲክ፡ የሚባል፡ መልካም፡ ዛፍ፡ ፈጠረላችሁ። ላስቲኩም፡ በስራት፡ እንደሚገባ፡ ተሸጠ[3]፡ ለገላችሁ፡ የሚበረክት[6]፡ ልብስ፡ ለሆዳችሁም፡ የሚጣፍጥ፡ መብል፡ ይሆናችሁ፡ ነበር። ዝም፡ ብትሉ፡ ግን፡ እንግዳ፡ መጥቶ፡ ወሰደባችሁ።

እግዚአብሔር፡ በቅዱስ፡ መጽሐፍ፡ ሕዝብ፡ ሁሉ፡ ይሙትና፡ አንድ፡ ሰው፡ ብቻ፡ ይቁም፡ ብሎ፡ አላዘዘምና፡ የገዛ፡ ልጁን፡ ስንኳ፡ ስለ፡ ሕዝብ፡ ብሎ፡ ለወጠ[7]፡ እንጂ። ደግሞ፡ የነገሥታትን፡ ታሪክ፡ ብናስታውል፡ የእግዚአብሔርን፡ ቃል፡ የጠበቁ፡ ንጉሦች፡ ስንትና፡ ስንት፡ ክፉ፡ ሰው፡ ስለሕዝብ፡ ብለው፡ አጠፉ።

መርዶክዮስ፡ በራሱ፡ ላይ፡ አመድ፡ አድርጎ፡ በአሐሽዌሮስ፡ በንጉሡ፡ ፊት፡ ቁሞ፡ ስለ፡ ሐማን፡ ስለ፡ ጻላቱ፡ ክፋት፡ አቤት፡ ብሎ፡ እንደጮኸ፡ እናንተም፡ ወደ፡ ንጉሣችኍ፡ ጬሃችሁ፡ ሕግ፡ ብትለምኑ፡ ምሕረትና፡ ስርዓት፡ ታገኛላችሁ። ንጉሣችሁ፡ አጼ፡ ምኒልክ፡ ከአሐሽዌሮስ፡ ሕዝባቸውን፡ ይበልጥ፡ ይወዳሉ።

ይልቁንም፡ የነፍሳችሁ፡ ታላቅ፡ አባት፡ አቡነ፡ ማቴዎስን፡ ለምኑዋቸው። ነቢዩ፡ ሙሴ፡ የእስራኤልን፡ ሕዝብ፡ ከፈርዖን፡ እጅ፡ እንዳዳነው፡ እርሳቸውም፡ እናንተን፡ ማዳን፡ ይችላሉ።

ይላል፡ የኢትዮጵያ፡ ወዳጅ።

---

[5] Proper spelling is ደኀየ፡ or ደኸየ፡ not ደኃየ።

[6] በረከተ፡ = to be durable.

[7] ለወጠ፡ = to exchange, give (as ransom).

11

More about the Rubber Concession.

Ye people of Abyssinia! how long will you slumber? Open your eyes, rise up and appeal to your government. All the ministers, whom the Emperor appointed to rule you in accordance with law and regulation, are good Christians; their hearts are merciful, they desire your advantage.

God, the God of your fathers, gave you a blessed country in which grain and cattle are in abundance and in which also grow trees which are liked of every kind. There is a tree in your country which is called "Gebo." The inhabitants cut into this tree and extract the rubber. And this rubber being sold at a high price, being of no advantage to you, a foreigner takes it away and becomes rich thereby. Having bought it from you at a low price, and immediately sending it to his country, you do not know the amount of money that he makes in profit from it. And thus a foreigner having come robs you of the wealth which God has created in your soil, so that you may derive advantage from it.

When the Concessionaire buys from you a farasula of rubber for 5 or 6 dollars, it is robbery, don't imagine that it is buying (lit. a price). If the price was correct the farasula would not be less than $40—50. If you had petitioned your government for rules and regulations the poor would not have suffered damage.

Your government knows that the gift of God which was your right has passed to another, and if you had asked for it, they would not have forbidden you.

If there were no Concession, all merchants would buy your rubber from you properly (i.e. at a proper price) your ancestors from many generations up to the present day have carefully guarded for you Ethiopia their country, and the world has greatly praised them. But today the times are changed. Everything has become dear. People do not support each other. Goodness lacks. A person who has not money goes naked and does not obtain food.

God through his kindness has created for you the fine tree which is called "Gebo," so that people may not become poor. And if the rubber had been sold at a proper price, you would have obtained durable clothes for your bodies and pleasant food for your stomachs. You keeping silent however, a stranger came and took it away from you.

God in the Holy Bible did not order that the whole nation should die, and one person only live, but for the sake of the people he gave even his own Son. Again, if we note the history of kings, how many wicked persons did those kings who kept the word of God destroy for the sake of the nation?

As Mordecai, having put ashes on his head standing before king Ahasuerus, complained of the evilness of his enemy Haman, you also having complained to your king, if you beg for justice (lit. law) you will obtain mercy and law. Your king Aṣe Menelik loves his people more than king Ahasuerus.

And beg especially your great father-confessor Abuna Mateos. As the prophet Moses delivered the Jewish nation from the hand of Pharaoh, so he can deliver you.

A friend of Abyssinia.

12

እግዚአብሔር፡የምኒልክ፡አምላክ፡ይህንን፡ምልክት፡ያሰንብትልን።

የተወደዳችሁ፡ወንድሞቼ፡ሆይ።

ከዚህ፡ቀደም፡ስለናንተ፡ጥቅም፡ብዬ፡የጻፍሁላችሁትን፡የምክር፡ደብዳቤ፡ተጠንቅቃችኁ፡ስለ፡አነበባችሁት፡እጅግ፡አድርጎ፡ደስ፡አለኝ። እኔ፡ወዳጃችሁ፡ዘወትር፡ባፈቅራችሁ፡ሐገራችሁንም፡ብወድ፡ለናንተ፡ለወንድሞቼ፡የሚሆን፡ደግ፡ምክር፡እያስተወልኩ፡እመክራችኋለሁ።

በነቢዩ፡በዳዊት፡መዝሙራት፡ውስጥ፡የእግዚአብሔር፡እጅ፡በንጉሥ፡ልብ፡ላይ፡ተቀምጧል፡ተብሎ፡ተጻፈ። ይኸውም፡ቃል፡በቅዱስ፡መጻሐፍ፡እንደ፡ተጻፈ፡ደፍሮ፡የሚክደው፡የለም። ስለዚሁም፡አጼ፡ምኒልክን፡ለመሰለ፡ለክርስቲያን፡ንጉሥ፡የተገዛ፡ሕዝብ፡ሁሉ፡ክፉ፡አያገኘውም።

የሀገራችኁን፡የኢትዮጵያን፡ታሪክ፡ብታስተውሉ፡የጥንት፡አባቶቻችሁ፡እግዚአብሔርን፡በበደሉ፡ጊዜ፡ሁሉ፡እግዚአብሔር፡ተቈጥቶ፡ክፉ፡ንጉሥ፡እያነገሠባቸው[1]፡በጦርና፡በዘመቻ፡ስለኃጢአታቸው፡ቀጥቷቸው፡ነበር። ነገር፡ግን፡የሰላም፡ንጉሥ፡አጼ፡

---

[1] See Armbruster's *Grammar*, section 71.

ምኒልክ ፡ ከነገሡላችሁ[1] ፡ ወዲህ ፡ ይህ ፡ መከራ ፡ ሁሉ ፡ ቀረላችሁ ። ሽፍታ ፡ የተባለው ፡ ታዘዘ ፡ ሐገረም ፡ ረጋ ፡ የሚያስፈራውም ፡ ስፍራ ፡ አማን ፡ ሆነ ፡ ሰውም ፡ ተመደነ[2] ።

እግዚአብሔር ፡ ብቻው ፡ የዘለዓለም ፡ ኗሪ ፡ ነውና ፡ ጃንሆይ ፡ ጤናቸው ፡ ህማም ፡ በወደቀባቸው ፡ ጊዜ ፡ የጌታ ፡ ፈቃድ ፡ ይሁን ፡ እኔ ፡ ቢያመኝ ፡ ሕዝቤ ፡ አይጐዳ ፡ አይጨነቅ ፡ ብለው ፡ በልባቸው ፡ እያሰቡ ፡ ልጃቸውን ፡ ሰጥቷችኋል ። ልጁ ፡ እጅግ ፡ ብርሃን ፡ የተገለጠለት ፡ ነውና ፡ ያባቱ ፡ የጃንሆይ ፡ ደግነት ፡ በልቡ ፡ ተቀምጧል ። ደግሞ ፡ ገና ፡ ልጅ ፡ ነው ፡ ብለው ፡ ከመኳንንታቸው ፡ በጥበብና ፡ በብልሀት ፡ በደግነት ፡ የተመረጡ ፡ እራስ ፡ ተሰማን ፡ ሞግዚት ፡ አቆሙለት ። ይኸውም ፡ ክብርና ፡ ምስጋና ፡ የሚገባቸው ፡ መስፍን ፡ በጃንሆይ ፡ ቃል ፡ ያዛሉ ። ደግሞ ፡ በመንግሥት ፡ ሥራ ፡ ራስ ፡ ተሰማን ፡ የሚረዱ ፡ የተመረጡ ፡ ምኒስቲሮች ፡ አሉ ። እነሱ ፡ የኢትዮጵያ ፡ መሳፍንት ፡ ናቸው ፡ ብልሀታቸው ፡ በግልጽ ፡ ታይቶ ፡ እንደ ፡ ጸሐይ ፡ አበራ ። ዓለምም ፡ ሁሉ ፡ መሰከረላቸው ። ይልቁንም ፡ የሚኒስትሮች ፡ አለቃ ፡ የጦር ፡ ሚኒስቲር ፡ ፊታውራሪ ፡ ሀብተ ፡ ጊዮርጊስ ፡ የጃንሆይን ፡ ቃል ፡ ተጠንቅቀው ፡ እየጠበቁ ፡ የድኃ ፡ አባት ፡ ሆነው ፡ ተባሉ ።

በዚሁም ፡ ኩሉ[3] ፡ መካከል ፡ አንድ ፡ የዋህ ፡ ሰው ፡ አለ ፡ እሱ ፡ አመስግኑኝ ፡ የሚል ፡ አይዶለም ፡ ነገር ፡ ግን ፡ ለናንተ ፡ ተቸግሮ ፡ እናንተንም ፡ እንደ ፡ መልአክ ፡ ጠብቆ ፡ እንደ ፡ ቅዱሳን ፡ ባርኮ ፡ የሰማይን ፡ ቸርነትና ፡ የምድርን ፡ ጸጋ ፡ እግዚአብሔርን ፡ እየጸለየ ፡ ያስመጣላችኋል ። ሰውየው ፡ የማታውቁት ፡ አይዶለምና ፡ አቡነ ፡ ማቴዎስ ፡ ናቸው ።

ይኸ ፡ ሁሉ ፡ ቢሆንላችኍ ፡ እናንተ ፡ እጅግ ፡ የምወዳችሁ ፡ ወንድሞቼ ፡ የኢትዮጵያ ፡ ሰዎች ፡ ሆይ ፡ እድሜ ፡ ለምኒልክ ፡ እያላችሁ ፡ እግዚአብሔርን ፡ ለምኑ ። ከርሳቸውም ፡ በኋላ[4] ፡ ልጃቸው ፡ በሰላምና ፡ በዕርቅ ፡ እንዲገዛችሁ ፡ ባባቱም ፡ በጃንሆይ ፡ መንገድና ፡ ሥርአት ፡ እንዲሄድባችሁ ፡ ተስፋ ፡ አድርጉ ። ወንድሞቼ ፡ ሆይ ፡ አድምጡኝና ፡ መልካም ፡

---

2 ተመደነ ፡ this is pure Arabic تمدّن "to be civilised"; the Amharic equivalent is ሠለጠነ ፡

3 ኩሉ ፡ = ሁሉ ።

4 በኋላ ፡ = በኋላ ፡

ምክር ፡ ልምከራችሁ ። እስ ፡ በሳችኍ ፡ ተዋደዱ ፡ ተፋቀሩ ፡ ተሰማሙ ፡ አትጣሉ ፡ አትጠላሉ ፡ አትፈጃጁ ፡ አትበታተኍ ፡ በዚሁም ፡ ኃይልና ፡ ሀብት ፡ ታገኛላችሁ ። በመሃከላችሁ ፡ ትንሽ ፡ ጽል ፡ የተነሣ ፡ እንደሆነ ፡ መንግሥታችሁ ፡ ነገሩን ፡ አይቶ ፡ በእግዚአብሔር ፡ ሕግ ፡ ይቆርጥላችኋል ፡ እንጅ ፡ ጽሉ ፡ በልባችሁ ፡ አይግባ ። በተቀረ ፡ የሆነ ፡ እንደ ፡ ሆነ ፡ የዓለም ፡ መሳቂያ ፡ ትሆናላችሁ ።

ለነፍሳችሁ ፡ የሚሆን ፡ ምህረትና ፡ ጸጋ ፡ እግዚአብሔርን ፡ እንደምትለምኍ ፡ እንዲሁም ፡ ለሥጋችሁ ፡ የሚሆን ፡ ሀብትና ፡ ደህንነት ፡ መንግሥታችሁን ፡ ለምኍ ። ይልቁንም ፡ የላስቲክን ፡ ውል ፡ አፍርሶ ፡ መሸጫና ፡ መግዣው ፡ ክልክል ፡ አስቀርቶ ፡ የሥራውን ፡ አርነት ፡ እንዲያወጣላችሁ ፡ ተግታችሁ ፡ ለምኍ ። አስቀድሜ ፡ እንደነገርኋችሁ ፡ እግዚአብሔር ፡ ስለናንተ ፡ ብሎ ፡ በገዛ ፡ አገራችሁ ፡ ውስጥ ፡ የፈጠረላችሁትን ፡ መልካም ፡ ሀብት ፡ ባለውሉ ፡ ከውጭ ፡ አገር ፡ መጥቶ ፡ ቀማባችሁ ።

ውሉ ፡ የመንግሥት ፡ ፈቃድ ፡ ነውና ፡ ቢያቆመውም ፡ ቢያፈርሰውም ፡ የሚያገድድ ፡ ነገር ፡ የለበትም ፡ አገርና ፡ ባገሩ ፡ ላይ ፡ የሚበቅለው ፡ ዛፍ ፡ የሱ ፡ ነውና ። ይፍረስ ፡ ብሎ ፡ ግን ፡ ፈቃዱ ፡ የሆነ ፡ እንደሆንስ ፡ ለገዛ ፡ ሕዝቡ ፡ የሚገባ ፡ ደግ ፡ ፍርድ ፡ መፍረዱ ፡ ነው ።

አስቀድሞ ፡ ጃንሆይ ፡ አጼ ፡ ምኒልክ ፡ መድኃኔ ፡ ዓለም ፡ ለብዙ ፡ ዓመት ፡ ያሰንብትልን ፡ ሶስት ፡ ውል ፡ ፈቅደው ፡ ነበሩና ፡ ሕዝቤ ፡ ተጐላላ ፡ ድኃዬ ፡ አለቀሰ ፡ ብለው ፡ የኢትዮጵያን ፡ ሰዎች ፡ መጐዳት ፡ በዩ ፡ ጊዜ ፡ ውሎቹን ፡ አፈረሱ ። ዛሬም ፡ የሕግና ፡ የምሕረት ፡ ዘመን ፡ አለፈ ፡ የሚላችሁ ፡ ሐሰቱ ፡ ነው ። ምኒስትሮቻችሁን ፡ መሳፍንታችሁን ፡ መኳንንታችሁን ፡ ብታመለከቱና ፡ ብትለምኍ ፡ እምቢ ፡ ከቶ ፡ አይሏችሁም ። ልባቸው ፡ ሩህሩህ ፡ ናቸው ፡ ደጃቸውንም ፡ የሚመታ ፡ በውነት ፡ ይከፈትለታል ።

ይላል ፡ የኢትዮጵያ ፡ ወዳጅ ።

12

More about the Rubber Concession.

May God, the God of Menilik preserve for us this crest!

My beloved friends !

Because you carefully read the letter of advice which I formerly wrote for you, thinking it to your advantage, I was greatly pleased. I, your friend, loving you and your country will note and give good advice to you my friends.

It is written in the psalms of the prophet David that the hand of God is on the heart of the king. And as this saying is written in the Bible, there is no one bold enough to deny it. And therefore no evil will happen to a nation which is governed by a Christian king like Aṣe Menilik.

If you study the history of your country Abyssinia, whenever your fathers offended God, he became angry, and, having made a wicked king to reign over them, punished them for their sins with war and invasion. After the king of peace, Aṣe Menilik, however ruled over you, all this tribulation ceased. Rebels became obedient; the country settled down; localities which were feared became safe and people became civilized.

God alone is immortal (lit. a remainer for ever). When the Emperor fell ill, thinking in his heart "God's will be done, let not my people suffer damage or be distressed" he gave you his son. Since his son is very enlightened (lit. is one to whom much light has been disclosed to him), the goodness of the Emperor his father resides in his heart. Again, because he was still a child, he appointed for his tutor Rās Tasammā who was chosen from his officers for his wisdom, knowledge and goodness. And this chief, to whom honour and praise is befitting, gives orders in place of the Emperor (lit. by the Emperor's word). There are selected ministers also who assist Rās Tasammā in the affairs of government. They are the chiefs of Abyssinia and their wisdom is publicly seen and shines like the sun and the whole world witnesses in their favour. Especially the chief minister, the minister for War, Fitaouri Habta Georgis carefully guards (i.e. follows) the words of the Emperor, and is called the father of the poor.

And in the midst of all these there is a devout man, he is not one who says "praise me" but being anxious for you (lit. troubled) guards you like an angel, and blesses you like a saint (lit. saints) and praying to God procures for you the generosity of the heavens and the riches of the earth. The person is not one whom you do not know. He is Abuna Mateos. When you have all this in your favour my dearly beloved brethren of Abyssinia, beg of God saying "long live Menilik!" And after him hope that his son may rule over you in peace and quiet, and that he may walk in the road and rule of his father the Emperor. My brothers listen to me and let me give you good advice. Love one another, be in agreement, do not quarrel, do not be at enmity one with each other, do not destroy each other, do not disperse. Thus you will gain power and wealth. But if a slight quarrel arises in your midst, your government, having seen the affair, will settle it for you in accordance with divine law. Let not the quarrel enter into your hearts, otherwise you will be the laughing-stock of the world.

As you beg God for mercy and grace for your souls, so beg the government for wealth and welfare for your bodies. Especially beg earnestly that having annulled the rubber concession and stopped the prevention of selling and buying, they may make the work free (unrestricted). The Concessionaire having come from abroad has robbed you, as I formerly told you, of the fine wealth which God has created for you in your own country.

Since the concession is (based on) the permission of the government, if they stop it or cancel it there is nothing in that which will hurt, the country and the trees which grow therein are theirs. If their will is that the concession be cancelled, it will be a good and befitting judgment for their own nation.

The Emperor, Aṣe Menilik, may the Saviour of the World preserve him for us many years, formerly had granted three concessions. When he saw the damage to the people of Abyssinia, thinking "my people have suffered loss, my poor people are grieving" he cancelled the concessions. And today he who tells you that the time of law and mercy has passed is telling lies. If you point out to and beg of your ministers, rulers, and chiefs, they will never refuse you. Their hearts are merciful and he who knocks at their door in truth it is opened unto him.

A friend of Abyssinia.

13

ያዲስ፡አበባ፡የፈረስ፡እሽቅድድምያ[1]።
በሰኔ ፡ በ፪ቀን ፡ ለሰኞ ፡ ጧት ፡ በ፪ሰዓት።

መጀመሯ ፡ እሽቅድድም[2]። ኖቢስቴክ።

፩ኛ ፡ ፴ብር። ፪ተኛ ፡ ፲ብር። ፫ተኛ ፡ ፭ብር።

፪ተኛ ፡ እሽቅድድም። ሰርክል፡ዲሉንዮን።

፩ኛ ፡ ፶ብር። ፪ተኛ ፡ ፳ብር። ፫ተኛ ፡ ፲ብር።

፫ተኛ ፡ እሽቅድድም። የሺ[3] ፡ አምበል።

፩ኛ ፡ ፶ብር። ፪ተኛ ፡ ፳ብር። ፫ተኛ ፡ ፭ብር።

፬ተኛ ፡ እሽቅድድም። የሙሴ፡ሴይሲገር። የወርቅ፡ዋንጫ[4]።

፩ኛ ፡ ዋንጫና ፡ ፶ብር። ፪ተኛ ፡ ፳፭ብር ፡ ፫ተኛ ፡ ፲፭ብር።

፭ተኛ ፡ የእንጦጦ፡ማሽቀዳደም[5]፡ለአማራ፡ብቻ።

፩ኛ ፡ ፲፭ ብር። ፪ተኛ ፡ ፲፡ብር። ፫ተኛ ፡ ፭ብር።

፮ተኛ ፡ ማሽቀዳደም ፡ የፈረንጆች ፡ ማሕበር[6] ፡

፩ኛ ፡ ፺፭ብር። ፪ተኛ ፡ ፴፭ብር ፡ ፫ተኛ ፡ ፳ብር።

፯ተኛ ፡ ማሽቀዳደም። ክቡር ፡ ያልጋ ፡ ወራሽ።

፩ኛ ፡ ፶ብር። ፪ተኛ ፡ ፳፭ብር። ፫ተኛ ፡ ፲፭ብር።

፰ነኛ ፡ እሽቅድድም። የማስዘለል[7]። የፌራክ፡ዋንጫ።

፩ኛ ፡ ፶ብር። ፪ተኛ ፡ ፳ብር። ፫ተኛ ፡ ፲ብር።

---

1 እሽቅድድምያ፡ also written እሽቅድምድሚያ፡ = race. These are irregular forms from አስቀደመ።

2 እሽቅድድም፡ See note 1 above.

3 ሺ፡አምበል፡ = chief of 1000.

4 ዋንጫ፡ is really a horn to drink out of, or used as a measure.

5 ማሽቀዳደም፡ see note 1 above.

6 ማሕበር፡ is used to translate "Club," "Council."

7 ማስዘለል፡ is infinitive of አስዘለለ፡ "to cause to jump."

13

The Addis Abeba (Horse) Races.

On Monday Sane 2nd, 8 a.m.

The First Race.　Novice Stake.
1st 30 dollars.　2nd 10 dollars.　3rd 5 dollars.

Second Race.　Cercle de l'Union.
1st $50.　2nd $20.　3rd $10.

Third Race.　Officers' Race.
1st $50.　2nd $20.　3rd $5.

Fourth Race.　Monsieur Thesiger's Gold Cup.
1st Cup and $50.　2nd $25.　3rd $11.

Fifth Race.　Entotto Race.
For Abyssinians only.
1st $15.　2nd $10.　3rd $5.

Sixth Race.　Of the European Club.
1st $45.　2nd $35.　3rd $20.

Seventh Race.　H.H. the Heir Apparent's Race.
1st $50.　2nd $25.　3rd $15.

Eighth Race.　Steeplechase.　The Frick Cup.
1st $50.　2nd $20.　3rd $10.

14

የእውነትና ፡ የሐሰት ፡ መግለጫ ፡ ሚዛን ፡

አዲስ ፡ አበባ ፡ ፳፩ ፡ ቀን ፡ ጥቅምት ፡ ፲፱፻፳ ፡ ዓመተ ፡ ምሕረት ።

በመጋቢት ፡ ፲፰፻፺፯ ዘመን ፡ ከሐረር ፡ ተነሳኍ ።

ድሬዳዋ ፡ ስደርስም ፡ ለጃንሆይ ፡ ጉዳይ ፡ ወደ ፡ ሐረር ፡ ብመለስ ፡ የነበረኝን ፡ እቃየን ፡ ከነሳጥኑ ፡ ሰብረው ፡ ሌቦች ፡ ሰረቁኝ ፤ ጃንሆይና ፡ ራስ ፡ መኰንን ፡ ሰምተውም ፡ በብርቱ ፡ እንዲፈልጉ ፡ አዘዙና ፡ ሌቦቹ ፡ ተገኙ ። ከዚያ ፡ በኋላ ፡ ሰውነቴን ፡ አይተው ፡ እቃየንም ፡ ተመልክተው ፡ ቈጥረው ፡ መዝነውም ፡ ከምድር ፡ ባቡር ፡ እንድገባ ፡ አዘዙኝ ፡ እስከ ፡ ጅቡቲም ፡ ደረስኩ ።

ከጅቡቲ ፡ ስነሳም ፡ የፈረንሳዊ ፡ መንግሥት ፡ መንገድ ፡ አላፎች ፡ ጠባቆች ፡ ያለኝን ፡ እቃ ፡ በርብረው ፡ አይተው ፡ እኔም ፡ ወዴት ፡ እንድሔድ ፡ መርምረው ፡ ጠይቀውም ፡ ከመዝገባቸው ፡ ከጻፉኝ ፡ በኋላ ፡ ከመርከብ ፡ ገባሁ ። ከዚሁ ፡ መርከብም ፡ አብረን ፡ የገባን ፡ እኔ ፤ ሙሴ ፡ ጋሌብ ፤ ታላቁ ፡ ሙሴ ፡ ዲክራን ፤ ሙሴ ፡ ጎርጎሬዎስ ፤ ሌሎችም ፡ አያሌ ፡ ሰዎች ፡ ነበርን ። ሲዌስ ፡ ስንደርስም ፡ የመንግሥት ፡ ጠባቆች ፡ ያለነን ፡ ሁሉ ፡ አይተው ፡ የሚገባነን ፡ ቀረጥ ፡ አምጡ ፡ ብለውን ፡ ከፍለን ፡ አለፍነ ።

ከዝያም ፡ እንደ ፡ ገና ፡ ከመርከብ ፡ ገብቼ ፡ የፈረንሳዊ ፡ መንግሥት ፡ የባሕር ፡ ጠረፍ ፡ የምትሆነው ፡ የታወቀች ፡ ከተማ ፡ ማርሰይ ፡ የምትባለው ፡ ገባሁና ፡ ከዝያ ፡ ያሉ ፡ የመንግሥት ፡ ቀራጮችም ፡ ያለኝን ፡ ሁሉ ፡ በረበሩ ። በጃንሆይ ፡ ዳግማዊ ፡ ምኒልክ ፡ ንጉሠ ፡ ነገሥት ፡ ዘኢትዮጵያ ፡ መልክ ፡ የተቀረጹ ፡ ጥቂት ፡ ትሙኖች ፡ ነበሩኝና ፡ አገኙ ፡ ስለምን ፡ ወደ ፡ አገራችን ፡ የሌላ ፡ መንግሥት ፡ ብር ፤ አላድ[1] ፤ ሩብ[2] ፤ ትሙን[3] ፤ ግርሽ[3] ፤

This document, which was actually *written* by an Amhara and not by the Armenian in question, is an example of the loose style in which a literate Abyssinian often writes his own language, and is especially useful for this reason, as documents written by purists are few and far between. Some of the mistakes are corrected in the notes.

[1] አላድ ፡ is the half-dollar, properly one ought to say አላድ ፡ ብር ፡ but አላድ ፡ is often used alone.

[2] ሩብ ፡ $\frac{1}{4}$ (of anything) but used alone meaning $\$\frac{1}{4}$.

[3] See note 8, Recipe 4.

ሰወልድ፡ ወይም፡ ቤሳ[4]፡ ታመጣለህ፤ አታውቅምን፡ ገብያ፡ እንዳያበላሹብን፡ ክልክል፡ እንደሆኑ፡ እንዳይገቡ፤ አሁንም፡ እኒህ፡ ያመጣሃቸውን፣ ገንዘቦች፡ ከጅምሩክ፡ ይቀመጡልህና፡ ስትመለስ፡ ትወስዳቸዋለህ፡ ብለው፡ ስሜንና፡ የገንዘቦቼም፡ ቁጥር፡ በመዝገባቸው፡ ጻፉ። እኔም፡ እሺ፡ እንደ፡ ደምባችኍ፡ ይሁን፡ ይህ፡ ገንዘብ፡ በጃንሆይ፡ መልክ፡ የተቀረጸ፡ ወዳጆቼ፡ አምጣልን፡ ብለው፡ ቢለምኑኝ፡ ለመታሰብያ፡ እንድሰጣቸው፡ አመጣኋቸው፡ እንጂ፡ ለመሸጥ፡ ለመለወጥ፡ ለመገባበየትም፡ አይደለም፡ አልኩዋቸው። ስመለስ፡ ገንዘቤ[5]፡ እንዲሰጡኝም፡ ወረቀት፡ ሰጡኝና፡ ወደ፡ ከተማ፡ ገባሁ። ከዚያም፡ ተነሥቼ፡ የፈረንሳዊ፡ መንግሥት፡ ዋናይቱ፡ ከተማ፡ የምትሆን፡ ታላቂቱ፡ ፓሪስ፡ ደረስኩ፤ ሐጂ፡ ዓብዱላሂ፡ ዓሊ፡ ሳዲቅም፡ ከዚያ፡ በኋላየ፡ መጣ።

ከጥቂት፡ ቀን፡ በኋላም፡ ሐጂ፡ ዓብዱላሂ፡ የወርቅ፡ ማውጫ፡ የሚሆን፡ ማኪና፡ ለመግዛት፡ ከአዋቂው (መሐንድስ)፡ ጳውሎስ፡ ጋራ፡ ሎንዶን፡ ሒዶ፡ በ፶ሽ፡ ብር፡ ማኪና፡ ገዛ። አስቀድሞ፡ ፲ሽ፡ ዕርቡን፡ ሰጠ፤ የቀረው፡ ግን፡ በ፫፡ ወር፡ እንዲሰጥ፡ ተስማምቶ፡ ጳውሎስም፡ እንደ፡ ወኪሉ፡ ከዚያ፡ ትቶ፡ ወደ፡ ፓሪስ፡ ተመለሰ፡ ከኔም፡ ተገናኘ።

ከዚያም፡ ተያይዘን፡ ወደ፡ ኔምሳ፡ ሔድን፤ ንጉሠ፡ ነገሥቱ፡ ዮሴፍ፡ ፍራንስዋም፡ እጅግ፡ አክብረውት፡ የአጤ፡ መልክተኛ፡ ነው፡ ብለው፡ ተቀበሉት፤ የፈለገውን፡ ዓይነት፡ እንዲያይና፡ እንዲመለከት፡ በመንግሥታቸው፡ ሁሉ፡ ፈቀዱለት። ለነገሥታት፡ መልክተኞች፡ የሚገባቸውን፡ ሠረገላ፡ አስቀምጠው፡ የፈለገውን፡ ሁሉ፡ ዙሮ፡ አየ።

ይህ፡ ሁሉ፡ ክብረት፡ ከተቀበለ፡ በኋላ፤ ከዚያ፡ ተነሥተን፡ ወደ፣ ጀርመን፡ ንጉሠ፡ ነገሥት፡ ለመገናኘት፡ ይዘኝ፡ ሄደ። ወደ፡ ንጉሡ፡ ነገሥቱ፡ እንደራሴም፡ ተላላከ፡ የጃንሆይ፡ መልክተኛ፡ ነኝና፡ ይፍቀዱልኝ፡ ልገናኝዎ፡ ብሎ። የውጭ፡ ምኒስትርም፡ ይህ፡ ቃልህ፡ እንዴት፡ ይሆናል፤ የጃንሆይ፡ መልክተኛ፡ ብትሆን፡ ከአዲስ፡ አበባ፡ ያለ፡ የመንግሥታችን፡ መልክተኛ፡ አስቀድሞ፡ ያስታውቀን፡ ነበር። አሁንም፡

[4] ቤሳ፡ are copper coins—eight to the piastre—used in Harar and Dire Dawa. The word is Hindustani پیسا.

[5] Correct is ገንዘቤን፡

እስኪ፡ተልከህ፡እንደሆንክ፡ለማወቅ፡ስልክ[6]፡እመታለሁና፡ያን፡ጊዜ፡ይሆናል፡ብለው፡ወደ፡ኢትዮጵያ፡ላኩ። የሰሙትም፡ምላሽ፡ካወቁ፡በኋላ፡እስከ፡፳፬፡ሰዓት፡ቀጠሮ፡ሰጥተነሃልና፡ቶሎ፡ከመንግሥታችን፡ልቀቅ። ፳፬፡ሰዓት፡ካለፈ፡በኋላ፡ከዚህ፡ብትገኝ፡ግን፡ውርደት፡ታገኛለህና፡ለራስህ፡ክብረት፡ጠብቅ፡እወቅላትም፣ አሉትና፡በረርን[7]።

ከዚያ፡ተነሥቶ፡አሜሪካ፡ሔደ፣ ኒዮብ፡መርከ፡ከተማም፡ደረሰ፡ከዚያ፡ሁኖ፡አስጠራኝና፡መጣሁ፡አየሁ፡ከዚያ፡የተቀበለው፡ልዕልናና፡ክብረት። ፓረሲዳን፡ሮዝቤልት፡በዓለም፡ሁሉ፡የታወቁ፡በሥራቸውም፡የተመሰገኑ፡በእጅግ፡ክብረት፡ተቀበሉት። የፈለገውን፡ሁሉ፡እንዲያይና፡እንዲመረምር፡እንዲገዛም፡ፈቀዱለት፣ በሠረገላቸው፡ሁኖም፡እስከ፡ታላቁ፡ፋብሪካ፡ዋሽንቶን፡ድረስ፡ዞረ። ስለ፡ጃንሆይ፡ዳግማዊ፡ምኒልክ፡ንጉሠ፡ነገሥት፡ዘኢትዮጵያ፣ ብለው፡ስፍርና፡ቊጥር፡በሌለበት፡ክብረትና፡ልዕልና፡ተቀበሉት። ከአያሌ፡ቀን፡በኋላም፡እኔና፡እሱ፡ተለያየን። እሱ፡ወደ፡ሸነና፣ ወደ፡ጃፖን፣ ወደ፡አፍጋኒስታን፣ ወደሌላ፡መንግሥትም፣ እሄዳለሁ፡ቢለኝ፣ ከዝያ፡ትቸው፡ወደ፡ፈረንሳ፡ወደ፡እንግሊዝ፡አገር፡ተመለስኩ፣ በዚያ፡አድርጌም፡ወደ፡መልካሚቱና፡ቅድስቲቱ፡ኢትዮጵያዬ፡መጣኍ፡በየካቲት፡ወር፡በ፲፰፻፺፰፡ዓመተ፡ምሕረት።

እግዚአብሔር፡ይመስገን፡እሰከ፡፲፱፻፬፡ዓመተ፡ምሕረት፡ድረስ፡ማንም፡ሰው፡፪ሺ፡ወቄት፡ወርቅ፡፲፰፻፡ወቄትም፡ዝባድ፣ ፲፰፻ም፡ጥሬ፡ብር፡ከፖሪስ፡የፈረንሳዊ፡ከትማ፡የምትሆነው፡ሰጥቻለሁ፣ ሰነድም፡አለኝ፡ብሉ፡የከሰሰኝ፡የወቀሰኝ፡የነገረኝም፡ከቶ፡አንድ፡ሰው፡የለም።

ሐጂ፡አብዱላሂ፡ከወንድሜ፡ልጅ፡ከአብርሃም፡ያበደርኩት፡ገንዘብ፡አለኝ፡ብሎ፡ስለ፡ገንዘቡ፡ቤቱን፡በ፰፡ሺ፡ብር፡አስገምቶ፡ወሰደ። ይህ፡የወሰደው፡ቤት፡ግን፡እኩሌታው፡የኔ፡ነበርና፡ፋንታየን፡አልሰጥም፡አልኩት። እሱም፡የቤቱ፡እኩሌታ፡የሚገባኝን፡መሆኑ፡

---

6 ስልክ፡መታ፡ is a translation of the Arabic ضرب سلك.

7 በረረ፡ is lit. to fly away.

አምኖ፤ እሺ፡ቤቱ፡የተገመተ፡በ፳፡ሺ፡ብር፡ነው፤ አሁንም፡አንዳችን፡ላንዳችን፡የግምቱን፡እኩሌታ፡፲፡ሺ፡ብር፡ይስጥና፡ይህ[8]፡የሰጠ፡ቤቱን፡ጠቅልሎ[9]፡ይውሰድ፡ባለ፡ርስትም፡ይሁን፡አለኝ። እኔም፡በዚሁ፡ቃል፡ወድጄ፡ፍሉ[10]፡ውኃን፡ለ፶ሺ፡ብር፡ልሸጥለት። ቤቱም፡በጠቅላላው፡እኔ፡እንዳስቀረው፡ይህ፡የተስማማነው፡ዋጋ፡፲ው፡ሺ፡ብር፡ሊቀርለት፡፳ው፡ሺ፡ብር፡ግን፡ሊሰጠኝ፡የውድ፡ውል፡ደረደርን፡ለመንግሥት፡ብናስታውቅ፡ግን፡አይሆንም፡ብሎ፡ከለከለን፡በ፲፱፻፪።

የፍሉ፡ውኃውን፡መሸሸጥ፡ቢፈርስብን፡ከ፬፡፭፡ወር፡በኋላ፡ሌላ፡ውል፡በ፳፯፡ታሕሣሥ፡፲፱፻፫፡አደረግን።

እኛ፡በወደድናቸው፡እማኞች፡ተጻጽፈን፡ይህ፡ውል፡እንዲረጋ፡ወደ፡ክቡር፡አፈንጉሥ፡እስጢፋኖስና፡ወደ፡ጀርመን፡ቆንስል፡ለማሳተም፡ደረስነ። የተስማማንበት፡ውልም፡ይህ፡የሚከተለው፡ቃል፡ነበረ።

ሐጂ፡ዓብዱላሂ፡በዚያን፡ጊዜ፡የሚከፍለው፡ስላጣ፡ከአብርሃም፡ዘንድ፡፲፬፡ሺ፡ብር፡ሊዳርገኝ[11]፤ ፲፮፡ሺ፡ብር፡ግን፡ባንድ፡ዓመት፡ሊሰጠኝ፤ ዓመት፡ቢያልፍበት፡ግን፡እንደ፡ባንክ፡ደምብ፡በ፻፡ብር፡፩፡ብር፡ተሩብ፡እየሰጠኝ፡በወለድ፡ብድር፡ሊቈጠርለት፤ ቤቱም[12]፡እሱ፡ሊወስድና፡ፍጹም፡ባለ፡ርስት፡እንዲሆን፡ተዋዋልነ።

እኔም፡ይህ፡ውል፡እሺ፡ወድጄ፡እቀበላለኍ፡የ፲፬ሺ፡ብር፡ከአብርሃም፡እንዳለህ፡ከመረመርኍ፡በኋላ፤ የ፲፮ቱ፡ሺ፡ብርም፡ጊዜው፡ሲደርስ፡የሚያስከፍልህ፡ዋስ፡ከሰጠኸኝ፡አልኍት። ወድያው፡አብርሃም፡ይህ፡ገንዘብ፡እንዳለውና፡እንዲሰጠኝ፡ብጠይቀው፤ የለኝም፡መቼ፡የሰጠኝ፡ገንዘብ፡ነው፡አለኝ። ስለ፡፲፮፡ሺ፡ብርም፡ዋስ፡አጣና፡የደረደርነው፡ውል፡በሱ፡በኵል፡ፈረሰ።

በ፳፫፡ጥር፡፲፱፻፫፡ባለፈው፡ዓመታት፡ወደ፡ኤውሮፓ፡አገር፡ሂ

---

[8] Correctly ይህነን፡

[9] ጠቅልሎ፡ = ጭራሹን፡ = ፍጹም፡ = completely, out and out.

[10] ፍሉ፡ (or ፍል፡) ውኃ፡ is a hot-water spring in the vicinity of Addis Abeba.

[11] ዳረገ፡ "to assign a grant to anyone" is here used commercially as "to give a bill on."

[12] Correctly ቤቱንም፡

ደን፡ሳለን፡ጃንሆይ፡አዘውኛል፡ብለህ፡በጃንሆይ፡ማኅተም፡ልክ፡አሰርተሃል፡ብዬ፡ከሰስኩት። እርሱም፡አሌ[13]፡አለኝ፤ እጄም፡ተያዘ፤ እስከ፡ነሐሴ፡ወር፡ድረስም፡ታሰርኩ።

በሽታ፡ቢበዛብኝ፡ሰውነቴም፡ቢመነምን፡ግን፡ከቤቱ፡ሁኖ፡ይታመም[14]፡ብሎ፡መንግሥት፡ስለ፡ደግነቱ፡ፈቀደልኝና፡በነሐሴ፡ወር፡ቤቴን፡ገባኹ። በእግዚአቡሔር፡ዳኛ፡በአልጋም፡ቈራኛ[15]፡ተይዤ፡ሳለሁም፤ ሐጂ፡ዓብዱላሂ፡ዓሊሳዲቅ፡ለልዑል፡ጌታዬ፡የኢትዮጵያ፡ዙፋንና፡ዘውድ፡ወራሽ፡ልጅ፡ኢያሱ፡ከሰርኪስ፡ተረዝያን፡ገንዘብ፡አለኝ፡ብሎ፡ጮኸ። ነጋሹ፡ልዑል፡ልጅ፡ኢያሱም፡ፍትሕ፡አይጉደል፡ድሀም፡አይበደል፡ብለው፡እኔ፡ካለሁበት፡ስፍራ፡ከቤቴ፡ዳኞችና፡እማኞች፡መጥተው፡እንዲጠይቁኝና፡እንዲመረምሩኝ፡አዘዙለትና፤ ነጋድራስ፡ኀይለ፡ጊዮርጊስ፡የንግድና፡የውጭ፡ምኒስትር፤ የመግንሥት፡ጠቅላይ፡ዳኛ፤ ስለ፡ፊታውራሪ፡ጥላሁንም፡ቀኛዝማች፡ኀይሌ፡ዋጨራ፤ ሌሎችም፡፯፡ፈረንጆች፡በምንስቴሩ፡የተመረጡ፤ እንዲሁም፡ብልሆችና፡መርማሪዎች፡ተጨምረው፡ከሳሽና፡ተከሳሽ፡የምንለውን፡ንግግር፡ቃል፡በቃል፡ጻፉልን። በነሱ፡ፊት፡ከተናገርነው፡በቀርም፡ሌላ፡ቃል፡የለም፡ብለን፡ፊርማችንን[16]፡አድርገን።

ከዚያ፡በኋላ፡ሐጂ፡አብዱላሂ፡እንዲህ፡ብሎ፡ይከሰኝ፡ዠመረ፡

እኔና፡ሰርኪስ፡ወደ፡ፈረንጅ፡አገር፡ለመሔድ፡አብረን፡ከሐረር፡ተነሣን፤ የወርቁ፡መያዣ፡የሚሆን፡ሻንጣ፡ስላጣሁም፡ካንተ፡ይሁንልኝ፡ብዬ፡፪፡ሺ፡ወቄት፡ወርቅ፡ሰጠሁት። እሱም፡ሰውና፡ቅዛዝ፡(ብርሌ)፡ተሰባሪ፡ነውና፡ብሎ፡የተቀበለውን፡ወርቅ፡ቍጥር፡የምትነግር፡የምስክር፡ወረቀት፡(ሰነድ)፡ሰጠኝ። ይህ፡፪፡ሺ፡ወቄት፡ወርቅም፡ፓሪስ፡ከተማ፡ስንደርስ፡ተዋውለን፡ነበርና፤ እንደ፡ውላችን፡ከዚያች፡ታላቂቱ፡ከተማ፡ፓሪስ፡ስንደርስ፡ወርቄን፡አስረከበኝ፤ ሰነዱንም፡

---

13 አሌ፡አለ፡ = to deny.

14 ታመመ፡ is lit. to be ill.

15 ቈራኛ፡ is the guard of a prisoner whose right wrist is attached by a chain to his guard's left wrist.

16 ፊርማ፡ (better ፍርማ፡) is a modern word for signature. (Italian *firma* = signature, seal.)

መለስኩለት። ይህ፡፪ሺ፡ወቄት፡ወርቅ፡ለመሸጡ፡ከፓሪስ፡በዘረው፡የሚገዛኝን፡አጣሁና፡ወደ፡ሎንዶን፡የእንግሊዝ፡ዓይነተኛ፡ከተማ፡ይገኜው፡ሔድኩ። ከዚያም፡እየዞርኩ፡ለመሸጥ፡ብጠይቅ፡አጣሁኝ፡እንደገና፡ይገኜው፡ፓሪስ፡ከተማ፡ተመለስኩ። ከፓሪስና፡ከሎንዶን፡የሚገዛህን፡ካጣህ፡እንግድያስ፡እኔ፡ልግዛህ፡ቢለኝ፡፩፡ወቄት፡በ፵፡ብር፡እንዲሆን፡ዋጋው፡ተስማምተን፡ለ፹፡ሺ፡ብር፡ለሰርኪስ፡ሸጥኩለት። እኔ፡ቀጠሮ፡እንድሰጠው፡እሱም፡፳፡ሺ፡ብር፡ጨምሮ፡ሊሰጠኝ፡ሌላ፡ውል፡አበጀን። ለዚሁ፡ለ፻ሺ፡ብር፡ሰነድ[17]፡ሰጠኝ። ከዚህ፡በላይም፡፲፭፻፡ወቄት፡ዝባድ፡፲፭፻ም፡ጥሬ፡ብር፡ጨመርኩለት። አብረንም፡እስከ፡አሜሪካ፡ድረስ፡ለጉዳይ፡ሔድን። ከዚያም፡ያች፡የሰጠኝን፡ሰነድ፡ሰርቆኝ፡ኰብልሎ፡ሔደና፡አመለጠብኝ። አስቀድሜ፡ግን፡ይህ[18]፡ሁሉ፡ፈርቼ፡ሰነዲቷን፡ፎቶግራፍ፡አሳተምኋትና፡ልክ፡ተመልከ፡ሁኖ፡የተነሣ፡ይገኘለሁ።

ሰርኪስ፡ሐጂ፡አብዱላሂን፡ሲያጠይቅ[19]፡አንተ፡እንደምትለው፡ከፓሪስ፡ጥሬ፡ብር፡የለም፤ከየት፡አምጥተህ፡ነው፡የሰጠኸው፤ቢሉት፤ወድያው፡ቃሉን፡ለወጥ፡አደረገና፡በፍራንክ፡ሒሳብ፡ነው፡የሰጠሁት፡አላቸው። እሺ፡ይሁን፡ያነን፡ጊዜ፡አንዲት፡ጥሬ፡ብር፡በስንት፡ፍራንክ፡ነበረ፡ሒሳብዋ፡ቢሉትም፡ደፍተሬን፡ይገኜ፡እተሳሰባለሁ፡አለ።

ከዚህ፡በቀር፡ሌላ፡ንግግር፡አለህን፡ቢሉትም፡ሌላ፡የለኝም፡በዚህ፡በነገርኩዋችሁ፡ከዚህ፡ያጻፍኩዋችሁ፡ቃሌም[20]፡አልጨምርም፡አላጕድልም፡ብሎ፡ስሙም[21]፡ከዚያች፡ዳኞችና፡እማኞች፡የጻፉዋት፡ደብዳቤ፡ፈርማው[22]፡በእጁ፡ወዶ፡ለምዶ፡ጻፈ።

ከዚያ፡በኋላ፡እኔን፡ጠየቁኝ፡መክሰሱ[23]።

እኔም፡እሱ፡እንደሚለው፡ከሐረር፡አብሬው፡አልተነሣሁም፡እሱ፡በፊት፡ሔደ፡እኔም፡በኋላ፡ብቻየን፡ተነሣሁ፡በመጋቢት፡ወር፡

---

17 ሰንድ፡ (Arabic سند) = receipt, IOU.

18 Correctly ይህን፡

19 Correctly ሲጠይቅ፡

20 ,, ቃሌንም፡

21 ,, ስሙንም፡

22 ,, ፍርማውን፡

23 ,, መክሰሱን፡

፲፰፻፺፯ ፡ ዘመን ። ፪ሽ ፡ ወቄት ፡ ወርቅ ፡ ከሐረር ፤ ፲፰፻ ፡ ወቄት ፡ ዝባድ ፡ ፲፰፻ ፡ ጥሬ ፡ ብር ፡ ከፓሪስ ፡ ከቶ ፡ ምንም ፡ ምንም ፡ አልተቀበልኩም ። ወርቅም ፡ አልገዛሁትም ፡ ሰነድም ፡ አልሰጠሁትም ፡ ከአሜሪካም ፡ ሰነድ ፡ የሚሉት ፡ ሰርቄ ፡ አልኰበለልኩትም ። ይህ ፡ እሱ ፡ ያላችሁ ፡ የሰነድና ፡ የገንዘብ ፡ ከሐረርም ፡ አብሬው ፡ መነሳት ፡ ውሸት ፡ ነው ።

ከዚህ ፡ በላይ ፡ ሌላ ፡ ቃል ፡ የምጨምርበት ፡ የለኝም ፡ ፈርማየን ፡ በፈቃዴ ፡ ወድጄ ፡ ጻፍኩ ። በመስከረም ፡ ፲፱፻፩ ።

ሌላ ፡ ጊዜ ፡ ግን ፡ ይህ[24] ፡ ወዶ ፡ በዳኞችና ፡ በእማኞች ፡ ፊት ፡ ተናግሮ ፡ ፈርማውን ፡ የጻፈበት[25] ፡ ደብዳቤ ፡ ቃሉን ፡ በቃሉ ፡ ይከዳው ፡ ውሉንም ፡ ያፈስሰው ፡ ዠመረ ፡ እንዲህ ፡ እያለ ።

፩ኛ ፡ ክፍል ፤ ከሐረር ፡ አብረን ፡ ተነሣን ፡ ያለውን ፤ አብረን ፡ አልተነሣነም ፡ እኔ ፡ በፊት ፡ ሰርኪስ ፡ በኋላ ፡ ነን ፡ የሔድነው ፡ ብሎ ፡ ለወጠው ።

፪ኛ ፡ ክፍል ። ከአሜሪካ ፡ ሰረቀኝ ፤ የ፺ ፡ ሺ ፡ ብር ፡ ሰነድ ፡ በፎቶግራፍ ፡ ያነሣሁዋት ፡ ስእል ፡ ልክ ፡ ተመልከ ፡ ሁኖ ፡ የሆነ ፡ አለኝ ፡ ሲል ፡ የነበረውን ፡ ለማስፈራራት ፡ ነው ፡ የተናገርኩት ፡ እንጂ ፡ ስእልም ፡ ፎቶግራፍም ፡ የለኝም ፡ ብሎ ፡ ፊተኛውን ፡ ቃሉ ፡ በገዛ ፡ ራሱ ፡ ነቀፈው ።

ደግሞስ ፡ በመንግሥት ፡ አገር ፡ እንደ ፡ ሌባና ፡ እንደ ፡ ወምበዴ ፡ ሰውን ፡ ማስፈራራት ፡ መቼ ፡ ይገባዋል ። ይህ ፡ ቃል ፡ በዳኞች ፡ ፊት ፡ ደፍሮ ፡ መናገሩስ ፡ የሚያስደንቅ ፡ ነገር ፡ አይዶለምን ።

እንግዲህ ፡ ከቡራን ፡ ጌቶች ፡ ሆይ ፡ እስዋ ፡ ሰርታ ፡ እስዋ ፡ ታፈርሰዋለች ፡ እንደሚባል ፡ ሁሉ ። በፊተኛው ፡ ቃሉ ፡ ከሐረር ፡ አብረን ፡ ተነሥተን ፡ ብሎ ፡ የተናገረውን ፤ ኋላ ፡ ጊዜ ፡ ለየብቻችን ፡ ነን ፡ እኔ ፡ በፊት ፡ ሰርኪስ ፡ በኋላ ፡ ነው ፡ አካሔዳችን ፡ ብሎ ፡ መሰከረልኝ ፡ እኔ ፡ እንደተናገርኩት ፡ ቃል ። የሰነዱን ፡ ፎቶግራፍም ፡ አለኝ ፡ ብሎ ፡ ፈርማውን ፡ ጽፎ ፡ በዳኞች ፡ እጅ ፡ ያስቀመጠውን ፡ ውል ፤ አፍርሶ ፡ ስእልም ፡ ምሳሌም ፡ የለኝም ፤ አለኝ ፡ ብዬ ፡ የተናገርኩት ፡ ቃል ፡ ለማስፈራራት ፡ ነኝ ፡ ሲል ፡ ጊዜ ፤ ይህ ፡ ባንድ ፡ ራስ ፡ ፪ ፡ መላስ ፡ ንግግሩ ፡ በኔ ፡ ላይ ፡ ገንዘብ ፡ አለመኖሩ ፡ የሚያስረዳ ፡ ከጨረቃ ፡ የደመቀ ፡ ከፀሐይ ፡ የሞቀ ፡ ምስክር ፡ ነውና ፡ ተፈጥሞ ፡ ተረትቶ ፡ ከመልቀቅ ፡ በቀር ፡ ሌላ ፡ ነገር ፡ የለውም ።

---

[24] Correctly ይህነን ፡

[25] Correctly የጻፈበትን ፡

፫ኛ፡ክፍል። የወርቅ፡መውጫ፡ማኪና፡ከሎንዶን፡በ፵፡ሺ፡ብር፡ ገዝቶ፡ከዚሁም፡አስቀድሞ፡፲፡ሺ፡ብር፡ዕርቡን፡ሰጥቶ፡፴ው፡ሺ፡ብር፡ በ፫፡ወር፡እንዲሰጥ፡ተዋዋለ። ማኪናውም፡እስካሁን፡ሳይመጣ፡ መቅረቱ፣ የሚሰጠውን፡ገንዘብ፡ባይኖረው፡ነው፡እንጂ፡ቢኖረውስ፡ ይህ[26]፡የሚለው፡ገንዘብ፡ለኔ፡ከመስጠት፡ከጃንሆይ፡ተነጋግሮ፡ለሒ ደበት፡ጉዳዩ፡አይጨርስም፡ነበር፡እነሆ፡በዚህ፡ይታወቃል፡፬፡ሺ፡ ወቄት፡ወርቅ፡፲፰፻፡ወቄት፡ዝባድ፡፲፰፻፡ጥሬ፡ብር፡የመጣበትን፡ ጉዳዩ፡ሳይሞላ፡ለኔ፡እንዳልሰጠኝ። ከማኪናው፡ዋጋ፡የተረፈ፡ነው፡ የሰጠሁህ፡እንዳይልም፡ባለ፡ማኪኖቹ፡፴ው፡ሺ፡ብር፡እንደውላችን፡ ሳንቀበል፡አንሰጥም፡ብለው፡ከለከሉትና፡እስካሁን፡አልመጣም። ፲፡ ሺ፡ብር፡ለዕርቡን፡የሰጠውን[27]፡ቀልጦ፡ቀረ።

፬ኛ፡ክፍል። ፬ሺ፡ወቄት፡ወርቅ፡ሐጂ፡አብዱላሂ፡ከሐረር፡ሰጥ ቶኝ፡ፓሪስ፡ስደርስ፡ላስረከበው፡ሰነድ፡ከሰጠሁ። ከድሬዳዋ፡ምድር፡ ባቡር፡ስገባ፡ያለኝን፡ሁሉ፡አይተው፡ነውና፡የሰደዱኝ፣ በተነሣሁ በት፡ዘመን፡በ፲፱፻፳፯፡መዝገብ፡ይታይና፡እውነቱ፡ይገለጥ።

ከጅቡቲም፡ወደ፡መርከብ፡ስገባ፡እንደዚሁ፡አይተው፡ነውና፡የለ ቀቁኝ፡ይህ፡ወርቅ፡ኑሮብኝ፡እንደሆን፡ቢጠየቁ፡እንዴት፡መልካም፡ ነበር። እንሆ፡ወርቅ፡እንዳልሰጠኝ፡እነዚህ፡ይጠየቁ፡እላለሁ። እረ፡ ዝባዱ[28]፡ፓሪስ፡ላይ፡ሰጥቸዋለሁ፡የሚለኝ፡ከማን፡ጅምሩክ፡ተቀርጦ፡ ነው፡ያለፈው።

ከጅቡቲ፡እስከ፡ስዌስ፡ስደርስም፡ብቻየ[29]፡አልነበርኩም። ሙሴ፡ ጋሴብ፣ ታላቁ፡ሙሴ፡ድክራን፣ ሙሴ፡ኀርኀሬዎስ፣ ሌሎችም፡አያሌ፡ ሰዎች፡ነበርነ። የሚገባነን፡ቀረጥ፡ሰጥተን፡አለፍነ። ከቡራን፡ጌቶች፡ ሆይ። የሁለታችን፡ጉድ፡ለመግለጥ፡እውነታችንን፡ለማወቅ፡የስዌስ፡ የጅምሩክ፡መዝገብ፡ብታስመረምሩ፣ እንዚህ፡አብረውኝ፡የሔዱ[30]፡ ሰዎችም፡ብትጠይቁ፣ አዎ፡ወርቅ[31]፡አይተናል፡ቀረጥም፡ተቀብለ ናል፡የሚል[32]፡ከተገኘ፡እሺ፡ሰጥ፡ለጥ፡ብዬ፡ልክፈል።

---

[26] Correctly ይህንን፡ [27] Correctly የሰጠው፡

[28] ,, ዝባዱን፡ [29] ,, ብቻዬን፡

[30] ,, የሔዱትን፡ [31] ,, ወርቁን፡

[32] The writer here has got muddled between the register, the custom officials, and the fellow passengers. As he says later "we have received duty" it cannot refer to the passengers, and if to custom officials it should be የሚሉ።

ደግሞ፡ይህ፡በላይ፡የተናገርኩትን[33]፡ማስረጃ፡ባይበቃችኍ፡የእውነተኛይቱና፡የደጊቱ፡ጠረፍ[34]፡ማርስይ፡ብታስጠይቁ፡ብሮቼና፡ትሙኖቼን፡እንዳገኙ፡እስካሁንም፡ከዝያ፡እንዳሉ፡ይመሰክሩልኛል፡እንጂ፤ጌታው፡ሐጂ፡በወሬ፡ወርቃሙ[35]፡እንደሚሉት፡ከኔ፡ዘንድ፡እንዳልተገኘ፡አብርቶ፡አጥርቶም፡ይነግራችኋል።

ደግሞ፡ላየው፡የሚያስገርም፤ለሰማው፡የሚያስደንቅ፡ግሩም፡ድንቅ፡ቃል፡ከዳኞችና፡ከእማኞች፡ፊት፡አጽፎ፡ፊርማውን፡አድርገዋል፡ወርቁ[36]፡ከሰርኪስ፡ተቀብዬ፡ለመሸጡ፡ከፓሪስ፡አዞርኩት፡የሚገዛልኝ፡አጣሁ። ወደ፡ሎንዶን፡ይዤው፡ተሻገርኩ፡ከዝያም፡ብጠይቅ፡ባስጣይቅ፡የሚገዛኝ፡ባጣ፡እንደገና፡ወደ፡ፓሪስ፡ይዤው፡ተመለስኩ፤ለሰርኪስ፡ሸጥኩለት፡አለ። ወዮ፡ጉድ፡ይህ፡ንግግር፡እጅግ፡ያስገርማል። ከፓሪስና፡ከሎንዶን፡ለመሸጡ፡ባዞረው፡ባዞረው፡ወርቁን፡የሚገዛኝ፡አጣኍ፤ማለት፡በሰማይ፡ላይ፡ፀሐይና፡ጨረቃ፡ከዋክብትም፡የሉም፡እንደ፡ማለት፡እንደሆነ፡ገልጦ፡ያስታውቃል። ስንኳንስ፡በአገራቸው፡ወርቅ፡መጠላቸው[37]፡ከዚህ፡መጥተውም፡፩፡ወቄት፡በ፵፡በ፶፡በ፷ከዚህም፡በሚበዛውም፡ዋጋ፡እንደሚገዙት፡ሰው፡ሁሉ፡ያውቃል።

እውነት፡ወርቅ፡ይዞ፡ለመሸጡ፡አዙሮት፡ቢሆን፡ለኔ[38]፡ሸጥኩለት፡ከሚለውን[39]፡ዋጋ፡አትርፎ፡አብልጦም፡ይሸጥ፡ነበርና፡ከጃንሆይ፡ተነጋግሮ፡ለሔደበት፡ጉዳይ፡ሞልቶ፡ሥራውን፡አቅንቶ፡ይልቁን፡አይመጣም፡ነበር። እስኪ፡አስተውሉ፡በፓሪስና፡በሎንዶን፡ወርቅ፡የሚገዛ፡ጠፍቶ፡እኔ፡ገዛሁትን፡ይህ፡ከንቱ፡ነው፡የሚታመን፡ቃል፡አይዶለም።

ከፓሪስ፡እስከ፡ሎንዶን፤ከሎንዶንም፡እስከ፡ፓሪስ፤ይህ[40]፡ወርቅ፡ይዞ፡ሲመላለስ፡ባለ፡ባቡሮችና፡ባለመርከቦች፡የፀቱ፡መንግሥት፡ጅምሩኮችም፡እንደ፡አገራቸው፡ሥርአት፡የግድ፡ይጽፉታልና፡ብታስጠይቁ፡እንዴት፡መልካም፡ነበር።

---

[33] Correctly የተናገርኩት፡

[34] ጠረፍ፡ = coast town.

[35] ,, ወርቃም፡

[36] Correctly ወርቁን፡

[37] ,, መጥቶላቸው፡

[38] ,, ለሱ፡

[39] ,, ከሚለው፡

[40] ,, ይህን፡

፬ኛ ፡ ክፍል ፡ ፍሉውኃውን ፡ በ፱ ፡ ሺ ፡ ብር ፡ ሊሸጥለት ፡ ውል ፡ ደር ድረን ፡ ነበርን ፡ መንግሥት ፡ ስላልፈቀደልን ፡ ግን ፡ ቀረ ። እንግዲህ ፡ እው ነት ፡ ገንዘብ ፡ ካለው ፡ ከ፰ው ፡ ሺ ፡ ፱ ፡ ሺ ፡ ፍልውኃን ፡ ልትሰጠኝ ፡ ነበር ፤ መንግሥት ፡ ከከለከለን ፡ ግን ፡ ገንዘቤን ፡ ሰፍረህ ፡ ቈጥረህ ፡ ስጠኝ ፡ ብሎ ፡ አስጨንቆ ፡ አስጠብቦም ፡ አይዘኝም ፡ ነበር ፡ ገንዘብ ፡ ባጣለትስ ፡ ሰነድ ፡ ለምን ፡ ሳይቀበለኝ ፡ ቀረ ። እንሆላችሁ ፡ ክቡራን ፡ ሰሚዎች ፡ ሆይ ፡ ገንዘብ ፡ ከኔ ፡ ላይ ፡ ቢኖረው ፡ እንዲህ ፡ ችላ ፡ ችላ ፡ ችላ ፡ አይልም ፡ ነበር ።

፭ኛ ፡ ክፍል ። እሱ ፡ ቤቱን ፡ ሊያስቀር ፡ ፲፩ ፡ ሺ ፡ ብር ፡ ከአብርሃም ፡ ሊዳርገኝ ፡ ፲፯ቱ ፡ ሺ ፡ ብር ፡ ግን ፡ ባንድ ፡ ዓመት ፡ ሊሰጠኝ ፤ ካመት ፡ ቢያልፍም ፡ እንደ ፡ ባንክ ፡ ደምብ ፡ በወለድ ፡ እየጨመረ ፡ ሊከፍለኝ ፤ አብርሃም ፡ የሰጠህን ፡ ገንዘብ ፡ ፲፩ ፡ ሺ ፡ ብር ፡ የሚያህል ፡ ከኔ ፡ ላይ ፡ የለ ውም ፡ ስላለኝ ፡ ወድያውም ፡ ላ፲፯ቱ ፡ ሺ ፡ ብር ፡ ዋስ ፡ ስላጣ ፡ ፈረሰ ። መንግሥትም ፡ በዚህ ፡ የዠመርነው[41] ፡ ውል ፡ አልወደደምና ፡ ተው ነው ።

ነገር ፡ ግን ፡ በኔ ፡ ላይ ፡ ገንዘብ ፡ እንደሌለው ፡ አጥርተው ፡ መስከ ረው ፡ የሚያስረዱ ፡ ቃሎች ፡ ብዙ ፡ አሉኝ ፡ በዚህ ፡ ክፍል ፡ ልብ ፡ አድ ርጎ ፡ ለሚመረምር ፡ ይህ ፡ ይበቃ ፡ ነበር ። በኔ ፡ ላይ ፡ ብዙ ፡ ገንዘብ ፡ ካ ለው ፤ ለምን ፡ እስካንድ ፡ ዓመት ፡ ድረስ ፡ ሊከፍለኝ ፡ ተዋዋለ ። ያም ፡ የተዋዋለው ፡ ውል ፡ ጊዜው ፡ ሲደርስ ፡ የሚያስከፍለው ፡ ዋስ ፡ ሊሰ ጠኝ ፡ ነበር ። ባይሰጠኝ ፡ ግን ፡ እንደ ፡ ባንክ ፡ ደምብ ፡ በወለድ ፡ ሊቈጠ ርለት[42] ፡ ነበር ፡

እንግዲህ ፡ በዚህ ፡ አይታወቅምን ። ከኔ ፡ ላይ ፡ ገንዘብ ፡ እንደሌለው ፡

እስኪ ፡ እናስተውል ፡ አንድ ፡ ሰው ፡ ባንድ ፡ ሰው ፡ ላይ ፡ ገንዘብ ፡ እየፈለገ ፡ እንደገና ፡ ደግሞ ፡ በዋስ ፡ ተበድሮ ፡ በ፩ድ ፡ ዓመት ፡ ሊከፍል ፡ ባይከፍል ፡ ግን ፡ እንደ ፡ ባንክ ፡ ደምብ ፡ በወለድ ፡ ሊከፍል ፡ ገንዘብ ፡ ከ ሚፈልገው ፡ ሰው ፡ ጋራ ፡ ይዋዋላልን ፡

ደሞ ፡ መንግሥት ፡ አንተ ፡ አትሽጥ ፡ አንተም ፡ አትግዛ ፡ ብሎ ፡ ስለ ቤቱ ፡ ነገር ፡ በከለከለን ፡ ጊዜ ፤ እሺ ፡ ብሎ ፡ ቤቱን ፡ አስገምተን ፡ ለመን ግሥት ፡ የሰጠነ ፡ ጊዜ ፤ ምነው ፡ ገንዘቤ[43] ፡ ሰርኪስ ፡ ወሰደብኝ ፡ ይቅ ርን ፡ ብሎ ፡ አይጮህም ፡ ነበር ። እስኪ ፡ አስተውሉ ።

---

[41] Correctly የዠመርነውን፡   [42] Correctly ሊቈጠርበት፡
[43] ,, ገንዘቤን፡

፯ኛ ፡ ክፍል ። እሱ ፡ እንደሚለው ፡ ከአሜሪካ ፡ ሰነድ[44] ፡ ሰርቄው ፡
ኰብልየ[45] ፡ ከሔድኩና ፡ ከሸሸሁበት ። ምነው ፡ ለፕረሲዳን ፡ ሮዝቤ
ልት ፡ እንደ ፡ ንጉሠ ፡ ነገሥት ፡ መልእክተኛ ፡ አክብረው ፡ ይዘውት ፡
የነበሩት ፤ ከኔ ፡ የነበረው ፡ አርማን ፡ ሰነዴን ፡ ሰርቆ ፡ ሳይሰናበተኝ ፡ ኰብ
ልሎ ፡ ሔደብኝና ፡ እንደ ፡ እውቀትዎና ፡ እንደ ፡ ደምብዎ ፡ አድርገው ፡
ያስይዙልኝ ፡ ቢላቸው ፤ እኔ ፡ ያለሁበት ፡ መርከብ ፡ ገና ፡ ጠረፍ ፡ ሳትደ
ርስ ፡ በስልክ ፡ ያስታውቁ ፡ ነበርና ፡ መርከብ ፡ ከምታርፍበት ፡ ቦታ ፡
ስደርስ ፡ ታስሬ ፡ ተዋርጄም ፡ እያዝ ፡ ነበር ። ለባለ ፡ መርከቡም ፡ የወም
በዴ ፡ ዋሻ ፤ የሌባም ፡ መሸሻ ፡ ነህ ፡ ተብሎም ፡ የበደለኛ ፡ ፍርድ ፡ ይቀ
በል ፡ ነበር ።

ለባለ ፡ ሆቴሉ ፡ ቢነግርም ፡ ስራውና ፡ ስሙ ፡ እንዳይሰበር ፡ ያስፈልገኝ ፡
ነበር ፡

ደግሞ ፡ እንሆ ፡ ሌላ ፡ መግለጫ ፡ እኔ ፡ ሰነድ[46] ፡ እንዳልሰረቅሁትና ፡
ኰብልየ ፡ እንዳልሄድኩ ። ከአሜሪካ ፡ እስከ ፡ ሐረር ፡ ድረስ ፡ ለዘመዶቼና ፡
ለወዳጆቼ ፡ ስሞታና ፡ አማላጅነት ፡ ከመላክ ። ላኩኝ ፡ ወደሚላቸው ፡
ወደ ፡ ጃንሆይ ፡ ወይም ፡ ወደ ፡ አፈንጉሥ ፡ ነሲብ ፡ ሰርኪስ ፡ ተሬዝያን ፡
የ፲ ፡ ሺ ፡ ብር ፡ ሰነድ ፡ ከአሜሪካ ፡ ሰርቆኝ ፡ ኰብልሎ ፡ ሂደዋልና ፡ እን
ዲያዝልኝ ፡ ይሁን ፡ ብሎ ፡ ቢልክባቸው ፡ ገና ፡ ጠረፍ ፡ ስደርስ ፡ እሱ ፡
ታስሮ ፡ እንደመጣው ፡ እኔም ፡ ተይዤ ፡ ታስሬ ፡ እመጣ ፡ ነበር ። እስኪ ፡
አስተውሉ ፡ ዝምታው ፡ ምንድር ፡ ነው ፡ ለላከባቸው ፡ አማላጆች ፡ እሺ ፡
እከፍለዋለሁ ፡ ሰነድም[47] ፡ ሰርቄዋለሁ ፡ ብሎ ፡ አምኖልኛልና ፡ በ
ነሱ ፡ ልርታ ፤ ማለትም ፡ ከንቱ ፡ የከንቱ ፡ ከንቱም ፡ የልጆች ፡ ጨዋታ ፡
ነው ። ማን ፡ ሞኝ ፡ ሰው ፡ ነው ፡ ከአሜሪካ ፡ የ፲ ፡ ሺ ፡ ብር ፡ ሰነድ ፡ ሰርቆ ፡
ወድያውም ፡ ኰብልሎ ፡ እስከ ፡ ሐረር ፡ መጥቶ ፡ አዎ ፡ ሌባ ፡ ነኝ ፡ ብሎ ፡
የሚያምን ።

እነሱስ ፡ አማላጆች ፡ የተባሉ ፡ ሰርቄ ፡ ኰብልየም ፡ እንደ ፡ መጣሁ ፡
እያወቁ ፡ ሰነድ[48] ፡ ሳይቀበሉለት ፡ ለምን ፡ ቀሩ ፡ እንድያው ፡ ነግረውኝ ፡

---

[44] Correctly ሰንዱን፡

[45] ከበለለ፡ = to desert, run away (often used of slave).

[46] Correctly ሰንዱን፡ [47] Correctly ሰንዱን፡

[48] ,, ሰንዱን፡

ምላሼን፡ሰምተው፡ሰነድ፡ሳይቀበሉኝ፡መተዋቸው፡በምን፡አመ ኑኝ፡ነው። የአገሩ፡ደምብስ፡ስንኳ፡ከ፳፡ብር፡በላይ፡የሚበዳደርና፡ የሚተማመን፡በዘብጥያ፡ፊት፡እንጂ፡በሌላ፡እንዳይሆን፡አዋጅ፡አለ። ስለዚሁ፡ይህንን፡ደምብ፡እያወቁ፡አለ፡ሰነድ[49]፡ለምን፡ለቀቁኝ፤ ሌ ላስ፡ይቅርና፡በ፳፫፡ጥር፡፲፱፻፫፡ዓመት፤ጃንሆይ፡አዘውኛል፡ብለህ፡ በማህትማቸው፡ልክ፡ማኅተም፡አሠርተኻል፡ብየ፡የከሰስኩት፡ቀን፡ ፮፡ሺ፡ብር፡የሚሰጠኝ፡አለውና፡ገንዘቡን፡እንዳይከፍለኝ፡አደናግሮ፡ ሊያጠፋኝ፡ነው፡ብሎ፡ለመንግሥት፡አይነግርም፡ነበር። ለመቼ፡ ሊሆነው፡ነው፡ሳይናገር፡የቀረው፤ከተጣሉ፡እስከሆድ፤ከታጠቡም፡ እስከ፡ክንድ፡ነው፤እንደሚባለው፡ከተጣላሁትና፡ከከሰስኩት፡ሳይ ጮህ፡ዝም፡ካለ፡በዝያን፡ጊዜ፡ከኔ፡ላይ፡ገንዘብ፡ባለመኖሩ፡ያስታው ቃል። በመስከረም፡፲፱፻፬፡ባልጋ፡ቁራኛ[50]፡በእግዚአብሔር፡ዳኛ፡ ተይዤ፡ሳለሁ፡ገንዘብ፡አለኝ፡ብሎ፡የከሰሰኝ፡አዲስ፡የተፈጠረ፡ብ ልኃት፡ነውና፡አያስከፍለኝም።

፯ኛ፡ክፍል። ከጃንሆይ፡የተበደረውን፡ብር፡አምጣ፡ቢሉት፡የሚ ከፍለውን፡ገንዘብ፡አጥቶ፡፳፭፡ሰዎች፡ዋስ፡ጠራ። እነዚህ፡ዋሶችም፡ ከፍሎ፡የሚያወጣቸው፡ዋና፡አጥተው፡፯ወር፡እግር፡ተወርች[51]፡ ታሠሩ።

እንግዴህ፡በኔ፡ላይ፡ገንዘብ፡ከነበረው፡ከኔ፡ወስዶ፡ዕዳውን፡ከ ፍሎ፡ዋሶቹን፡አያስፈታም፡ነበር። ክቡራን፡ጌቶች፡ሆይ፡እስኪ፡ ይህ፡ሁሉ፡ያልኳችሁን፡ቃል፡በቀና፡ልቦና[52]፡በንጹሕ፡ሕሊና፡ ተመልከቱትና፡መርምሩት።

ሐጂ፡አብዱላኂ፡ከኔ፡ላይ፡አንዳች፡ገንዘብ፡እንደሌላው፡አውቆ፡ እሱ፡ራሱ፡ባለቤቱ፡ቃሉን፡በቃሉ፡አፍርስዋልና፡ተፈጥሞ፡ይል ቀቀኝ።

እንግዴህ፡ልብ፡ዳኛ፤ዓይንም፡እረኛ፡ነውና፡ይህ፡፯፡ክፍል፡ከመ

---

[49] Correctly ሰንዱን፡

[50] See note 15, page 139.

[51] ወርች፡ is lit. foreleg of animal, but here = hands.

[52] ልቦና፡(ልቡና፡) = reason, intelligence.

ዠመርያው ፡ እስከ ፡ መጨረሻው ፡ ተመልከቱልኝ ። በዳኞችና ፡ በእማኞች ፡ ፊት ፡ ተነጋግረን ፡ ፈርማችንም[53] ፡ አድርገን ፡ የጨረስነውን ፡ ነገር ፡ ኋላ ፡ ወደ ፡ ሰው ፡ ምስክርነት ፡ አያስኬደነም ። የተጻፈ ፡ ይወርሳል ፡ የተነገረ ፡ ግን ፡ ይፈርሳል ፡ የሚባለው ፡ ቃል ፡ በዓለም ፡ ሁሉ ፡ የታመነ ፡ ነውና ፡ የነገራችን ፡ መንገድ ፡ ወደን ፡ ባጻፍነው ፡ እንጂ ፡ ሌላ ፡ አዲስ ፡ መንገድ ፡ ማውጣት ፡ አይገባነም ።

እጆችዋን ፡ ወደ ፡ እግዚአብሔር ፡ ዘርግታ ፡ የምትጸልይ ፡ ቅድስት ፡ ኢትዮጵያ ፡ ይህ[54] ፡ የተጻፈውን ፡ ቃል ፡ መርምራ ፡ በእውነትም ፡ ፈርዳ ፡ ከሐሰት ፡ እንድታድነኝ ፡ በእርግጥ ፡ አምኜ ፡ በተስፋ ፡ እጠብቃለሁ ።

ሰርኪስ ፡ ተረዚየን ፡

---

[53] Correctly ፍርማችንንም ፡ [54] Correctly ይህነን ፡

14

The Balance disclosing Truth and Falsehood.

Addis Abeba 21st day of Tiqimt 1905 A.M.

I left Harar in Maggābīt 1896.

When I arrived at Dire Dawā, returning to Harar for some business of the Emperor, thieves broke into my box and robbed me of the goods I had. The Emperor and Rās Makonin having heard of this, ordered that a strict search should be made and the thieves were found. After that, having examined my person, noted my baggage, counted and weighed it, they ordered me to enter the train and I arrived at Jibouti. When I left Jibouti the French Excise officers (lit. the French government's guards of travellers) having rummaged the baggage which I had, examined it, and asked me where I was going, and after having written me up in their register, I embarked.

We, who embarked together in this ship, were I, Monsieur Ghalib, the well-known Monsieur Dikran, Monsieur Gorgoreos and many other people. When we arrived at Suez, government guards having seen all we had, told us to pay the custom dues required of us and we, having paid, passed.

Thence once more having embarked, I arrived at the well-known French port of Marseilles, and the government custom officials who were there searched minutely all I had. I had a few piastres which were engraved with the head of Emperor Menilik II, King of the kings of Ethiopia, and they found them. They said "why have you brought dollars, half-dollars, quarter-dollars, piastres, soldi and besa of another country to our country; do you not know that it is forbidden that they should be imported (lit. lest they enter) lest they damage the market. Now let these coins which you have brought stay in the customs house, and when you return you can take them away," and wrote my name and the number of the coins in their register. I said to them also "very well, let it be according to your rule. My friends having begged me to bring it for them I brought this money which is engraved with the face of the Emperor (of Abyssinia) as a memento, and not to sell, change, or bargain with." They gave me a paper so that when I returned they should give me my money, and I entered the town. Having left there I arrived at the capital—great Paris. Hajji Abdūlāhī Alī Sādīq (Sādiq) came there after me. After a few days Hajji Abdūlāhī together with an engineer named Paul, having come to London to buy a gold extracting machine, bought one for $50,000 (i.e. some £5000). He gave in advance $10,000 earnest money, and having agreed to give the rest in three months, he left Paul there as his agent and returned to Paris and met me.

Thence we went together to Austria and the Emperor François Joseph greatly honouring him (Hajji Abdūlāhī) received him, thinking that he was the envoy of the Emperor (of Abyssinia). He gave him permission to see and look at the kind (of things) he desired in the whole of his Empire. He put him in the carriage which was for kings' envoys and he (Hajji Abdūlāhī) went round and saw all that he wanted.

After he had received all this honour we left there, and he, taking me with him, went to see the German Emperor. He sent to the Emperor (of Germany's) representative saying "I am the envoy of the Emperor of Abyssinia, permit me to meet you." The Minister for foreign affairs saying "how can this statement of yours be, if you were the envoy of the Emperor (of Abyssinia) our envoy at Addis Ababa would have previously informed us. And now to find out if you have been sent, I will despatch a telegram and then it will be (known)" sent (a telegram) to Abyssinia. After having understood the answer, he told him "we give you a period of 24 hours and quickly leave our dominions, if however you are found after 24 hours have elapsed, you will be disgraced. Guard your honour and look out for it (lit. know for it)" and (so) we flitted! Having left there (Hajji) went to America and arrived at the town of Nīyub Mark (sic) (perhaps New York). Whilst there he summoned me, and I came and saw the honour and dignity which he received. President

Roosvelt who is celebrated throughout the whole world, and whose deeds are lauded, received him with great honour. He gave him permission to see, examine, and buy whatever he wanted. He travelled also in his (Roosvelt's) carriage to the great factory of Washington. For the sake of Menilik II, Emperor of Ethiopia, he received him with boundless honour and dignity. After several days, he and I separated from each other. He told me that he would go to China, Japan, Afghanistan and other kingdoms. Having left him there (i.e. in America) I returned to France and England and passing by there, I came to my beautiful and holy Abyssinia in the month of Yakātīt 1898 A.M. God be praised, up to 1904 A.M. no one ever accused, reproached, or told me saying "in the French town of Paris I have given (you) 2000 ozs. of gold, 1500 ozs. of musk and $ 1500 in cash and I have the receipt."

Hajji Abdūlāhī saying that he had lent money to Abrihām my nephew, got his house valued at $ 60,000 and took it. But half of this house which he took was mine and I told him that I would not give my share. He having agreed that half of the house was due to me, said, "very well, the house is valued at $ 60,000, now let one of us give the other, half of the estimation, $ 30,000, and let the one who has given this take the whole house and become the proprietor. I also liking this suggestion, we make a friendly agreement that I should sell him Fil Wuha for $50,000 and take possession of the house in its entirety, and this price of $ 30,000 which we had agreed on should remain in abeyance, and he give me $ 20,000. However when we informed the government they said that this

could not be and forbade us in 1902. When the sale
of Fil Wuha fell through we made a new agreement
on Tāhsās 27, 1903.

We having mutually written this in (the presence
of) our chosen witnesses, we went to his Honour the
Chief Judge Stephen and to the German Consul to
have it sealed, so that the agreement might be legal-
ized. The contract which we agreed on was the
following (lit. following words).

Hajji Abdūlāhi, because he was unable to pay me
at that time, we agreed that he should order Abrihām
to pay me $ 14,000 (i.e. gave me a bill on Abrihām for
$ 14,000), and give me $ 16,000 in one year. But if
the year expired, according to the Bank rate, he should
give me $1\frac{1}{4}$ dollars per cent. (per month) and it be
counted as an interest-bearing loan, and that he should
take the house and become the proprietor out and
out. I said to him "very well, I like and accept this
agreement, after I have examined whether Abrihām
owes you the sum of $14,000, and if you will give me
a guarantor who will cause you to pay when the time
(of payment) of the $16,000 falls due." When I asked
Abrihām whether he owed this money, and whether
he would pay me, he said to me "I do not owe it, when
did he give me money?" For the $ 16,000 also he
lacked a guarantee and the agreement which we had
arranged was cancelled owing to him.

On Tirr 28, 1903, when formerly we went to Europe,
I accused him that he had had a seal made like the
Emperor's saying that the Emperor had ordered him.
He denied it and I (lit. my hand) was seized and im-
prisoned up to the month of Nahase.

But when I became very ill and wasted away, the government, through their goodness, gave me permission to be treated in my house. In the month of Nahase I entered my house. Whilst I was confined to my bed (lit. whilst I was seized by God (as) the judge and the bed (as) guardian) Hajji Abdūlāhi Alī Sādīq complained to my noble master, the Heir Apparent of the throne and crown of Ethiopia, Lij Iyasu, saying that Sarkīs Tarazyān[1] owed him money. And the noble prince Lij Iyasu saying, "let not justice be lacking, nor the poor be oppressed" ordered him (Hajji) that judges and witnesses should come and examine me where I was in my house. Nagadrās Haile Georgis, the minister for commerce and foreign affairs, the government chief judge, Qañasmach Haile of Wāc̣harā, in place of Fitaouri Tilāhūn, seven Europeans also chosen by the minister, such like wise people and investigators being appointed (lit. added) for this case, they wrote down for us word by word the conversation which we, the plaintiff and defendant, said. In their presence we signed saying that there was nothing else (to say) with the exception of what we had said.

Afterwards Hajji Abdūlāhī began to accuse me saying thus:—"Sarkis and I left Harar together to go to Europe. Because I had not a bag for holding gold, I gave him 2000 ozs. of gold asking him to let it stay in his. And he having said 'men and decanters are breakable' gave me a receipt which mentioned the number (i.e. quantity) of the gold he had received. When we arrived at the town of Paris, we had made

[1] The name is spelt slightly differently each time it occurs.

an agreement, and according to our agreement when
we arrived at the great city of Paris, he gave me the
gold and I returned him the receipt. When I took
round this 2000 ozs. of gold to sell in Paris I could
not find a buyer, and took it to London the capital of
England. And when I went round there and enquired
re its sale, I could not find (a buyer) and once again
I took it back to Paris. Having agreed on the price
of 40 dollars per oz., I sold it to Sarkis for $ 80,000, he
having said to me 'since you failed to find a purchaser
in Paris and London I will buy it from you.' We
made a fresh agreement; I on my part to give him a
period of time (in which to pay), and he on his part
to give me $ 20,000 extra. He gave me a bill for this
$ 100,000. After this also I gave him 1500 ozs. of musk
and 1500 dollars in cash. We went to America together
for business. And there having stolen the bill (or
IOU) that he had given me, he ran away and escaped.
Having feared all this beforehand however, I had the
IOU photographed and I have it taken exactly like
the original."

When they said to him "when Sarkis inquired of
Hajji Abdūlāhī (i.e. of you) according as you state there
are no dollars in Paris; from where did you bring what
you gave him?" He immediately changed his state-
ment, and told them that " I gave it to him in francs."
When they said to him "very well, at that time what
was the exchange for a dollar in francs," he answered
that he would take his account book and work it out.

And when they asked him if he had any other
statement with the exception of this, he said "I have
no other, I neither add to nor take away from my

statement which I have dictated." Of his own free will
and knowledge, with his own hand he wrote his signa-
ture on this document which the judges and witnesses
wrote. After that they asked me re his accusation.

I said "I did not leave Harar together with him as
he says. He went first and I afterwards left by my-
self in Maggābīt 1897. I never at all received in Harar
2000 ozs. of gold and 1500 ozs. of musk and $1500 in
cash in Paris. I also did not buy gold from him. I did
not give him a receipt, and having stolen a receipt in
America, I did not run away. This which he has told
you concerning the receipt, the money, and the de-
parture from Harar together, is a lie. Over and above
this I have nothing more to add." I signed of my own
free will in Maskaram 1904. At another time however
of his own free will (lit. liking this) having made a
statement in the presence of judges and witnesses, he
commences to deny the letter on which he had written
his signature and to unsettle the agreement saying as
follows.

1st Para. He changed his statement "we left Harar
together," saying "we did not leave together, I first
Sarkis afterwards, that is how we went."

2nd Para. "He robbed me in America; I have an
exact reproduction which I took by photography of the
$100,000 receipt." (Afterwards) saying "what I said
was to threaten him I have no picture or photograph"
he himself refuted his former statement.

Again in a country with a government when has he
the right to threaten people like a thief or brigand.
Is it not an astounding thing that he dared to make
this statement before the judges!

Thus noble Sirs! like the proverb "she having made it, destroyed it." In his first statement having said that "we left Harar together," afterwards having said "we were each by ourselves, how we went was I first and Sarkis afterwards" he gave evidence in accordance with what I myself had said. He cancelled the agreement which he had placed in the judges' hands of "I have the photograph of the receipt" when he said "I have no picture or copy, the statement that I made saying that I had, was to threaten." This doublemouthed statement of his is corroborative testimony more brilliant than the moon and hotter than the sun, that I do not owe him money. He has made a solemn declaration and has lost (his case) and the only thing he can do is to leave off.

3rd Para. Having bought a gold extracting machine in London for § 50,000, and having given earnest money to the value of § 10,000, he agreed to pay the § 40,000 in 3 months' time. The reason why the machine has not yet arrived, is because he had not the money to pay. If he had, instead of giving to me this sum of money which he says, would he not have finished the affairs for which he went after having arranged (lit. spoken to) with the Emperor? Behold, it is known from this that, before finishing the affair for which he went, he did not give me 2000 ozs. of gold, 1500 ozs. of musk and § 1500 in cash. Lest he say that he gave me what was left over from the price of the machine, the owners saying "according to our contract we will not hand it over before we receive the § 40,000" prevented him (from taking it away), and up to the present it has not turned up. The § 10,000 which he gave as earnest money was lost (lit. being melted, remained behind).

4th Para. Since I gave a receipt so that on arrival in Paris I should return the 2000 ozs. of gold which Hajji Abdūlāhī gave me in Harar, let the register be seen for 1897 the year I started, and the truth exposed, for when I entered the train at Dire Dawā they despatched me having seen all that I had.

When I embarked at Jibouti, they also like this let me go after having seen everything. If I had this gold how nice it would be if they are asked! Behold! I say let these be questioned as to his not having given me the gold. Now his statement that "I gave him the musk in Paris," in what custom house did it pass duty and pass?

When I arrived at Suez from Jibouti I was not alone. We were Monsieur Ghalib, the celebrated Monsieur Dikran, Monsieur Gorgoreos and several other people. We paid the dues which were due from us and passed. Noble Sirs!

To disclose the marvellous affair of us two, and to know the truth, if you cause the customs register at Suez to be examined, and if you ask the persons who went with me, if it be found that it (the register) says "yes, we have seen the gold and we have received the customs duty," very well! let me pay without question.

Again, if this proof which I have written above is not sufficient for you, if you cause enquiries to be made of the truthful (sic) and good (sic) port of Marseilles, that they (i.e. the custom officials) have found my dollars and piastres, and that they (i.e. the dollars and piastres) are still there, they will give evidence in my favour.

Master Hajji as they say he is a rich man, will plainly tell you that I hadn't it (i.e. the money).

Again, the astonishing thing to him who has seen it, and the amazing thing to him who has heard it, is the extraordinary statement which he had written in the presence of the judges and witnesses and signed. He said "having received the gold from Sarkis, I took it round in Paris to sell and failed to find a purchaser. I crossed over to London with it, and having enquired and caused enquiries to be made, when I lacked a buyer I took it back again to Paris and sold it to Sarkis. How marvellous! this speech causes much astonishment. When I took the gold round for sale in Paris and London I lacked a purchaser for it! It plainly shows that it is equivalent to saying that the sun, moon, and stars do not exist in the sky! Everyone knows that not only is gold imported into their country, but that having come here they buy an oz. for 40–50–60 dollars and higher prices. If he had in truth wandered round with the gold to sell it, he could have sold it for a higher price than what he said he sold it to me for. Would he not rather have come (back to Addis Abeba) after having finished the affair and put straight the work for which he went under arrangements made with the Emperor? (lit. having spoken to the Emperor). Note that in Paris and London a buyer for the gold not being found, did I buy it? This is nonsense and not a statement which will be believed.

When he took this gold backwards and forwards from Paris to London, and from London to Paris, the railway and shipping people and the custom officials of the two countries, according to the regulations of their countries, necessarily write it down and if you cause enquiries to be made it would be a good thing (lit. how nice it would be).

4th Para. (there has already been a para. 4 !)

We had made an agreement that I should sell him the "Fil Wuha" for $ 50,000. Because the government did not permit us however, it was annulled. If in truth I owed him money, he (lit. "you" oratia recta) was going to give me $ 50,000 from the $ 100,000 for the "Fil Wuha." But since the government forbade us, would he not have inconvenienced me and dunned me saying "give me my money" (lit. having measured and counted my money give (it) me). If I had not money for him, why did he not take an IOU? See noble readers! (lit. hearers). If I owed him money he would not have been neglectful like this.

5th Para. (The arrangement was) that he should reserve the house (for himself), that he should give me a bill on Abrihām for $ 14,000, that he should give me however the $ 16,000 in a year's time, and if he exceeded the year that he should pay with the interest being added according to the bank rate. Because Abrihām told me that he did not owe him the sum of $ 14,000 that he had given me (oratia recta "which he gave you"), and because afterwards he failed to find a guarantee for the $16,000, (the agreement) fell through. The government also did not like this agreement which we had commenced and we abandoned it.

I have many convincing statements that clearly witness that I do not owe him any money. This would be sufficient for him who carefully examines this para.

If I owe him much money why up to a year, did he
make an agreement to pay me money? He was going
to give me a guarantor who was able to pay when the
period of the contract to which he had agreed arrived.
If he did not pay me however, the interest was to be
counted according to the bank rate.

Is it not known by this then that I do not owe him
money? Let us pay attention, will a man who is de-
manding money from another, make an agreement
with the person from whom he demands the money,
having taken a loan by a guarantor, to pay him after
a year and to pay with interest according to the bank
rate if he fails to pay?

Again, when the government with regard to the
matter of the house having said "you do not sell, you
do not buy" forbade us, he (Hajji) agreed and we got
the house valued. When we gave it to government,
why did he not complain saying "Sarkis has taken
away my money from me, will it remain lost to me?"
Just note (this).

6th *Para.* Since according to his statement I stole
the receipt in America and ran away and fled from him,
why did he not say to President Roosvelt, who had
honoured him as the Emperor's envoy, "the Armenian
who was with me stole my receipt, and without taking
leave of me, he fled and went away, please have him
arrested for me in conformity with your knowledge
and regulations." Before the ship, in which I was,
arrived at the port they could have given information
by wire, and when I arrived at the place where the
ship stopped, being arrested and disgraced I would
have been seized. The captain of the ship would have

been told that he was "a brigand's cave and hiding place of thieves" and been judged as a criminal. If he (Hajji) had spoken to the hotel proprietor he would have had me searched for, so that his work and reputation might not be injured.

Here again is another thing which discloses that I did not steal the sanad nor run and leave. Instead of sending a complaint and supplication from America to Harar to his relations and friends, if he had sent to those whom he said had sent him—to the Emperor or the Chief Judge Nasīb saying "Sarkis Tarezyan having stolen from me a receipt for $100,000 in America, has fled and gone away, please have him seized" when I arrived at the port I should have come, having been seized and chained, like he himself came in chains. Please notice what is (the meaning of) his silence! His saying to the interceders whom he sent "he has confessed to me saying 'yes, I will pay him, I have stolen the receipt' and I shall win through them" is quite vain and the senseless playing of children. Who is the fool who having stolen a receipt of $100,000 in America, and having at once fled and come to Harar, will confess saying "yes I am a thief!"

Why did the interceders fail to receive the receipt for him, knowing that I had stolen it and fled away and come (to Harar)?

How did they leave the affair and trust me after having thus told me and heard my answer without having received the receipt from me? Re the rule of the country, there is a proclamation that he who lends or trusts another above the sum of $5 even, should do so before the police and not before others. There-

fore whilst they knew this regulation, why did they let
me go without the receipt? Never mind about the
rest. On Tirr 28ᵗʰ, 1903, the day I accused him that
saying the Emperor had ordered him, he had made
a seal the same as the Emperor's, would he not have
said to the government, "he owes me $100,000 and
in order that he should not pay me the money, having
confused me, he is about to make me lose (or to ruin
me)"? How long did he remain without speaking?
As the saying is "if they quarrel 'tis till the heart, and
if they wash 'tis till the arm." Seeing that I quarrelled
with him and accused him, his remaining quiet
without complaining shows that at that time I did
not owe him money. In Maskaram 1904 when I was
confined to my bed, having stated that I owed him
money, his accusation was a newly devised plan and
he will not get me to pay.

7th Para. When they told him to pay the money
which he had borrowed from the Emperor, he lacking
the money to pay, called 18 persons as guarantors.
These guarantors having failed to make the principal
(Hājji) pay and release them, were imprisoned hand
and foot for 6 months.

Having then taken from me the money which I
owed him, and having paid his debt, would he not have
caused his guarantors to be released? Noble Sirs!
please look at and examine all this statement, which
I have made, with your just mind and pure thought.
Hajji Abdulahi knowing that I do not owe him any-
thing, has himself with his own words annulled his own
statement, and let him make a solemn declaration
and let me go.

Now the heart is judge and the eye guardian (lit. shepherd). Please examine for me these seven paras. from beginning to end. There is no reason for us to have further evidence afterwards on a matter on which we spoke in the presence of judges and witnesses and signed and finished. The saying "what is written inherits, but what is spoken is destroyed" is believed throughout the world, and we have no right to introduce fresh matter in what we have caused to be written down, our statements having been voluntary.

Holy prayerful Ethiopia stretching out her hands towards God having examined this written statement, and having given a truthful judgement, I wait with hope trusting with certainty that she will preserve me from lies.

Sarkis Tarazīyān.

PROCLAMATIONS

1

ምክር።

አሁን፡በከተማው፡ፈንጣጣ[1]፡ገብታ፡ሰውን፡ሁሉ፡እንደምትፈጅ፡ታያላችሁ።

ይኸችንም፡ክፉ፡በሽታ፡ካገር፡ለማጥፋት፡በከተማ፡ያለው፡ሰው፡አዋቂውም[2]፡ልጁም፡ከከብት፡ሃኪም፡ዘንድ፡ወይም፡ከሆፒታል፡እየኼደ፡ይከተብ[3]።

ለመከተቡም፡ዋጋ፡አያስፈልግ፡ጊዜም፡አያስፈታ፡ካምስት፡ደቂቃም፡ይበልጥ፡አያቆይ።

አሁንም፡ለራሳችሁና፡ለልጆቻችሁ፡የምታስቡ፡ሰዎች፡ሁሉ።ሳታስከትቡ፡ቀርታችሁ፡ሰው፡ቢሞትባችሁ[4]፡በስንፍናችሁ፡መሆኑን፡እወቁት።

መጋቢት፡፳ቀን፡፲፱፻፬ ዓመተ፡ምሕረት፡አዲስ፡አበባ፡ከተማ፡ተጻፈ።

ነጋድራስ፡ኃይሉ፡ጊዮርጊስ፡
የንግድና፡የውጭ፡ጉዳይ፡ሚኒስቴር።

---

[1] ፈንጣጣ፡ and not ኩፍኝ፡ is the word used in Shoa for smallpox. Note that it is used as feminine.

[2] አዋቂ፡ = adult, also wise, learned.

[3] ተከተበ፡ = to be vaccinated.

[4] See Armbruster's *Grammar*, section 71.

1

Advice

You see how smallpox having entered the town is destroying the people.

For exterminating this evil disease out of the country, let the people who are in the town—adults and children—go and be vaccinated either at the veterinary surgeon's or at the hospital.

To be vaccinated no charge is required and it does not cause loss of time; it does not detain one more than five minutes.

Now all you people who think for yourselves and for your children, if you fail to have the vaccination done, and any one dies know that it is owing to your laziness.

2nd Maggābīt 1904 A.M. Written at the town of Addis Abeba.

Nagadrās Haile Gīyorgīs.
Minister for Commerce and Foreign Affairs.

2

አዋጅ። ሲነገር።

ስማ፡ ስማ፡ መስማማሚያ፡ ይንሳቸው፡ ያድባርን[1]፡ ያውጋርን[1]፡ ጠላት።
ስማ፡ ስማ፡ መስማማሚያ፡ ይንሳቸው፡ የማርያምን፡ ጠላት።
ስማ፡ ስማ፡ መስማማሚያ፡ ይንሳቸው፡ የጌታችንን፡ ጠላት።

ሰው፡ በተጣላ፡ ጊዜ፡ ከባላጋራው፡ ተቋቁሞ፡ እልፍ፡ ጅራፍ፡ እሰጥ[2]፡ ሺ፡ ጅራፍ፡ እሰጥ፡ እያለ፡ ውርርድ፡ የሚተክለው[3]፡ ሁሉ፡ ይቅር፡ ብያለሁ፡ ። ። ውርርድም፡ ማር፡ ይሁን።

እጅግም፡ ቢበዛ፡ ፈረስ፡ እሰጥ፡ በቅሎ፡ እሰጥ፡ ይባል፡ እንጂ፡ ከዚህ፡ በላይ፡ አይትከል። ። ዳኛም፡ ከዚህ፡ በላይ፡ ውርርድ፡ አስተክሎ፡ አያሻግት፡ የውርርዱም፡ ዕዳ፡ በበቅሎ፡ የተረታ፡ ፭፡ ብር። በፈረስ፡ የተረታ፡ ፲፡ ብር፡ በማር፡ የተረታ፡ ፬፡ ሩብ፡ ይከፈል። ዳኝነትም፡ ፭፡ ሩብ፡

[1] አድባር፡ is plural of ደብር፡ "church, monastery."
አውጋር፡ is plural of ወግር፡=small country church (lit. small hill).

[2] እሰጥ፡=ልስጥ፡ or እሰጣለሁ፡

[3] ተክለ፡=lit. to plant is "to make" with ውርርድ፡

ይሁን። በወንጀልም፡እየተያዘ፡መሬቱን፡የሚነቀል፡ሰው፡ሁሉ፡ወንጀልም፡ቢገኝበት፡በሰውነቱ፡ይቀጣ፡እንጂ፡መሬቱ፡አይነቀል፡ብያለሁ። ። ነገርግን፡ነፍስ፡ገድሎ፡በመንግሥት፡ክፉ፡ነገር፡የሰራ፡ይነቀላል።

ርስትም[4]፡ማለት፡ያባት፡የናት፡መሬት፡ደግሞ፡በወርቁ፡የገዘው፡መሬት፡ነው፡እንጂ፡የመንግሥት፡መትከያ[5]፡አይደለም። ደግሞ፡የመትከያም፡መሬት፡ቢሆን፡መንግሥት፡ርስት፡ያደረገለት፡ይረጋል።

መካንም፡የሞተ፡እንደሆነ፡እናት፡አባቱ፡ገንዘቡንም፡ርስቱንም፡ይውሰዱ፡እንጂ፡ሹም፡አይውረስ። እናት፡አባት፡የሌለው፡እንደሆነ፡ወንድሙ፡እህቱ፡ይውረሱ። እናት፡አባት፡ወንድም፡እህት፡የሌለው፡እንደሆነ፡ግን፡እስከ፡አራት፡ትውልድ፡ድረስ፡ላለ፡ለቅርብ፡ዘመዱ፡ይሁን። ደግሞም፡ከዘመዶቹ፡ለይቶ፡ለገሌ፡ይሁን፡ብሎ፡የተናዘዘ፡እንደሆነ፡የተናዘዘለት፡ይውሰድ፡ካራት፡ትውልድ፡ወዲያ፡የሆነ፡እንደሆነ፡ግን፡ሹም፡ይውረሰው፡ብያለሁ።

መስከረም። ፲፮፡ቀን፡፲፱፻፩፡

[4] ርስት፡ as the proclamation explains is land inherited or bought.

[5] መትከያ፡ is land given to a person for his life or good conduct by the government or a chief.

2

When the proclamation was made:—

Listen, listen, may the enemies of the Church lack unity.

Listen, listen, may the enemies of Mary lack unity (or agreement).

Listen, listen, may the enemies of our master lack agreement.

I have ordered that, when a man quarrels with another and confronting his opponent, the bet that he makes, saying, "I give ten thousand—one thousand —lashes," shall cease. Let the wager be honey.

At the most let it be said "I will give a horse or a mule," more than this let him not wager. The judge also, having allowed him to wager more than this, let him not allow him to plead. He who loses, the debt of his wager being a mule, let him pay $20, who loses by the wager of a horse, $10, by honey, 4 quarters (of a dollar). Let the judge's fee be 8 quarters (of a dollar). Everyone who being arrested for fraud and whose land is confiscated, I have ordered that if he be guilty of fraud he is to be personally punished, but his land is not to be confiscated. A murderer however or a man who has done evil to the government (his land) will be confiscated.

"Rist" is the land of father and mother also that bought by money; it is not that given by the government. Again, if this "matkaya" land be that which the government has made as "rist" to him, it is not confiscable (lit. it is settled).

If a person dies without children let his father and mother take his property and "rist" (i.e. his personal and real property) and let not the chief inherit it. If he has no father and mother, let his brother and sister inherit. If he has no father, mother, brothers, or sisters however let (the property) go (lit. be) to his nearest kinsman up to four generations. Also having excluded (the inheritance) from his relatives, if he makes a will in favour of so and so, let the person in whose name the will is made inherit. But if (the heir) be after four generations I have ordered that the Chief inherits.

16 Maskaram 1901.

3

የምኒስቴሮች ፡ የምክር ፡ ቃል ።

የሐገራችን ፡ የኢትዮጵያ ፡ ሰዎች ፡ መኳንንቱም ፡ ሠራዊቱም ፡ ከዚህ ፡ ቀጥሎ ፡ የተጻፈውን ፡ ቃል ፡ እናስታውቃችኋለን ። ቃሉንም ፡ በውል ፡ መርምሩት ። ነገርም ፡ የሚታወቅ ፡ በመመርመር ፡ ነው ፡ እንጂ ፡ በመስማት ፡ ብቻ ፡ አይደለም ።

የኢትዮጵያ ፡ መንግሥት ፡ ምንም ፡ ከጥንት ፡ ጀምሮ ፡ እራሱን ፡ የቻለ ፡ ቢሆን ፡ ጭራሽ ፡ በዓለም ፡ ሁሉ ፡ የታወቀው ፡ ባጼ ፡ ምኒልክ ፡ ነው ። አጼ ፡ ምኒልክም ፡ ሀገርዎን ፡ አደላድለው ፡ ብዙ ፡ ዘመን ፡ ከገዙ ፡ በኋላ ፡ ድንገት ፡ ሕመም ፡ ቢያድርብዎ ፡ ጳጳሱን ፡ ከነካህናቱ ፡ መኳንንቱን ፡ ከነሠራዊቱ ፡ ሰብስበው ፡ ያልጋ ፡ ወራሽ ፡ ልጃቸውን ፡ አስታወቁን ። እርስ ፡ በርሳችንም ፡ እንዳንጣላ ፡ እውነተኛ ፡ ታላቅ ፡ ምክራቸውን ፡ መከሩን ። ጌታችን ፡ አጼ ፡ ምኒልክ ፡ ሕመማቸው ፡ በርትቶ ፡ እቤት[1] ፡ በመዋላቸው ፡ አዝነን ፡ ሳለን ፡ እረኛ ፡ እንደሌላቸው ፡ በጎች ፡ እንዳንበተን ፡ ያልጋ ፡ ወራሽ ፡ ልጃቸውን ፡ ልጅ ፡ ኢያሱን ፡ በመስጠታቸው ፡ እጅግ ፡ ደስ ፡ አለን ፡ ጌታችንም ፡ አጼ ፡ ምኒልክ ፡ አስበው ፡ እንደሰጡን ፡ ያልጋ ፡ ወራሻቸውን ፡ ልዑል ፡ ልጅ ፡ ኢያሱን ፡ እግዚአብሔር ፡ አጠንክሮ ፡ ይኸው ፡ እስካሁን ፡ በጸጥታ ፡ ኖርን ። ቀድሞ ፡ ስንኳ ፡ በየበርኃው ፡ ፩ ፡ ፩ ፡ ሽፍታ ፡ አይጠፋም ፡ ነበር ፡ ዛሬ ፡ ግን ፡ ውቃቢያቸውና ፡ ምርቃታቸው[2] ፡ በርትቶ ፡ በዚህ ፡ አገር ፡ እንደዚህ ፡ ያለ ፡ ሽፍታ ፡ አለ ፡ ተብሎ ፡ አይሰማም ። እኛ ፡ ግን ፡ እግዚአብሔር ፡ እንደዚህ ፡ ያለ ፡ መልካም ፡ ሥራ ፡ ቢሠራልን ፡ እየተስማማን ፡ መንግሥታችንን ፡ እየጠበቅን ፡ በፍቅር ፡ መኖራችንን ፡ ት ተን ፡ እርስ ፡ በርሳችን ፡ እየተጣላን ፡ ለባእድ ፡ መሳለቂያ ፡ እንዳንሆን ፡ ጃንሆይ ፡ የመከሩን ፡ ምክር ፡ ጠንክረን ፡ ማጽናት ፡ ይገባናል ።

የሕዝቡን ፡ አንድነት ፡ ያገራችንን ፡ ጸጥታ ፡ የማይወዱ ፡ ምቀኞች ፡ በየ ፡ ጊዜው ፡ እየተነሱ ፡ ሀሰቱን ፡ እውነት ፡ እያስመሰሉ ፡ ለመኳንንቱና ፡

---

[1] እቤት ። እዚያው ። = ከቤት ። ከዚያው ።

[2] ምርቃት ፡ = blessing.

ለሠራዊቱ፡ እያወሩ፡ የሕዝቡን፡ ልብ፡ ለመክፈል፡ ይፈልጋሉ። አ
ሁን፡ እንኳ፡ በ፲፱፻፳፡ ዓመተ፡ ምሕረት፡ በዚህ፡ ባለፈው፡ ወር፡ በጥቅ
ምት፡ ጃንሆይ፡ ይናፈሱ[3]፡ በማለት፡ ምክንያት፡ ከልፍኝ፡ እስከ፡ ገብ
ርኤል፡ መንገድ፡ መደልደሉን፡ ብንሰማ፡ አዝነን፡ እንኳንስ፡ የብዙ፡
ቀን፡ ሕመምተኛና፡ የወር፡ በሽተኛ፡ እንኳ፡ እንዳያገረሽበት[4]፡ ተብሎ፡
ፈጥኖ፡ ከደጅ፡ አይውጣ፡ ይባላል። ስለዚህ፡ ቢቸገረን፡ መኳንንቱንም፡
ሠራዊቱንም፡ ሰብስበን፡ ብንማከር፡ እንዳንድ[5]፡ ልብ፡ መከሪ፤ እንዳንድ፡
ቃል፡ ተናጋሪ፡ ሆኖ። ከዚህ፡ ቀድም፡ ጌታችን፡ ህመም፡ የጸናባቸው፡
በዚሁ፡ ወርኃት፡ በጥቅምት፡ ነበር። ዛሬም፡ የነፋስ፡ ኃይል፡ የሚበረታ
በት፡ ጊዜ፡ ነው፡ የዳኑ፡ መስሎን፡ ሐኪም፡ ሳያያቸው፡ ልጅ፡ ኢያሱም፡
ከሌለበት፡ ይውጡ፡ ብለን፡ ጃንሆይ፡ አንዳች፡ ቢሆኑብን[6]፡ ጉዳቱና፡
ጭንቀቱ፡ የኛው፡ አይዶለምን፡ እዚያው[1]፡ እንዳሉ፡ እንደ፡ ጥንቱ፡
ይሰንብቱልን፡ ብለን፡ በፍቅር፡ የመከርነውን፡ ቃል፡ አፍርሰው፡ ጃን
ሆይ፡ ልውጣ፡ ቢሉ፡ አናስወጣም፡ ብለው፡ ከለከሉ፡ የሚባል፡ የሐ
ሰት፡ ወሬ፡ ተወራ። ላጼ፡ ምኒልክ፡ ድህንነት፡ ስንኳ፡ የኢትዮጵያ፡ ህዝ
ብና፡ ሌላ፡ ባእድ፡ ቢሆን፡ ደስ፡ የማይለውን፡ ሆኖ፡ ነውን፡ ይኼነንም፡
ሐሰት፡ ያወራ፡ የጃንሆይን፡ ጤና፡ የሚጠላና፡ የኢትዮጵያን፡ ጥፋት፡
የሚወድ፡ ነው።

ደግሞ፡ ከዚህ፡ በኋላ፡ ይህ፡ ሐሰት፡ ወሬ፡ ቢገለጥበት፡ መንግሥቱን፡
ወዶ፡ አንድነት፡ ተስማምቶ፡ የሚኖረውን፡ ሕዝቡን፡ አለያይቶ፡ ለማ
ፋጀትና፡ ደም፡ ለማፍሰስ፡ ጃንሆይን፡ አንኮበር፡ ሊያወርዱአቸው፡
ነው፡ የሚል፡ የበለጠ፡ ሐሰት፡ ወሬ፡ በዓለሙ፡ ሁሉ፡ ተወራ። ጠላት፡
አጥፍተው፡ ትንሽ፡ እስከ፡ ትልቁ፡ ሁሉንም፡ በየማእርጉ፡ ሹመው፡ ሸል
መው፡ ኢትዮጵያን፡ አልምተው፡ ያቆዩንን፡ አባታችንን፡ ጌታችንን፡
ጃንሆይን፡ በዚህ፡ በንፋስ፡ አይውጡብን፡ ብለን፡ ስንጨነቅ፡ እንዴት፡
ያለ፡ ክርስቲያን፡ አንኮበር፡ ይውረዱ፡ ብሎ፡ ይመክራል። ወይስ፡ እን

---

[3] ይናፈሱ፡ is for ይናፈሱ፡ዘንድ፡ according to a literate Amhara whom I asked, but it may be the Jussive.

[4] አገረሸ፡ = to return (of a disease).

[5] እንዳንድ፡ልብ፡መከሪ፡እንዳንድ፡ቃል፡ተናጋሪ፡ሆኖ። = being like counsellors of one mind and talkers of one word.

[6] See Armbruster's *Grammar*, section 71.

ዴት ፡ ያለ ፡ ልጅ ፡ አባቱን ፡ አስወጥቶ ፡ እኔ ፡ ልግባ ፡ ይላል ፡ ደግሞስ ፡ እንደዚህ ፡ ያለ ፡ ሐሳብ ፡ ካለ ፡ ሠራዊቱ[7] ፡ በቤት ፡ ሥራ ፡ ለምን ፡ ይደክማል[8] ፡ ይህን ፡ ሥራ ፡ እንኳንስ ፡ ክርስቲያን ፡ አህዛብም ፡ አያደርገው ። ደሞ ፡ እኛ ፡ ቀድሞም ፡ ምለናል ፡ ተገዝተናል[9] ፡ አሁንም ፡ ይህ ፡ ሁሉ ፡ ክፉ ፡ ሐሳብ ፡ በልጅ ፡ ኢያሱም ፡ በኛም ፡ ልብ ፡ እንዳልታሰበ ፡ ያው ፡ መሀላና ፡ ግዝት ፡ ዛሬ ፡ ይድረስብን ። ይህም ፡ የሐሰት ፡ ወሬ ፡ መንግሥቱና ፡ ሀገሩን ፡ ከሚወድ ፡ ሰው ፡ አንዳልወጣ ፡ የታወቀ ፡ ነው ፡ ሀገሩንና ፡ መንግሥቱን ፡ የሚወድ ፡ ሰው ፡ ግን ፡ እንኳን ፡ ያልሆነውንና ፡ የሆነ ፡ ነውር ፡ እንኳን ፡ ቢያገኝ ፡ ለመንግሥቱና ፡ ለሀገሩ ፡ ሲል ፡ መልካም ፡ ምክር ፡ ይመክራል ። አሁንም ፡ ይህ ፡ ክፉ ፡ ወሬ ፡ ከምቀኛ ፡ የመጣ ፡ ነውና ፡ ይህን ፡ ያወራ ፡ ቢገኝ ፡ የመንግሥት ፡ በደለኛ ፡ መሆኑ ፡ ይታወቅ ፡ ነበረ ፡ እሱ ፡ ግን ፡ ተሰውሮ ፡ ይህን ፡ እንክርዳድ[10] ፡ ዘሩን ፡ እየዘራ ፡ ስንዴ ፡ ልባችንን ፡ አረም[11] ፡ ሊያስበላው ፡ ያሰበ ፡ ነው ።

ክቡራን ፡ ወንድሞቻችን ፡ ሆይ ፡ የጌታውን ፡ ልጅና ፡ አልጋ ፡ የሚጠብቅ ፡ ላደራ[12] ፡ የበቃ ፡ ሰው ፡ እንደዚህ ፡ ያለውን ፡ ሐሰት ፡ ወሬ ፡ ሲሰማ ፡ እውነት ፡ ነው ፡ ለማለት ፡ አይገባውም ። ይህ ፡ ወሬ ፡ የንፋስ ፡ ያህል ፡ ነው ። እንግዴህ ፡ ያጼ ፡ ምኒልክ ፡ ፍቅር ፡ በወሬ ፡ ሊካድ ፡ መንግሥታቸውስ ፡ በወሬ ፡ ሊፈታ ፡ ነውን ፡ ደግሞስ ፡ ይህንን ፡ ያወራ ፡ ምቀኛ ፡ ከመከከላችን ፡ ነው ፡ በመሀላና ፡ በግዝት ፡ አውጥተን ፡ እንለየው ፡ ምን ፡ እስኪያደርግ ፡ ነው ፡ የምንጠብቀው ። አሁንም ፡ በየስፍራችን ፡ እንፈልግ ፡ እንመርምር ። ወደ ፡ ፊትም ፡ ጃንሆይ ፡ እንደመከሩን ፡ ንፋስ ፡ እንዳይገባብን ፡ አንድ ፡ ልብ ፡ ሁነን ፡ በፍቅር ፡ መንግሥታችንን ፡ ብንጠብቅ ፡ መልካም ፡ ነው ።

ተህሣሥ ፡ ፲፩ ፡ ቀን ፡ ፲፱፻፰ ፡ ዓመተ ፡ ምሕራት ፡ አዲስ ፡ አበባ ፡ ከተማ ፡ ተጻፈ ።

---

[7] ሠራዊት ፡ is here equivalent to ሕዝብ ።

[8] There was a rumour that Lij Iyasu wanted to turn Menelik out of the Gibi (palace) and live there himself. Lij Iyasu was getting a palace built for himself however, and that is what is referred to in "weary with building."

[9] ተገዘተ ፡ lit. to be excommunicated, means also to swear, saying "let me be excommunicated if I lie."

[10] እንክርዳድ ፡ = tares. [11] አረም ፡ = weed.

[12] ላደራ ፡ የበቃ ፡ ሰው ። = a person fit for trust.

3

The Ministers Counsel

People, Chiefs and army of our country Abyssinia,
we bring to your notice the following words; examine
them properly. A matter which ought to be known,
is known by examining it indeed, and not by just
hearing it.

Although the kingdom of Ethiopia since ancient
times was independent, it became decisively known
in the time of the Emperor Menelik. The Emperor
Menelik having settled his country, after he had ruled
a long time, he was accidently seized by an illness.
He then collected the bishop and priests (lit. with the
priests), and the officers and army and made known
to us his son, the Heir-Apparent. And he gave us
sincere and important advice that we should not
quarrel amongst ourselves. The illness of our master
the Emperor Menelik having become more severe,
whilst we were grieving at his being confined to his
house, we were very pleased at his giving us the heir
to the throne, his son Lij Iyasu, so that we might not
be scattered like sheep without a shepherd. And as
our master the Emperor Menelik gave us after care-
ful consideration, God strengthened his heir H.H. Lij
Iyasu, and up to the present we have lived in peace.
Formerly indeed there was always a rebel in all out-
lying districts (lit. desert). But today his guardian
angel and blessing being strong, it is not heard said
that there is a rebel in this country. And we, since

God has so nicely arranged things for us, ought to strongly establish the counsel given us by the Emperor, lest having ceased to be in agreement together, to guard our kingdom, and to live in love, quarrel amongst ourselves and become a laughing-stock to foreigners.

Envious people who do not like the unity of the nation and the tranquillity of our country, arise and making out lies to be truth, and giving (false) news to the Chiefs and people, wish to sow dissension amongst the people (lit. wish to divide the hearts of the people). Even now in 1905 A.M. last Tiqimt when we heard, "the Emperor is taking promenades, the road from his private chamber up to the church of Gabriel is prepared" we were grieved. Let alone one who has been ill for a long time, it is said that a person who has been ill a month even should not quickly go outside the door, lest he have a relapse. Therefore being in a difficulty, when we assembled the chiefs and army and consulted, we were unanimous. Before, the illness of our master became worse in this month of Tiqimt, and now it is the time in which the strength of the wind increases. If we say "let him go out," thinking him cured without the doctor seeing him, and in the absence of Lij Iyasu, and if anything happens to him, is not the loss and distress ours? As he is there (in the palace) we hoping that he will remain, they (the envious) went against the friendly advice that we had given, and the lying statement was made that when the Emperor said, "let me go out" that we prevented him, saying that we would not let him go out. Who is there of not only Abyssinians

but foreigners, who will not be pleased at the good
health (or welfare) of the Emperor Menelik? The
person who spread this lying report is one who hates
the health of the Emperor, and one who desires the
destruction of Abyssinia.

Again, after this, when this lie was discovered so as
to cause dissension amongst and destroy the people
who loving their government live in unity together,
and to shed blood, a still greater lie was bruited
through the whole world that we were going to take
the Emperor to Ankobar. We, being distressed, having
said to the Emperor our father and master, who having
destroyed the enemies (of his country), having ap-
pointed and decorated the small and great all of
them in their respective grades, made Ethiopia pros-
perous and kept it for us, "do not go out in this
wind," what kind of a christian would advise that he
should go down to Ankobar? Or what kind of son
having put his father out will say "let me enter"?
Also if such an idea exists, why are the people weary
with building a house? Let alone Christians, pagans
do not do this sort of thing. Again we formerly took
an oath and are under excommunication and now
that all this evil thought was not thought in Lij
Iyasu's mind or in ours, let that oath and excom-
munication today overtake us. It is known that all
this lying news has not come from a person who loves
his government and his country. But a person who
loves his government and country let alone what did
not happen, even if he finds shameful things that did
happen, for the sake of his government and country
he gives good advice. And now this evil news has

come from an envious person. If he who gave this news had been found, it would have been known that he was one who had injured the government (lit. a government wrong-doer). He, however, sowing these tare seeds, thought to cause weeds to eat the wheat of our hearts.

Our honoured brethren! When a person who is fit for the responsibility of guarding his master's son and throne hears lying news like this he ought not to consider it true. This news is like the wind. Then is the love of the Emperor Menelik to be betrayed by a rumour, and is our kingdom to be destroyed by a rumour? Also this envious person who gave this news is in our midst. Let us expel and separate him by oath and excommunication. Until he does what, shall we wait for him? And now each in our place let us search and examine (for him).

For the future it is good that, as the Emperor advised us, being of one mind we guard lovingly our kingdom lest wind (i.e. dissension) come upon us.

11 Tahsas 1905 A.M. Written at the town of Addis Abeba.

4

የኢትዮጵያ፡መንግሥት፡የፖስታና፡የቴሌግራፍ፡ሚኒስቴር[5]።

አዋጅ፡

የፖስታ፡ሐዋላ[1]፡ማንዳ[2]፡የሚባል፡የገንዘብ፡መላኪያ፡ወረቀት፡በ፳፪ ታህሣሥ፡፲፱፻፬ መጀመሩን፡የፖስታ፡ሥራ፡ለሕዝቡ፡በማስታወቅ፡ክብር፡አለው።

ቢበዛ፡ቢበዛ፡ባንድ፡ጊዜ፡የሚላከው፡ገንዘብ፡ከ፮ብር፡አይበልጥም። ባንድ፡ቀን፡ላንድ፡ሰው፡ከ፮ብር፡የበለጠ፡ማንም፡መላክ፡አይቻለውም። በሚላከው፡ገንዘብ፡ልክ፡የሚከፈለው፡የገንዘቡ፡ደምብ፡እንደዚህ፡ተቆርጧል።

እስከ፡፲ብር፡ድረስ፡ ....፬መሐልቅ[3]፡ይከፈላል።
ከ፲ብር፡በላይ፡እስከ፡፳፭ብር፡ድረስ፡ ...፰መሐልቅ፡ይከፈላል።
ከ፳፭ብር፡በላይ፡እስከ፡፶ብር፡ድረስ፡...፲፪መሐልቅ፡ይከፈላል።
ከ፶ብር፡በላይ፡እስከ፡፹ብር፡ድረስ፡....፩ብር፡ይከፈላል።
ከ፹ብር፡በላይ፡እስከ፡፺ብር፡ድረስ፡ ...፩ብር፡ከ፬መሐልቅ፡ይከፈላል።
ከ፺ብር፡በላይ፡እስከ፡፻ብር፡ድረስ፡...፩ብር፡ከ፰መሐልቅ፡ይከፈላል።

የፖስታ፡ማንዳ፡የላከ፡ሰው፡፪መሐልቅ፡ሰጥቶ፡የላከው፡ገንዘብ፡ለላከለት፡ሰው፡እንደ፡ደረሰለት፡ማወቅ፡ይቻለዋል።

---

[1] ሐዋላ፡ is the Arabic حوالة. የባንክ፡ሐዋላ። = cheque.
[2] French words written in Amharic characters.
[3] መሐልቅ፡ is another word for piastre.

ለተላከለት፡ሰው፡ያልተሰጠ፡ገንዘብ፡ላኪው፡ማንዳውንና፡ዴክላራስዮኑን[2]፡መልሶ፡ገንዘቡ፡ይመለስለታል።

እስከ፡፫፡ወር፡ድረስ፡ያልተከፈለ፡ማንዳ፡ከቀጠሮው[4]፡አልፏልና፡፩መሐልቅ፡ለዲሬክስዮን[2]፡ሰጥቶ፡ቀጠሮውን፡ማሳደስ፡ያስፈልገዋል። ፩መሐልቅ፡ሰጥቶ፡ቀጠሮውን፡ከሳደሰ፡ማንዳው፡፫ወር፡ድረስ፡ደግሞ፡ቀጠሮ፡ማግኘቱ፡ነው። የፖስታ፡ማንዳ፡የተላከለት፡ሰው፡ገንዘቡን፡ለመቀበል፡እውነት፡እሱ፡መሆኑን፡በሚያስታውቅ፡በትልቅ፡ምልክት፡ወይም፡በታወቁ፡፪ምስክሮች፡እንዲመሰክሩለት፡ያስፈልገዋል።

በማንዳ፡የተላከ፡ገንዘብ፡ገንዘቡ፡ለማንዳ፡ከተሰጠበት፡ቀን፡ጀምሮ፡ዓመት፡ድረስ፡ሳይወሰድ፡የቀረ፡እንደሆነ፡ገንዘቡ፡ወደ፡መንግሥት፡ይገባል።

በፖስታ፡ማንዳ፡ገንዘብ፡የሚላከው፡በኢትዮጵያ፡አገር፡ውስጥና፡የፖስታ፡ቤት፡ወዳለበት፡ቦታ፡ነው፡እንጂ፡ወደ፡ሌላ፡አገር፡አይላክም።

አዲስ፡አበባ፡ታህሣሥ፡፳፪ቀን፡፲፱፻፬ዓመተ፡ምሕረት።

ስለ፡ፖስታና፡ቴሌግራፍ፡ሚኒስትር[5]፡ዲሬክተር[2]፡የሥራው፡አለቃ።

አ፡ሞር።

---

[4] ቀጠሮ፡ = term.

[5] Note that even in a printed proclamation the same word is spelt differently.

4

The Minister of Posts and Telegraphs of the Abyssinian Government.

Proclamation

The postal administration has the honour to inform the public that postal money orders, a paper which sends money called "mandat," will commence on Tahsas 22nd, 1904.

The money which is sent at one time at the most must not exceed $100. No one can send on one day to any one person more than $100. For the amount of money which is sent the rule for the money which is to be paid has been thus fixed:—

Up to $10	4 piastres will be paid
Over $10 up to $25	8 ,, ,, ,,
,, 25 ,, ,, 40	12 ,, ,, ,,
,, 40 ,, ,, 60	$1 will be paid
,, 60 ,, ,, 80	$1.4 piastres will be paid
,, 80 ,, ,, 100	$1.8 ,, ,, ,,

A person who sends a postal order having given two piastres can know that the money he sent has arrived to the person to whom he sent it.

(Re) money which has not been given to a person to whom it has been sent, if the sender returns the "mandat" and the "declaration" his money will be returned to him.

Since a mandat which has not been paid by 3 months has passed its time, (i.e. is not valid) (the person in question) must give 4 piastres to the postal authorities and renew its period (of validity). Since he has paid 4 piastres and renewed its validity the mandat again obtains a period of 3 months' validity. A person to whom a postal order is sent must make known, either by an important proof, or by two well-known witnesses giving evidence in his favour, that it is really he, in order to receive the money.

If money which is sent by mandat is not taken within a year commencing from the date on which the money was given for it, the money will go to the government.

Money however that can be sent by postal order is (only) in Abyssinia and a place where there is a post office: it is not sent to other countries (i.e. money can only be sent within the limits of Abyssinia and not abroad).

Addis Abeba, Tāhsās 8th 1904 A.M.

For the Minister of Posts and Telegraphs.

A. MAUR,

Directeur et Chef d'Administration.

5

የኢትዮጵያ፡መንግሥት።

የርሻና፡የመስሪያ፡

ሚኒስቴር።

ማስታወቂያ።

በመጀመሪያ፡ጃንሆይ፡ይህነን፡ያዲስ፡አበባን፡ከተማ፡ለመስራት የቆረቆሩ[1]፡ጊዜ፡መሬቱ፡ባዶ፡ምናምን፡ዛፍ፡የሌለበት፡ነበር። ነገር፡ ግን፡ለጊዜው፡እንዲደምቅና፡እንዲያምር፡ላይን፡ማረፊያ፡እንዲሆን፡ ተብሎ፡በቶሎ፡እሚያድግ፡ይህነን፡እካሊብቶስ[2]፡አስመጡ፡እንጂ።

የጃንሆይ፡አሣብ፡ግን፡ላገራችን፡ለሕዝቡ፡የሚጠቅም፡ፍሬው፡ የሚበላ፡እንጨቱም፡ሥራ፡የሚይዝ፡ጥቅም፡ያለውን፡ሁሉ፡እያስ መጡ፡ለማስተከል፡ነበረ። ይኸውም፡ይታወቅ፡ዘንድ፡በያይነቱ፡ አስመጥተው፡መፈተናቸው፡አልቀረም። ከተፈተነውም፡ሁሉ፡አ

[1] ቆረቆረ፡= to found a city.

[2] እካሊብቶስ፡ is the Eucalyptus or blue gum tree.

ንድ፡ ዓይነት፡ አልጠፉም። ሁሉም፡ ጥንት፡ ከተገኙበት፡ ከሀገሩ፡ የበ
ለጠ፡ እየሆነ፡ በቅሏል፡ ለምቷል፡ እንጂ።

ይህነኑም፡ በትልቁ፡ ዓይነት፡ ኮክ[3]። ፀቱት[4]፡ በሐሩ፡ ዛፍ። በጽጌ፡
ረዳ። በሲጥሬ[5]፡ ቀረዱት። እነዚህንም፡ የመሰሉ፡ ብዙ፡ ዛፎችና፡ ተክ
ሎች፡ አሉ። እኛም፡ ይህነን፡ ዓይተን፡ ነው፡ ጥቅም፡ የሌለውን፡ ዛፍ፡
አሳንሰን፡ ጥቅም፡ ያለባቸውን፡ እናብዛ፡ ማለታችን።

ቱትም፡ የሚባለው፡ የሐር፡ ዛፍ፡ ፍሬው፡ ይበላል። ቅጠሉም፡ የ
ሐር፡ ትል፡ ማርባት፡ ለወደደ፡ ሰው፡ ዋና፡ ነገር፡ ነው። ይህም፡ ባይሆን፡
ደግሞ፡ ቅጠሉን፡ ሉላምና፡ ለበሬ፡ ለበግና፡ ለፍየል፡ ቢያበሉት፡ እጅግ፡
ያወፍራል። ግንዱም፡ በያመቱ፡ ሲቆረጥ፡ ለሥራ፡ ይሆናል። ብዙ፡ ገን
ዘብ፡ ያወጣል፡ ቁመቱም፡ በልክ፡ ነው።

እንደዚህ፡ ያለውን፡ ጥቅም፡ ያለበትን፡ ዛፍ፡ ለማልማት፡ ነው፡ ል
ዑል፡ ያልጋ፡ ወራሹም፡ ያሰቡት። ይህ፡ እካሊብቶስ፡ ግን፡ የሚበላ
ውን፡ አታክልትና፡ መሬት፡ ከማጥፋት፡ በቀር፡ ምንም፡ ምን፡ ጥቅም፡
የለውም። ባጠገቡ፡ ምንጭ፡ ያለ፡ እንደሆነ፡ ያደርቀዋል። የጉድጓዱ
ንም፡ ወሀ፡ ሁሉ፡ ሥሩ፡ እየሳበ፡ እየጠጣ፡ አደረቀው። እንጨቱም፡
ሥራ፡ አይይዝ፡ ፍሬውም፡ አይበላ። አሁንም፡ በየቦታው፡ እካሊ
ብቶስ፡ ያለው፡ ሁለት፡ እጁን፡ ይንቀል። አንዱ፡ እጅ፡ ይቆይ። በተነ
ቀለው፡ ፈንታ፡ ጥቅም፡ የሚገኝበትን፡ የዛፍ፡ ግልግል፡ እንሰጣለን።

መጋቢት፡ ፲፪ ቀን፡ ፲፱፻፳ ዓመተ፡ ምሕረት፡ አዲስ፡ አበባ፡ ከተማ፡
ተጻፈ።

---

[3] ኮክ፡ plum (Syrian Arabic خوخ).

[4] ቱት፡ = mulberry (Arabic توت).

[5] ሲጥሬ፡ This is not an Amharic word nor could anyone explain what it meant: is it "citron"?

5

Minister of Agriculture
of Ethiopia

Notice

At first, at the time when the Emperor founded this city of Addis Abeba, the soil was void and had no trees whatsoever. But he imported this quickly-growing Eucalyptus tree so that it might be beautiful and agreeable and pleasant to the sight. The Emperor's intention however was to import and have planted all those useful (trees) that are useful to our country and nation, whose fruit is edible, and whose wood is useful. To find this out (lit. so that this may be known) he imported (trees) of every kind, and did not omit to test them (lit. their being tested did not lack). From all that were tested not one kind failed to grow, but all grew and flourished better than in the country where they were originally found.

They (i.e. the people of Abyssinia—or the Emperor Menelik) were assured of this by the large kind of plum tree; by the mulberry, the silk tree; by the rose tree; by the "Sitre." There are also many trees and plants which resemble these. And we having seen this, it is our intention to make less the trees which are useless and to increase those which are of use (lit. let us increase).

And the silk tree which is called mulberry, its fruit is edible. Its leaves are the chief requisite for persons who wish to breed silkworms. Leaving this out of the question (lit. if this be not), if people give the leaves to eat to cows, oxen, sheep, and goats, they (i.e. leaves) make them very fat. The trunk also being cut each year will be of use. It brings in much money and is of moderate height.

H.H. The Heir Apparent thought that a tree which has such advantages should be cultivated. This Eucalyptus however has no use with the exception of destroying the plants and earth which it eats. If there be a spring in the vicinity, it dries it up, and sucking and drinking the bottom of wells it dries up the water. Its wood is no use and its fruit is not eaten. And now in every place let him who has Eucalyptus pull up $\frac{2}{3}$ of it and let $\frac{1}{3}$ remain. In place of what has been pulled up, we will give young trees which possess advantages.

Maggābīt 12th, 1905 A.M. Written at the town of Addis Abeba.

6

የኢትዮጵያ ፡ መንግሥት ። የርሻና ፡ የመስሪያ ፡ ሚኒስቴር ።

ስለ ፡ ፈንጣጣ ፡ ምክር ።

ፈንጣጣ ፡ ለሚከተብ ፡ ሰው ፡ ሁሉ ፡ ጉለሌ ፡ በከብት ፡ ሀኪሞች ፡ ዘንድ ፡ አዲስ ፡ መድኃኒት ፡ አለ ፡ ብለን ፡ ከዚህ ፡ ቀደም ፡ አስታውቀን ፡ ነበረ ። ነገር ፡ ግን ፡ ሰው ፡ ሁሉ ፡ ማስከተቡን ፡ እየተወ ፡ ዛሬ ፡ በየስፍራው ፡ ፈንጣጣ ፡ ገብቶ ፡ ብዙ ፡ ሰዎች ፡ ሞቱ ።

አሁንም ፡ ፈንጣጣ ፡ ያልወጣለት ፡ ሰው ፡ ሁሉ ፡ ወደ ፡ ከብት ፡ ሀኪሞች ፡ እየሔደ ፡ ይከተብ ። አስቀድሞ ፡ በወረራ ፡ ካልያዘው ፡ ይከለክልለታል ። በወረራ ፡ ከያዘው ፡ በኋላ ፡ ግን ፡ ቢከተብም ፡ አይከለክል

ለትም ። ስለዚህ ፡ በኀረቤትና ፡ በቤቱ ፡ ሳይገባ ፡ በቶሎ ፡ መከተብ ፡ ነው ።
ደግሞ ፡ በድንገት ፡ በኀረቤትና ፡ በቤት ፡ ገብቶ ፡ አንድ ፡ ሰው ፡ ቢታ
መም ፡ የቀሩትን ፡ ሰዎች ፡ ሳይወራቸው ፡ በቶሎ ፡ እየወሰዱ ፡ ማስከ
ተብ ፡ ነው ።

ተከትበም ፡ ፈንጣጣው[1] ፡ በወጣ ፡ ጊዜ ፡ እንደ ፡ ሀገራችን ፡ ፈንጣ
ጣ ፡ አካል ፡ ያጐድላል ፤ መልክ ፡ ያበላሻል ፡ ተብሎ ፡ አይጠረጠርም ።
ጥላም ፡ የለውም ። ይህን ፡ ብሉ ፡ ይህን ፡ አትብሉ ፡ አይባልም ። ስራም ፡
አያስፈታ ።

ሕፃናት ፡ በተወለዱ ፡ በሁለት ፡ ወር ፡ ሊከተቡ ፡ ይችላሉ ። ይህም ፡
እስከ ፡ አሥራ ፡ አምስት ፡ ዓመት ፡ ይጠብቃቸዋል ። ደግም ፡ በሥራ ፡
አምስት ፡ ዓመታቸው ፡ ሁለተኛ ፡ ተከትበው ፡ እስከ ፡ እድሜ ፡ ል
ካቸው ፡ ይበቃቸዋል ።

አገራቸው ፡ ሩቅ ፡ የሆነ ፡ ሰዎች ፡ እየመጡ ፡ መድኃኒቱን ፡ እየገዙ ፡
ይውሰዱ ። አከታተቡንም[2] ፡ ሀኪሞቹ ፡ ያሳያሉ ። የመድኃኒቱ ፡ ዋጋ ፡
ላንድ ፡ ሰው ፡ ሁለት ፡ ትሙን ፡ ነው ። የሚከትቡትም ፡ ከእሁድ ፡ በ
ቀር ፡ ዘወትር ፡ ከጧት ፡ እስከ ፡ አምሥት ፡ ሰዓት ፡ ነው ።

ይህን ፡ ምክር ፡ ካስታወቅናችሁ ፡ በኋላ ፡ ሳታስከትቡ ፡ ብትቀሩ ፡
ፈንጣጣ ፡ መጥቶ ፡ ልጆቻችሁን ፡ በገደለባችሁ ፡ ጊዜ ፡ ትልቅ ፡ ጠ
ጠት ፡ ይሆንባችኋል ።

፲፱፻፳ ። ታሕሣሥ ፡ ፫ ። አዲስ ፡ አበባ ።

---

[1] By ፈንጣጣ ፡ here he means the effects of the vaccine.

[2] See note 14, page 8.

6

The Minister for Agriculture of Ethiopia.

Advice re Smallpox

We had before this given notice that the veterinary surgeons at Gulale have new medicine for all persons who will be vaccinated. But everyone omitting to have vaccination done (i.e. to be vaccinated), to-day smallpox being prevalent (lit. having entered) everywhere many people have died. And now let all the people who have not had smallpox, go to the veterinary surgeons and be vaccinated. If they were not beforehand seized by the infection it (the vaccination) will prevent it. If they are vaccinated after having been seized by the infection however, it will not prevent it. Therefore before one enters one's neighbour's or one's own house, one should quickly be vaccinated.

Also if anyone gets ill suddenly, having entered his neighbour's house or his own, the remaining people should be taken and vaccinated before they are attacked.

When, being vaccinated, smallpox comes out it is not suspected that it will damage the body and spoil the face like the smallpox of our country. It has no bad effects. It is not necessary to diet; it does not stop work.

Children can be vaccinated 2 months after birth, and this protects them up to 15 years. Again, being vaccinated at 15 years of age, it suffices them for their life's span.

Let people whose country is far away come and buy the medicine and take it away. The doctors show the manner of vaccination. The price of the medicine for one person is 2 piastres. With the exception of Sundays they vaccinate always from early morning till 5 o'clock (i.e. 11 a.m. European style).

After we have brought this advice to your notice, if you fail to get (your family) vaccinated, when smallpox kills your children you will greatly repent.

3rd Tahsas 1905. Addis Abeba.

7

ያዋጅ ፡ ቃል ።

አበጋዝ[1] ፡ በያገርህ ፡ ሌባና ፡ ቀማኛ ፡ ጠብቅ ። በገሌ ፡ አገር ፡ ሰው ፡ ተቀማ ፡ የሚሉ ፡ የሰማት ፡ እንደ ፡ ሆነ ፡ አበጋዙ ፡ ነው ፡ የሚከፍለው ።

ጌታ ፡ የሌለህ ፡ ስራ ፡ ፈት ፡ ላበጋዝ ፡ እሰጠሁት[2] ፡ ከተማ ፡ ገብተህ ፡ ተቀመጥ ። አገር[3] ፡ ቤት ፡ ሆነህ[4] ፡ ባላገር ፡ አታውክ[5] ።

በያበጋዝነትህ[6] ፡ ያለው ፡ መንገድ ፡ ተበላሽቶ ፡ ወጪ ፡ ወራጅ ፡ ነጋዴ ፡ እንዳይቸገር ፡ መንገድህን ፡ አስበጅ ።

ከዚህም ፡ ቀደም ፡ በሰንበት ፡ ስራ ፡ እንዳይሰራ ፡ ክልክል ፡ ነው ። አሁንም ፡ በሰንበት ፡ ስትሰራ ፡ የተገኘህ[7] ፡ ትወረሳለህ ።

ማር ፡ ያለህ ፤ ልኩን ፡ ላበጋዝ ፡ ሰጥቼልሃለሁና ፤ በዚያ ፡ ማርህን ፡ አግባ ። ማር ፡ የሌለህ ፤ ገራዳ[8] ፡ አራት ፡ ብር ፡ ሸበታ[9] ፡ ሶስት ፡ ብር ፤ ጭሰኛ[10] ፡ ሁለት ፡ ብር ፤ እረኛ ፡ አንድ ፡ ብር ፡ ስጥ ። ማር ፡ እያለህ ፡ ግን ፡

---

[1] አበጋዝ ፡ = governor of a province on the Galla frontier. See also note 2, page 84.

[2] እሰጠሁት ፡ = ከሰጠሁት ።

[3] አገር ፡ ቤት ፡ = villages.

[4] ሆነህ ፡ = Shoan form of ሁነህ ፡

[5] አወከ ፡ = to trouble.

[6] አበጋዝነት ፡ = the territory ruled over by a አበጋዝ ፡

[7] የተገኘህ ፡ for የተገኘህ ፡ እንደሆን ።

[8] ገረዳ ። this is a word used only in Harar and presumably Galliñña or Harariñña as it is not Amharic. It means a landed proprietor.

[9] ሽበታ ፡ is also a local Harar term. The ሽበታ ፡ appears to be a small ገራዳ ።

[10] ጭሰኛ ፡ is a tenant of a house and not an owner of land. The derivation is from ጭስ(ጢስ) smoke (habitation).

ብር ፡ እሰጣለኍ ፡ ብለህ ፤ ማርህን ፡ ሽጠህ[11] ፡ የተገኘህ[7] ፡ እጥፍ ፡ ማር ፡ ክፈል ። ገራዳም ፡ ሆንህ[4] ፡ እንደ ፡ ሽበታ ፡ ትክክል ፡ የምትገብር ፡ ማርህንም ፡ እንደ ፡ ሽበታ ፡ ሶስት ፡ ብር ፡ አውጣ ። ገራዳም ፡ ሽበታም ፡ ጭሰኛም ፤ አረኛም ፤ ቀፎህን[12] ፡ ስቀል ። ቢቸግርህ ፡ ነው ፡ እንጂ ፡ ግብርህ ፡ ማር ፡ ነውና ። መልከኛም[13] ፡ የማር ፡ እሸት ፡ አትንካ ።

ወደ ፡ ፊት ፡ ለሚሰራው ፡ ስራ ፡ ሁሉ ፡ እንደ ፡ ጥንቱ ፡ ደሚናህን[14] ፡ ይዘህ ፡ ስራ ።

ከዚህ ፡ ቀደም ፡ ካገር ፡ አገር ፡ ተዛወርህ ፡ እንጂ ፤ አዲስ ፡ አገር ፡ አላወጣህምና ፤ ኮቤ[15] ፡ ባሳና ፡ አትብላ ፡ ብዬ ፡ በዋጅ ፡ ነገርሁህ ። አሁን ፡ ብሰማ ፤ ከድኃው ፡ ተቀብለኸው ፡ ተገኘ ። ይኸን ፡ ካዋጅ ፡ በላይ ፡ የበላኸውን ፡ ገንዘብ ፤ ለድኃው ፡ መልስ ።

ወደ ፡ ፊትም ፤ አበጋዝና ፡ ደሚና ፤ ከተደነባለት[16] ፡ በላይ ፡ አልፎ ፤ መልከኛ ፡ የድኃውን ፡ ገንዘብ ፡ እንዳይበላበት[17] ፡ ጠብቁ ። አልፎ ፡ የተበላበትን[17] ፡ ገንዘብ ፡ ድኃው ፡ ለናንተ ፡ ነግሮአችኍ ፤ ሳታስመልሱለት ፤ ስራውና ፡ ትቶ ፡ ለኔ ፡ የጮኸ ፡ እንደ ፡ ሆነ ፤ ጥፋቱ ፡ የናንተ ፡ ነውና ፤ ገንዘቡን ፡ እናንተ ፡ ትከፍላላችኍ ። እናንተ ፡ ግን ፡ ከዚያ ፡ ከወሰደበት[17] ፡ ሰው ፡ ትቀበላላችኍ ። ባላገርም ፤ ለደሚናህና ፡ ላበጋዝህ ፡ ሳትነግር ፤ ወደኔ ፡ አትምጣ ።

በሶስቱ[18] ፡ ዓመት ፡ በአል ፡ የፍየል ፡ እንደ ፡ ጥንቱ ፤ ሁለት ፡ ሁለት ፡ ብር ፡ ተቀበል ።

፲፫ ሐምሌ ፡ ፲፱፻፰ ፡ ሐረር ።

---

[11] Correctly ሺጠህ ፡

[12] ቀፎ ፡ = beehive.

[13] See note 1, page 58.

[14] ደሚና ፡ is an important official whose work is chiefly revenue.

[15] ኮቤ ፡ ባሳና ። is another local Harar expression, it appears to be a species of tax paid by the people to the chiefs.

[16] Compare note 11, page 81.

[17] See Armbruster's *Grammar*, sect. 71.

[18] The 3 meant are መስቀል ። ልደት ። and ፋሲካ ።

7

The words of the proclamation

You Abagazes! be on the watch for thieves and brigands in your respective countries. If I hear that people have been robbed in such and such a province, 'tis the Abagaz who will pay them. You who have no master and are without employment! enter the town that I have given to the Abagaz and live there. Do not stay in the villages and worry the farmers.

The road in your respective districts being in a bad condition, repair it so that the merchants who go up and down may not be in difficulties. Before this also it was forbidden that work be done on Sunday and now if you work on Sundays and are found you will be deprived (of your property). You who have honey! I have given the measure to the Abagaz and put your honey in that. You who have not honey! (being) a "garādā" give §4, a "shibatā" §3, a householder without land §2, and a herdsman §1. But if you having honey say, "I will give dollars" and sell your honey and are found, pay a double quantity of honey. You who being a garādā pay the same taxes as a "Shibatā," give §3 instead of your honey the same as a "Shibatā." Garādās, Shibatās, Chisaññas and Shepherds! hang up your beehives. Your tribute is honey, even though it may inconvenience you.

And you "Malkaññas"! don't touch the new honey. In future, as formerly, work with your "Damīnā" for all the work which is being done.

You before this wandered from province to province, but you did not get a new country.

I told you by proclamation not to misappropriate dues. Now if I hear that it has been found that you have received it from the poor, return to them the property that you have "eaten" over and above the proclamation.

And for the future you the Abagaz and Damīnā! be careful that the Malkañña having exceeded what has been assigned to him, does not "eat" the money of the poor. The poor having told you what has been extorted in excess, if he leaves his work and complains to me, before you cause it to be given back to him, the loss is yours; you will pay the money. You, however, will receive it from that person who took it from him. And you farmer! don't come to me before you have spoken to your Damīnā and Abagaz. As formerly receive 2 dollars in lieu of goats on the 3 yearly festivals.

13th Hamle 1905. Harar.

8

ኣዋጅ ።

እስከ፡ዛሬ፡ድረስ፡ቆንስሉ፡ሳይታወቅ፡በኢትዮጵያ፡ውስጥ፡የሚኖር፡ብዙ፡ዓይነት፡የውጭ፡አገር፡ሰው፡አለ፡ስለዚህ፡ካሁን፡ቀደም፡በሌጋሲዮኑ[1]፡መዝገብ፡ያልተጣፈ፡የውጭ፡አገር፡ሰው፡ሁሉ፡ቆንስሉን፡አስታውቆ፡በሌጋሲዮኑ፡መዝገብ፡ይጣፍ።

---

[1] ሊጋሲዮን፡ is French "Legation" spelt phonetically.

ቆንስል፡የሌለው፡ግን፡እንደዚህ፡ቀድሙ፡ያለ፡ቆንስል፡አዲስ፡አበባ፡መኖር፡አይችልምና፡ስለዚህ፡የሚያድርበትን፡ቆንስል፡ለይቶ፡ያስታውቅ።

ደግሞ፡ቆንስል፡ሳይኖረው፡ቀርቶ፡ዜግኑቱን[2]፡ወደ፡ኢትዮጵያ፡መንግሥት፡ማድረግ፡የሚፈልግ፡ሰው፡ግን፡ይኸንኑ፡ዜግነቱን፡ወደ፡ኢትዮጵያ፡መንግሥት፡ማድረጉን፡የሚፈቅድለትን፡ወረቀት፡ከመንግሥቱ፡ተቀብሎ፡ካመጣ፡በኋላ፡እንደደምቡ፡ከኢትዮጵያ፡መንግሥት፡መዝገብ፡ይጣፋል። እንደዚሁም፡ቆንስሉን፡አስታውቆ፡በሌጋሲዮኑ፡ወይም፡በኢትዮጵያ፡መንግሥት፡መዝገብ፡ለመጣፍ፡ከዛሬ፡ጀምሮ፡እሶስት[3]፡ወር፡ድረስ፡ቀን፡ሰጥተናል። ከዛሬ፡ጀምሮ፡እሶስት፡ወር፡ድረስ፡እንደደምቡ፡ከመዝገብ፡ሳይጣፍ፡የቀረ፡ሰው፡ግን፡የኢትዮጵያን፡መንግሥት፡ለቆ፡መውጣቱ፡የታወቀ፡ይሁን።

ግንቦት፡፳ቀን፡፲፱፻፭፡ዓመተ፡ምሕረት፡አዲስ፡አበባ፡ተጻፈ።

---

[2] ዜግነት፡ is the state of being a "ዜጋ፡" of a power.

[3] እሶስት፡ = ሶስት።

8

Proclamation

Up to the present there are many kinds of foreigners living in Ethiopia without their Consuls being known. Therefore from now on, let all foreigners who have Consuls, and who are not written in their legation registers, give notice to their Consuls and be written down in the legation registers.

He who has not a Consul however cannot live in Addis Abeba without one, as formerly. Therefore let him give notice, and point out the Consul under whose orders he will be.

Also the person who has not a Consul, and wishes

to make himself an Abyssinian subject, after he has received from the government and brought a paper which gives him permission to make his allegiance to the Abyssinian government, he will, in accordance with regulations, be written down in their register.

We have given a period of three months from to-day for his having informed his Consul and being written down in either his legation or the Abyssinian government's register. A person who three months from to-day is not written down according to regulations in the register, let it be known that he must leave Abyssinian dominions and go out.

20th Ginbot, 1905 A.M. Written at Addis Abeba.

9

አዋጅ።

አውሬ፡አዳኝ፡የሆንክ፡ሰው፡ሁሉ።

እንግዲህ፡ወዲህ፡አውሬ፡አደን፡ይቅር፡ብያለሁና፡ከዚህ፡ቀደም፡ ወደበረሃ፡እየወረድህ፡የምታድን፡አዳኝ፡ሁሉ፡ወደ፡አገርህ፡ተመ ለስ። ከዚህም፡ለመውረድ፡የተነሳህ፡ሰው፡አትሂድ። ይህ፡አዋጅ፡ ከተነገረ፡በዃላ[1]፡አውሬ፡ማደንህን፡ትተህ፡ከበረሃ፡ወደ፡አገር[2]፡

[1] በዃላ፡ = በኋላ። compare note 4, page 128.

[2] Compare note 3, page 183.

ቤት ፡ ያልተመለስክ ፡ ሰው ። ከዚህም ፡ እንደገና ፡ ወደ ፡ አውሬ ፡ አ ደን ፡ እወርዳለሁ ፡ ብለህ ፡ ስትሄድ ፡ የተገኘህ ፡ ሰው ፡ ብርቱ ፡ ቅጣት ፡ ትቀጣለህ ።

በዳር ፡ አገርም ፡ ያለህ ፡ ሹማምንት[3] ፡ ሁሉ ፡ ወረቀት ፡ ከያዘ ፡ ሰውና ፡ ከነጋዴ ፡ በቀር ፡ አዳኝ ፡ የሆነ ፡ ሰው ፡ በገርህ ፡ ውስጥ ፡ እንዳያልፍብህ[4] ፡ ተጠንቅቀህ ፡ አስጠብቅ ። ይህ ፡ አዋጅ ፡ ከተነገረ ፡ በኋላ[1] ፡ ወረቀት ፡ ሳይዝ ፡ በግዛትህ ፡ ውስጥ ፡ አዳኝ ፡ የሆነ ፡ ወይም ፡ ማናቸውም ፡ ሰው ፡ ቢሆን ፡ ወደ ፡ በረሃ ፡ ሲወርድ ፡ እያስጠበቅህ ፡ ሳትይዝ ፡ በገርህ ፡ ውስጥ ፡ አልፎ ፡ የተገኘ ፡ እንደሆነ ፡ ቅጣቱ ፡ በንተ ፡ ላይ ፡ መሆኑን ፡ እወቀው ፡ ብለዋል ።

ነሐሴ ፡ ፲፯ ፡ ቀን ፡ ፲፱፻፳ ፡ ዓመተ ፡ ምሕረት ፡ አዲስ ፡ አበባ ፡ ከተማ ፡ ተጻፈ ።

---

[3] Mistake for ሹማምት፡ but the plural as written in text appears to be used also. See page 222, note 41.

[4] See Armbruster's *Grammar*, sect. 71.

9

Proclamation

All you who were (are) big game hunters!

I have ordered that (lit. I have said) from now onwards big game hunting should cease, and that all you big game hunters who before this went down to the desert and are hunting, should return to your provinces. And you who have started from here to go down, don't go. You people, who after this proclamation was proclaimed, did not abandon your hunting and return from the desert to your villages, and if you go thinking that you will go down again to hunt, and are caught you will be severely punished.

All you chiefs also who are on the frontier, cause

careful watch to be kept that, with the exception of persons with passes and traders, hunters do not pass through your country. It has been decreed that (lit. He (the Emperor) has said) if after this proclamation has been made, a hunter or whoever it may be, having passed through your territory, is found in your province without a pass going down to the desert, and if you keeping guard do not catch him, know that the punishment will be (i.e. fall) on you.

17th Nahase, 1905 A.M. Written at the town of Addis Abeba.

10

የቤትና፡የቦታ፡ክራይ፡ደምብ።

ቤቱን፡የሚያከራይና፡የሚከራይ፡ሰው፡እርስ፡በርሱ፡እየተዋዋለ፡የተዋዋለበትንም፡ቀንና፡ገንዘብ፡እየተካካደ[1]፡ይልቁንም፡ያልታወቀ፡ሰው፡ወደ፡ቤቱ፡እያስገባ፡የሚያስቸግረን፡ስለሆነ፡ከዛሬ፡ጀምሮ፡ወደ፡ፊት፡ከዚህ፡ቀጥሎ፡የተጻፈውን፡ደምብ፡አድርገናል።

ቤቱንና፡ቦታውን፡የሚያከራይና፡የሚከራየው፡ሰው፡ወደ፡ዘብጥያ[2]፡እየኼደ፡የተከራየውን፡ቤትና፡የተከራየበትን፡የገንዘብ፡ልክ። የሚገባበትንና፡የሚወጣበትን፡ቀን፡በዘብጥያ፡ደብተር[3]፡አስጥፎ፡የውሉንም፡ወረቀት፡በዘብጥያው፡ማኅተም፡አሳትሞ፡ይቀበላል። የውሉም፡ቀን፡በደረሰ፡ጊዜ፡የተከራየውና፡ያከራየው፡ሰው፡እን ደገና፡ወደ፡ፊት፡ለመዋዋል፡ቢፈልጉ፡ወይም፡ጊዜው፡ሳይደርስ፡

---

1 ተካካደ፡ = to deny reciprocally.

2 ዘብጥያ፡ = police-station (Arabic ضبطية).

3 ደብተር፡(ደፍተር) is the Perso-Arabic دفتر.

ተስማምተው ፡ ውላቸውን ፡ ለማፍርስ ፡ ቢፈልጉ ፡ እንደ ፡ ገና ፡ ወደ ፡ ዘብጥያ ፡ ተመልሰው ፡ ነገሩን ፡ ማስታወቅ ፡ ያስፈልጋቸዋል ። ነገር ፡ ግን ፡ ይኸነን ፡ ደምብ ፡ አፍርሰው ፡ ወደ ፡ ዘብጥያ ፡ ሂደው ፡ የተዋዋሉበትን ፡ ውሉን ፡ ሳያስታውቁ ፡ ቢቀሩ ፡ ያከራየውም ፡ የተከራየውም ፡ መቀጫቸውን ፡ ለመንግሥት ፡ ፲፲ ፡ ብር ፡ ይከፍላሉ ። ውላቸውንም ፡ ቢከከዱ ፡ ያለዘብጥያ ፡ ደብተርና ፡ ማኅተም ፡ ለመመሳከር ፡ አይችሉም ። ኅዳር ፡ ፳ ፡ ቀን ፡ ፲፱፻፪ ፡ ዓመተ ፡ ምሕረት ።

10

Rules regarding the rent of houses and sites

Because the man who lets a house, and he who rents it, have given us trouble, the two of them making an agreement and then each repudiating the day agreed on (i.e. for possession of the house to be taken) and the price, and this especially when he (the landlord) allows an unknown man to enter his house, therefore from now onwards we have made the regulation written below:—

"The person who lets, and he who hires the house and site, will go to the police-station and have written in the police-station register the house that has been hired, the amount of money for which it has been hired, the day on which he enters and will leave, and will receive the contract paper after having had it stamped with the police-office seal. When the period of the contract expires, if the man who has hired, and he who has let, wish once again to make an agreement for the future, or before the time expires, if they wish to cancel their agreement by arrangement, they must return again to the police-station and give notice of the matter.

But if they break this regulation and do not go to the police-station and give notice of the contract they have agreed on, both he who lets, and he who hires, will pay a fine of $10 to the government.

And if they repudiate their contract they cannot give evidence without the police-station register and seal.

5th Hidār, 1906 A.M.

POETRY

1

አቶ፡አንድነት፡ነግሦ ፤ በኛ፡ላይ፡ቢገዛ።
ጠላትም፡አይጎዳ ፤ ምቀኛም፡አይበዛ።
እስቲ፡ይህን፡ነገር ፤ አታድርጉት፡ዋዛ።
የሰው፡መጫወቻ ፤ እንዳንሆን፡ብዝበዛ።
ንቃ፡ንቃ፡በሉ ፤ አትሁኑ፡ፈዛዛ[1]።
እውቀት፡አስተምሩ ፤ አማካሪም፡ይብዛ።
እችን፡የኔን፡ምክር ፤ አታድርጓት፡ፌዛ[2]።

ይቤ[3]፡ብ[4]፡ገብረ፡እግዚአብሔር።

When it makes sense the two halves of the line are translated with a semi-colon between them; otherwise they are made into one line.

[1] ፈዛዛ፡ = weak, fainéant.

[2] ፌዛ፡ is put for the rhyme, the word is ፌዝ።

[3] ይቤ፡ is the perfect of the giiz verb ብህለ፡ "to say." The form ይቤሌ፡ is used for the perfect, and this without a pronominal suffix becomes ይቤ፡

[4] ብ፡ is an abbreviation for ብላታ፡ which is an Abyssinian title.

1

Mr Unity having reigned; if he rule over us.
No enemy will hurt (us); envious persons will not be many.
Please do not make a joke of this matter.
Lest we become people's plaything and plunder.
Be vigilant; do not be weak.
Teach knowledge; let counsellors multiply.
Do not treat this my advice as a joke.

Bilātā Gabra Igziabher.

2

አንድ፡አሽከር፡ነበራት፤ ድሀና፡ምስኪን[1]።
ይህን፡እያሰበ፤ ሌት፡እስተ፡ቀን።
ሞቱን፡የሚለምን፤ ባርያ፡ከመሆን።
ልብሱም፡ንዴት፡ሁኖ፤ ቀለቡም፡ሐዘን።
ይመክራቸው፡ነበር፤ ለወገኖቹን።
በአንድነት፡ሁነን፤ እንምከር፡አሁን።
እንድ፡ጠፉ፡በጎች፤ ለተኵላ፡እንዳንሆን።
ከባቢ፡ሳይመጣ፤ በፈረስ፡ፈጣን።
ጠንክረን፡እንቆይ፤ ብልሆች፡እንድንሆን።
በጥበብም፡ትምሕርት፤ ብናቆም፡ዙፋን።
እንደ፡ነገሩን፤ አጤና፡አቡን።
እንሆላችሁ፡ልጄ፤ እንድያው፡ሕፃን።
በምክር፡ደግፉት፤ ጐልማሳ፡እስኪሆን።
ዘውዴን፡እንድትሰጡት፤ ሲደርስ፡ቀኔን።
አደራ፡አደራ፤ አገሬ፡እናቴን።
ተጠቅታ፡የማታውቅ፡ከብዙ፡ዘመን።
ምቀኝነት፡ይጥፋ፤ አይግባ፡ሰይጣን።
ባዕድ፡እንዳይነጥቃችሁ፤ ተጠንቀቁ፡አሁን።
ምክሬን፡እንድትሰሙ፤ እላለሁ፡አሜን።
ይቤ፡ብ፡ገብረ፡እግዚአብሔር።

No attempt has been made to put these pieces into good English as this would mean a paraphrase and not a translation.

[1] ምስኪን፡ = miserable, wretched (Arabic مسكين maskin).

2

She had a servant; poor and miserable.
He thinking this; night and day.
And who was longing (lit. is begging) for his death; because he is a slave.

And his clothes being poverty; and his food grief.
He used to advise; his tribesmen (fellow-countrymen)
Being united; let us now reflect.
Lest like lost sheep we be for the wolf.
Before the invader (lit. surrounder) comes; on a swift horse
Let us stay strong; so that we may be wise
If by science and learning we strengthen the throne
As the Emperor and Bishop have told us.
" Behold my son; quite a child.
Support him with counsel; till he become a virile youth.
So that you may give him my crown; when my time comes."
I pray thee; my country my mother.
Who since long is disdained and does not know.
Let jealousy vanish; let not Satan enter.
Lest the foreigner snatch you; be careful now.
That you may hear my advice; I say Amen.

Bilātā Gabra Igziabher.

3

እስኪ፡ስማኝ፡ሸዋ፤ ሐረር፡ከፋ፡ከንታ።
ጎጃም፡በጌምድር፤ ትግሬ፡እስከ፡እንደርታ።
ወሎ፡የጁ፡ዋግ፤ አውሳ፡እስከ፡ላስታ።
ሐበሻ፡በመላው፡ ያለህ፡በየገንታ[1]።
ንባቡን፡ስነግርህ፤ ተርጉም፡በኋተታ[2]።
ቱርክ፡ኃይለኛ፡ሰው፤ ተኢየሩሳሌም፡ጌታ።
በሰይፍ፡አለንጋ፤ ዓለምን፡ያፍታታ።

[1] ገንታ፡ = province.

[2] ኋተታ፡ = ምርምራ፡ = examination, research.

በኛም፡ደርሶ፡ነበር፤ ግራኝ[3]፡፩ድ፡ሽፍታ ።
ጅግና፡አልተገኘም፤ እሱን፡የሚገታ[4] ።
ዘንድሮ፡ዓመት፡ግን፤ አገኘው፡ወዮታ ።
ይኖር፡ነበርና፤ በትዕቢት፡በሽታ ።
ጥበብን፡ሳይማር፤ ሳያበጅ፡ኮረብታ[5] ።
በምቀኝነትም፤ በድብቅ፡ቆይታ[6] ።
በሃይማኖት፡ሰበብ[7]፤ ሲገድል፡ሲመታ ።
ሴሊቱን፡ከሴቶች፤ ቀንም፡በጨዋታ ።
ዘወትር፡ሲጠግብ፤ የዓለም፡ደስታ ።
ለመንግሥቱ፡ሳያስብ፤ ጥዋት፡እስከ፡ማታ ።
እንዲታገሥ፡ቢመክሩት፤ ሊኖር፡በጸጥታ ።
አልሰማም፡ቢላቸው፤ ተማከሩበታ[8] ።
ድምጹ፡እንዲጠፋ፤ የእስላም፡እምቢልታ ።
ሹመቱን፡ሊሽሩት፤ የክብረቱን[9]፡ቦታ ።
ጥበብ፡የተማረ፤ የማያውቅ፡ቡዋልታ[10] ።
የሐርነት፡መንግሥት፤ መጣበት፡በሀፍታ[11] ።
በምድር፡በባሕር፤ በሰማይ፡ከፍታ[12] ።
ስልክ፡አለ፡ሽቦ፤ በሩቅ፡እየመታ ።
አረደው፡ዘለሰው፤ አረገው፡ከውታታ[13] ።
መርከቦች፡ነበሩት፤ ጥቂት፡የመሸታ[14] ።

---

3 Muhammad Grāñ or Gragne, the celebrated Muhammadan invader of Ethiopia.

4 ገታ፡ = to pull up a horse by the bridle.

5 ኮረብታ፡ means a hill but here it means a fortress = አምባ ።

6 ቆይታ፡ = interview, reception (of a king or official).

7 ሰበብ፡ = reason (Arabic سبب).

8 ተማከሩበታ፡ = ... በት ። the ታ፡ is for the rhyme.

9 Refers to the Holy Land.

10 ቡዋልታ፡ is better spelt ቧልታ ።

11 ሀፍታ፡ = swiftness. 12 ከፍታ፡ = height.

13 ከውታታ፡ = ከርታታ፡ = wanderer, exile.

14 የመሸታ፡ means lit. of a drinking house, but the meaning is አጉል ። see note 2, page 112.

ከአርበኛው፡መርከብ፤ ባይችሉ፡ምከታ።
ሸሽተው፡ጥርቅም፤ አሉ፡ዳርዳኔሊ፡ጎታ[15]።
ለነገሥታት፡ሁሉ፤ ቢነግር፡ስሞታ።
ቢጮህ፡ቢያለቅስም፤ ከየት፡ይምጣ፡እርዳታ።
ጨካኝ፡ስለሆን፤ በጉቦም፡ወስላታ።
ለኛ፡እንዳደላብን[16]፤ ስለ፡ጐልጎታ።
እንግዲህ፡እንወቅ፤ ከሰማን፡በተርታ።
ደግሞም፡እናስተውል፤ ሳይደርስብን[16]፡ፈንታ።
ከኤውሮጳች፡እንማር፤ በጣም፡እንበርታ።
አማካሮች፡ይብዙ፤ ልብ፡እንዳያመነታ[17]።
በሙግታችን[18]፡ቀን፤ ጠላት፡እንዳይረታ።
ታሪክ፡እንመርምር፤ እናንብ፡ጋዜታ።
ቋንቋም፡እንማር፤ እንመልከት፡ካርታ[19]።
እርሱ፡ነው፡ለሕዝቡ፤ ዓይናቸው፡የፈታ።
ጨለማ፡ሒደዋል፤ ሁነዋል፡ወገግታ።
በቀን፡ማንቀላፋት፤ ነውር፡ነው፡መኝታ።
ኢትዮጵያ፡እናታችን፤ ባልዋን፡እንዳትፈታ።
ዘሬ፡እንምከራት፤ እንዳትሆን፡ጋለሞታ።
እኛ፡ልጆችዋም፤ እንዳንገላታ።
የእንጀራባት፡ጨካኝ፡ነው፤ ሲቈጣ፡ሲመታ።
ደግሞም፡አያቀምስም[20]፤ የክብረት፡ገበታ።
ዘወትር፡ብመክር፤ ዕጕድ፡ዕጕድ፡ለታ።
አንድ፡ሰው፡አጣሁኝ፤ የሚነቅፈኝ፡ጌታ።
ወይም፡የሚለኝ፤ እውነት፡ነው፡እንዴታ።

---

15 ጎታ፡ means a reservoir for grain. Here I am unable to find out what it is used for except that it is meant for "straits."

16 See Armbruster's *Grammar*, sect. 71.

17 አመነታ፡ = to make undecided, of two minds (from መንታ፡ = a twin).

18 ሙግት፡ = dispute, especially in a court of law.

19 ካርታ፡ = map.

20 አቀመሰ፡ = lit. to allow to taste.

እንዲህ፡ከሆነማ፤ ይሻላል፡ዝምታ።
ትርፍ፡ካላገኘሁ፤ ምንድር፡ነው፡ውትወታ[21]።
እኔ፡ምንቸገረኝ፤ እንደያው፡ሀውታታ[22]።
ይብላኝ[23]፡ለለመደ[24]፤ አቤት[25]፡አቤት፡የኔታ[26]።

ይቤ፡ብ፡ገብረ፡እግዚአብሔር።

---

21 ውትወታ፡ = chattering.

22 ሀውታታ፡ (አውታታ፡) = wanderer, vagabond.

23 ይብላኝ፡ = Alack! woe is me!

24 ለመደ፡ = to be accustomed. It was explained to me that it meant here "accustomed to luxury and the good things of life."

25 አቤት፡ is (1) answer given by servant to his master when called, like the Arabic لبّيك, (2) cry for justice.

26 የኔታ፡ (የኔ፡ጌታ።) = ጌታየ፡ Sir! my master!

3

Come hear me Shoa; Harar, Kafā, Kontā.
Gojjām, Bagemidr; Tigre till Indartā.
Wallo, Yajju, Wag; Ausā till Lasta.
The whole of Abyssinia; you who are in each province.
When I tell you the lesson; the translation (is found) by research.
The Turks a powerful nation; the rulers of Jerusalem.
Who conquered (lit. unravelled) the whole world with sword and whip.
They came against us; Grāñ a rebel
No warrior was found; who could stop him.
But last year; he (the Turk) suffered tribulation.
For he was living; in the illness of pride.
Without studying science; without building a fortress.
And (living) in enviousness; in secret interviews.
Killing and beating on account of religion.
His nights with women; and his days in play.

Alway being satiated; (he lived in) worldly joy.

Without thinking of the government; from morn to
eve.

When they advised him to be patient; to live tran-
quilly.

He told them he would not listen to what they advised
him.

So that the sound of the Muslim flute might be lost.

That they may depose him from the rule of the
honoured place.

The kingdom of Freedom (i.e. a free country) came
swiftly against him.

It had learned science and did not jest.

On land and sea; in the sky on high.

Wireless telegraphy; sending from far.

Slaughtered him, exterminated him; made him an
exile.

He had ships; a few bad ones.

When he could not defend himself from the brave
ships,

He fled and entered the Dardanelles.

When he complained to all the kings

Though he cries and laments; whence will aid come?

Because he was cruel; and dishonest with bribes.

As he was unfair to us; because of Golgotha.

Let us then understand; since we have heard in our
turn.

And also let us notice; before our turn comes.

Let us learn from Europeans; let us become quite
strong.

Let counsellors abound; that our mind may not be
undecided.

So that the enemy may not win on the day of our encounter.
Let us examine history, let us read the newspaper.
Let us learn languages; let us regard maps.
'Tis this which opens the people's eyes.
Darkness has gone; dawn has come.
It is a disgrace to sleep by day.
Lest our mother Ethiopia may divorce her husband;
Let us advise her today; that she does not become a harlot;
And that we her children may not suffer damage.
A step-father is cruel; being angry and striking;
And also he does not give food; from the table of honour.
When I always give advice; on every Sunday;
I found no one who disdained me,
Or who told me; "it is certainly true."
And since it is thus; silence is better.
Since I have got no advantage; what (use) is talking.
What difference does it make to a solitary vagabond like me.
Woe is me! for him who is accustomed (to luxury).
Sir! Sir! my master.

Bilātā Gabra Igziabher.

4

ሁላችኍ፡ ስሙኝ ፤ እሰላሙ፡ እስካማራ ።
ጳጳሱ፡ መነኰሴው ፤ ሰሙነኛው[1]፡ ደብተራ[2] ።
በዚህ፡ ዓመት፡ የሆነው ፤ የጦርነት፡ ሜራ[3] ።

---

[1] ሰሙነኛ፡ = priest who is on duty for the week.
[2] See note 4, page 7.
[3] ሜራ፡ See note 7, page 85.

ትርኸ፡ያገኘው፥ ሐሳረ[4]፡መከራ።
ከታላቁ[5]፡ባሕር፡እስከ፥ ባሕረ፡ኤርትራ።
በመርከብ፡እየዋኙ[6]፥ በስልፍነት፡ተራ።
ያቃጥሉት፡ጀመር፥ በመድፍ፡ገሞራ[7]።
አገሩን፡ሊወስዱ፥ ሊተክሉ፡ባንዲራ[8]።
ወዮ፡ጉድ፡ይህ፡ውርደት፥ ግሩም፡ነው፡ሲያስፈራ።
አሁን፡መጠንቀቅ፡ነው፡ሳይደርስ፡አሞራ[9]።
ነጥቆ፡የሚወስድ፥ የክብረት፡እንጄራ[10]።
ሽማግሌም፡አይምር[11]፥ ለሕጻን፡አይራራ[11]።
የሔሮድስ፡ወንድም፡ነው፥ የጲላጦስ፡ሐራ[12]።
የደረሰ፡ጊዜ፥ ያሞት፡መራራ።
ከቶ፡አይሰጥም፡አሉ፥ የመቃብር[13]፡ስፍራ።
እኔን፡ባታምኑኳ[14]፥ ተመልከቱ፡አስመራ።
ዛሬ፡ብንስማማ፥ አንዳችን፡ሳንኰራ።
ዳዊት፡እንዳለነ፥ በመዝሙር፡እንዚራ[15]።
ምክር፡ሠናይት[16]፡ናት፥ ለዘይገብራ[17]።
እርስዎን፡የያዘ፥ ከማንም፡አይፈራ[11]።
እንደ፡ጃጾን፡ይሆናል፥ በሁሉ፡ጠንክራ።

ይቤ፡ብ፡ገብረ፡እግዚአብሔር፡

---

4 Correctly ሐሳር።
5 ታላቁ፡ባሕር፡ = the Mediterranean.
6 ዋኘ፡ = lit. to swim.
7 ገሞራ፡ = Gomorra, thus brimstone, fire.
8 ባንዲራ፡ = flag (Italian *bandiera*).
9 አሞራ፡ = any large bird of prey.
10 Usual spelling is እንጀራ። See note 11, page 114.
11 ም of the negative omitted.
12 ሐራ፡ = ጭፍራ፡ = regiment.
13 Refers to some regulation made by the Italians in Eritrea *re* burial.
14 ባታምኑኳ፡ = ባታምኑ፡እንኳ።
15 እንዝራ፡ (እንዚራ፡) = መሰንቆ፡ = harp.
16 ሠናይት፡ = beautiful (fem.).
17 ለዘይገብራ፡ is giiz meaning ለሚያደርጋት።

4

All of you hear me; Muhammadans and Christians!

The Bishop and the monk; the Samunañña and Dabtara!

The war conspiracy that happened this year;

The difficulties and troubles that the Turk experienced.

From the great sea to the Red Sea;

They coming in ships; in ranks of battle;

Began to burn; with cannon fire;

That they may take his country; and plant (their) flag.

How marvellous (is) this disgrace; it causes strange fear (lit. it is strange when it frightens).

Now one must be careful before the eagle arrives;

Who snatches and takes away; the bread of honour;

He does not pardon the aged; or pity the children.

He is Herod's brother; and Pilate's regiment.

When he comes; 'tis the bitterness of the bile.

They say he never gives a burial place:

If indeed you do not believe me; look at Asmara.

If today we be in agreement; none of us being proud.

Like David has told us; in the psalms on his harp.

Counsel is beautiful; to him who acts upon it (lit. to him who does it).

He who accepts it; fears no one.

He will be like Japan; strong in everything.

Bilātā Gabra Igziabher.

5

(1)

የጎጃምን፡ዶቄት፡ክርትፍ[1]፡ነው፡እያሉ፣
ራስ፡ዓሊ፡መጡ፡አስልመው[2]፡ሊበሉ።

(2)

እናስ፡እንላለን፡ይተጌ፡መነንን፡
አሊ፡ማን[3]፡(አሊማን፡)ይላታል፡ያችን፡እናቱን።

(3)

ይመልሰው፡እንጂ፡እግዚአብሔር፡ባወቀ፣
ሣር፡ቅጠል፡አይቀርም፡ያስላም[4]፡ከዘለቀ።

(4)

ሞጣ[5]፡ቀራንዮ[6]፡ምነው፡አይታረስ፡
በሬሳ፡ላይ፡መጣሁ[7]፡ከዚያ፡እስከዚህ፡ድረስ።

(5)

ትንሽ፡ቀለበቴን፡ሰጠኋት፡ለካሳ[8]፣
በኔማ፡ጣት[9]፡ገብቶ፡አስጨነቀኝሳ።

The point of these couplets is in the puns they contain.

1 ክርትፍ፡ = ያልለዘበ፡ = coarse.

2 አስላመ፡ = to make fine. አሰለመ፡ = to make a Muhammadan. This second meaning is a hit at Rās Ali's Islamic origin.

3 Another hit at Rās Ali, "Alīmā" being a Muslim woman's name. Rās Ali's mother was Itage Manan.

4 Rās Ali again.
ያስ፡ላም፡ = that cow. ያ፡እስላም፡ = that Muhammadan.

5 ሞጣ፡ is a town in Gojjam.

6 ቀራንዮ፡ is a monastery in Gojjam.

7 በሬሳ፡ላይ፡ = on corpses. በሬ፡ሳላይ፡ = without seeing a bullock.

8 Said by Rās Ali with reference to Theodore who married his daughter.
ለካሳ፡ = to Kāsā (Theodore's name before he became king).
ለካሳ፡ = also "for a fine."

9 በኔማ፡ጣት፡ = and in my finger.
በኔም፡ማጣት፡ = and in me want (having entered, hurt me).

(6)

ጥቂት፡ሰው፡ሞተ፡አሉኝ፡ከጋሎች[10]፡ከተማ፡
አያሌ[11]፡አይሞትም፡ወይ፡ደስ፡እንዲለኝማ።

(7)

የወዲያው፡ቅጠል፡አናውቀውምና፡
ራስ[12]፡ወሰን፡ሰገድ፡አሳየን፡ብሳና[13]።

(8)

የድሀይቱ፡ልጅ፡ሰሌን[14]፡ዬት፡አግኝታ።
በጨርቋ[15]፡ቀበሯት፡ትላንት፡ወደ፡ማታ።

(9)

አገር፡ሲለምኑ፡ጌታዬ፡አሽከርዎ፡በደሉ፡ተበዛ፡
ይጣ[16]፡ይሒድ፡እንጂ፡ይበዝን[17]፡አይግዛ።

---

10 Refers to territory of Rās Ali.

11 አያሌ፡ several; አሌ፡ = Rās Ali, not a very good pun!

12 Rās Wasan Sagad was king of Shoa and was at war with Rās Gugsā king of Gondar. Rās Wasan Sagad's soldiers tell him to march against Gondar through (tearing) Wallo which was ruled by the Imams who were Muslims.

13 ብሳና፡(ምሳና፡) = a kind of tree.
ብሳ፡ና። = tear and...

14 ሰሌን፡ = palm-tree, palm-tree matting, thus shroud.

15 በጨርቋ፡ = in her ጨርቅ፡ i.e. rags, cloth, toga.
(በ-)ጨርቋ፡ = (in) immature youthfulness.

Couplet (9). Said by Ato Ayālqibbat when asking for land from Asfā Wasan, king of Shoa.

16 ይጣ፡ = 3rd per. sing. jussive of አጣ፡ = to lack.
ይጣ፡ = a rich district in Shoa.

17 ይባዝን፡ = 3rd per. sing. jussive of ባዘነ፡ = ተቅበዘበዘ፡ = to wander here and there.
ይባዝ፡ is a small district in Shoa.

Therefore taking second meanings the second line reads:—

"Let him go to Yitā and not rule Yibāz."

(10)

በበሽሎ[18]፡ዳገት፡የመሸብኝ፡
ገና፡ዳሞት[19]፡አለብኝ።

(11)

አላልቅም፡አለኝ፡መንገዱ።
አንዱን፡ስወጣው፡አንዱ።

(12)

የልጃገረድ፡አውታታ፡ከመንገድ፡ላይ፡ተኝታ፤
እረ፡ሰው፡መጣ፡ተነሽ፡ምነው፡ይህስ፡አለማፈር[20]፡ነው።

(13)

ታላቅ፡አዳራሽ[21]፡አሰርቼ፡
መቃን፡ጉበኑን፡አሳልቼ[22]፡
አፈሰሰና፡ክዳኑ፡
ላፈርሰው[23]፡ነው፡እዘኑ።

(14)

ከቤት፡ሲወጣ፡ወደ፡ደጅ፡
ገላን[24]፡ታጥቦ[25]፡ነው፡እንጅ።

Couplet (10). Said by a Gojjami campaigning with Theodore.

18 በሽሎ፡ is the name of a river.

19 The pun is ዕዳ፡ሞት፡ "the debt of death," i.e. second line then reads "The debt of death is still to be paid."

20 ይህስ፡አለማፈር፡ነው። = this is lack of shame.
ይህስ፡አለም፡አፈር፡ነው። = this world is earth (i.e. dust).

21 See note 12, page 2.

22 አሳላ፡ to fix in.

23 Second reading is ላፈር፡ሰው፡ነው። i.e. ሰው፡ላፈር፡ነው። mankind is for the earth (i.e. not immortal).

24 ገላን፡ = body (accus. case).
ገላን፡ = a district and tribe of Gallas who, when Haile Malakot was king of Shoa, were near to the cities of Ankobar and Dabra Berhān and used to plunder them.

25 Second meaning of ታጥቦ፡ነው፡ is "must be cleared away" (i.e. the Galan Gallas).

(15)

የራስ፡ዓሊ፡ወጥ፡ቤት፡ቀንን፡ሰራችው፡ሌሊት።
ተፈተፈተን[26]፡ተጠለቀ[27]፡ያ፡ሁሉ፡ጨው[28]፡አለቀ።

(16)

እባክህ፡ጌታዬ፡ሎሌህን፡እገዘኝ፤
ግፍ[29]፡ተሸክምያለሁ፡እስኪያንገዘግዘኝ[30]።

(17)

አረጉም፡አላስር፡አለ፡እየተበጠሰ።
ገመዱም፡እምቢ፡አለ፡እየተበጠሰ።
ያለ፡ማገር[31]፡ቀረ፡አንኮበር፡ፈረሰ።

(18)

ለሣህለ፡ሥላሴ፡ተሆንሁት፡ወዳጅ፤
እኔ፡ፈርሶ[32]፡አልጠጣም፡እጥላለሁ[33]፡ጠጅ።

Couplet (15). Said by a soldier of Rās Ali when his master was defeated by Theodore.

26 ተፈተፈተ፡ to be dipped in the sauce (bread).

27 ተጠለቀ፡ to be dipped in the dish (hand).

28 ጨው፡ salt. ጨዋ፡ nobles; i.e. "All those nobles are dead."

Couplet (16). Said by Alaqā Walda Georgis to King Sāhla Sillase when he was oppressed by officials.

29 ግፍ፡ = bark and also tyranny.

30 አንገዘገዘ፡ to cause to be unsteady; also = አስጨነቀ፡

Couplet (17). Said by Alaqā Walda Georgis when Theodore destroyed Ankobar.

31 For ማገር፡ see note 10, page 114. Second reading is ያለም፡አገር። = the country of joy, of prosperity.

32 ፈርሶ፡ is the Galliñña for ጠላ፡ "beer."
ፈርሶ፡ is the gerund of ፈረሰ፡ to be destroyed.

33 ጣለ፡ = to brew Taj.
ጣለ፡ = ተወ፡ to leave off.

Couplet (19). Said by daughter of Fitaurari Chakwal when her father and brother were hanged.

POETRY 207

(19)

ጠጅም፡እንዳያምረኝ፡ቀድሞ፡ጠጥቻለሁ ፡፡
ስጋም፡እንዳያምረኝ፡እዚህ፡ሰቅያለሁ[34] ፡፡
ቢሻኝ፡ከወንድሜ፡ካባቴ፡እበላለሁ ፡፡

(20)

እህል፡ሳላበስል፡ያለ፡ጊዜ፡ደርሶ፡
ልጄ፡አንጀቴ[35]፡በላው፡በጥሶ፡በጥሶ ፡፡

(21)

ሞጣም[36]፡ቀራንዮም[36]፡ሁሉም፡ደብረ፡ነው ፡፡
በየሱስ[37]፡ንገረኝ፡ያለቀውን፡ሰው ፡፡

(22)

አደባባይ፡ቁሞ፡አበጀሁ፡ቢላችሁ ፤
ይህን፡ባለ፡ጊዜ[38]፡ምን፡ትሉታላችሁ ፡፡

(23)

አሟጣ[39]፡ተከለ፡ሸዌ፡ድንኳኑን ፡፡
ተራዳ[40]፡ጎጃሜ፡ትችል፡እንደሆን ፡፡

---

[34] Refers to the custom of hanging up meat on the roof and also to her father's and brother's fate.

Couplet (20). Said by a mother on the death of a child.

[35] First meaning is, "breaking the entrails of a cow which are hung up to dry in the house." Second meaning is "breaking my heart."

Couplet (21). Said when Rās Ali laid Gojjam waste.

[36] See notes 5 and 6, page 203.

[37] ደብረ፡እየሱስ፡ is a monastery in Gojjam. Also በየሱስ፡ንገረኝ፡ means "in Christ's name tell me!"

Couplet (22). Said with reference to Theodore threatening Rās Wibe of Simen and Tigre.

[38] ባለ፡ጊዜ፡ = when he said (says).

ባለጊዜ፡ = upstart: i.e. second line then reads "what will you say to this upstart?"

Couplet (23). Said when Menilik made war on Gojjam.

[39] Amwaṭā is in the middle of Gojjam.

[40] ተራዳ፡ (from ረዳ፡) = to assist each other.

ተራዳ፡ = also a tent pole; then second line = If the Gojjamis can carry the tent pole.

(24)

የንጉሥ፡አሽከር፡ጠፍቶ፡ሲፈለግ፡ሌሊት፡
ቀን[41]፡ከተድላ፡ጋራ፡ሲሔድ፡አየሁት ።

(25)

እሻሻ[42]፡ነው፡እንጂ፡የመኰንን፡ሞት ።
እንዲያልቅ[43]፡ሰው፡ተድላን፡ለምን፡ቀበሩት ።

(26)

ፊታውራሪ፡ቸኰል፡ዓርብ፡ተሰቀለ፡ቅዳሜ፡ተሰማ[44]፤
እሁድ፡አይመጣም፡ወይ፡አምላክ፡ከሆነማ ።

(27)

አትሞት፡አታረጅ፡ከዚህ፡ሁሉ፤
አሉ[45]፡በጎ፡አለች፡አሉ ።

(28)

ብቻዬን፡ስሔድ፡ተከትለህ፣
እህ፡ምን፡ትለኛለህ ።

(29)

ሁሉ፡እየቤቱ፡ሲበተን፣
እህና፡እኔ፡ቀረን ።

Couplet (24). Said when Dajjāzmach Tadlā of Gojjam died.

41 In the second sense ቀን፡ has the meaning of "good times."

Couplet (25). Said when Dajjāzmach Tadlā of Gojjam died.

42 እሻ፡(እሻሻ፡) = hush !

43 እንዲያልቅ፡ሰው። = so that people may be killed.
እንዲያ፡አልቅሰው። = they weeping like this.

Couplet (26). Fitaurari Chakwal was hanged on Friday and his son Tasamma on Saturday. They had rebelled against Theodore in Gojjam. Compare couplet (19).

44 ተሰማ፡ = proper name.
ተሰማ፡ = "it was heard," "bruited abroad."

45 i.e. አሉ፡ "there are," is always being said.

(30)

እስኪ፡ጠይቁልኝ፡እርቃ፡ሳትሔድ፡
ይተጌ፡ተዋበች፡ሚስት፡ናት[46]፡ገረድ።

(31)

ብዙ፡ስራ[47]፡አዋቂ፡ትናንት፡ተቀበረች።
መድኃኔቱን፡ምሳ[48]፡ታበላኝ፡ነበረች።

(32)

የኃይልዬን[49]፡ሱሪ፡ሰፊ፡አሳጥሮበት፡
ሚጊራን[50]፡ሲወርደው፡ጕልበቱ[51]፡ታየበት።

(33)

ዛሬስ፡አምኃየስ[52]፡አረጀ፡ደቀቀ።
ምድር፡ይይዝ፡ዠመረ፡እየተንፏቀቀ[53]።

Couplet (30). Said by Theodore when his wife Tawābach (the daughter of Rās Ali) died.

46 Second reading is ሚስት፡እናት፡

Couplet (31). Said by Theodore when his wife Tawābach (the daughter of Rās Ali) died.

47 Second reading is ብዙ፡ስር፡ "many roots."

48 Second reading is ምሳ፡ "she having dug."

Couplet (32). Said when Amha Iyasus defeated his brother Haile.

49 Proper name of person.

50 Proper name of place.

51 Second meaning is "strength."

Couplet (33). See (32).

Amha Iyasus and Haile were sons of Tidu, chief of Morat, who was defeated by Asfa Wasan, the King of Shoa. Tidu's land was given to his son Haile, who drove out his elder brother Amha Iyasus, who had carried out his father's wishes *re* not submitting to Asfa Wasan.

This couplet was said by a minstrel of Amha Iyasus when the latter took back his land from his brother by fighting.

52 አምኃየስ፡ is short for አምኃ፡ኢየሱስ።

53 ተንፏቀቀ፡ is to sit on one's hunkers on the ground and move one's self along with one's hands.

(34)

ዝምድናችን፡ስንኳ፡በወግ[54]፡አልታወቀ።
እቴ፡ነሽ[55]፡እያሉ፡አካላቴ፡አለቀ።

(35)

እንዲሁ፡ያለች፡አሽከር፡የማታንቀላፋ፡
አንድ፡አይቅረኝ[56]፡ብላ፡ሁሉን፡ነድፋ[57]፡ነድፋ።

(36)

በምን፡ተጣሉና፡ኢያሱና፡ኢያሱ።
ጎንደር፡ሊወርድ፡ነው፡ታገተና[58]፡ዋሱ[59]።

Couplet (34). Said by a lover.

[54] በወግ፡ = በጣም። በልክ።

[55] እቴ፡ነሽ፡ (you are my sister) is his mistress's name.

Couplet (35). With reference to:

(*a*) Either an industrious girl who does not cease spinning,

(*b*) Or a girl insatiable for lovers.

[56] If (*a*) "let none of the cotton be overlooked by me."
,, (*b*) "let none (of the men) escape me."

[57] If (*a*) to card.
,, (*b*) to possess.

Couplet (36). Aṭe Iyāsu was king at Gondar and Ato Iyāsu was the chief of Morat. Wasu was a minstrel.

[58] ታገተ፡ = to be seized (property or person) owing to having gone guarantee for some one who does not pay.

[59] Second meaning of ዋሱ፡ = the guarantee. See note 58 above.

5

(1)

Saying that the flour of Gojjam is not fine.
Rās Ali came to make it fine and eat it.

(2)

We call her Itage Manan.
What does Ali call that mother of his?
(or) He (Ali) calls that mother of his "Alīmā."

(3)

Let God send him back when he thinks fit (lit. knows).
Neither grass nor leaves will remain if that cow (that
Muslim) passes on.

(4)

Why are not Moṭa and Qarānyo cultivated.
I have come on corpses from there to here.

(5)

I gave my small ring to Kasa
It entered into my finger and hurt me.

(6)

They told me that a *few* persons from the Galla town
had died.
Have not *many* died that I may be pleased?

(7)

We do not know the leaves of the other side
Rās Wasan Sagad! show us Bisānā.

(8)

Where did the poor woman's child find (get) her shroud.
They buried her in her rags yesterday towards evening.

(9)

When he asked for land "my lord! since your servant's
sins are many."
Let him fail and go and wander and not rule.

(10)

Night has overtaken me on the steep banks of the
Bashilo
I have still to make my way to Dāmot.

(11)

The road (i.e. thoughts) will not finish.
When I ascend one another (appears).

(12)

A girl wanderer sleeping on the road.
For shame! some one has come, get up, why! this is
    lack of shame!

(13)

I having built a big Adārāsh
And having fitted in doorposts and lintels.
Since the roof leaked
I am going to pull it down: be sad!

(14)

When they go out of the house towards the door
The body must be washed.

(15)

Did Rās Ali's cook make (the dish) day or night?
Was it dipped in the sauce or taken by the hand? All
    that salt is finished.

(16)

My master, I pray thee help thy servant!
I have carried a load of bark until it makes me un-
    steady on my legs.

(17)

The withes breaking would not tie.
The rope also breaking would not tie.
Ankobar remained joistless and was destroyed.

(18)

Since I was a friend of Sahla Sillase,
I do not drink beer, I brew Taj.
(or) He being dead I do not drink and leave off Taj.

(19)

So that Taj should not please me, I have drunk it
 before,
So that meat should not please me, I have hung it up
 here.
If I want I can eat from my brother and father.

(20)

Before I have cooked the grain, coming out of time
My child broke my entrails and ate them.

(21)

Both Mota and Qarānyo are monasteries.
Tell me the people who died in the Monastery of
 Iyasus.

(22)

Standing in the square when he tells you "I have suc-
 ceeded."
When he says this, what will you say to him?

(23)

The Shoans pitched their tent at Amwaṭa.
If the Gojjamis are able, unite.

(24)

The king's servant being lost when he was searched
 for at night
I saw him by day going with Tadlā.
(or) I noticed that the good times went with Tadlā.

(25)

The death of a Chief is indeed (a cause of) silence.
Why did they bury Tadlā so that people may die
(or) Why did they bury Tadlā weeping like this?

(26)

Fitaurari Chakwal was hanged on Friday and Ta-
samma (his son) on Saturday (or it was heard on
Saturday).
Will he not come (i.e. rise) on Sunday if he be God?

(27)

Out of all these she does not die, she does not age.
They say that "There are" is well.

(28)

When I go alone
What do you say to me, Mr Alas, following me?

(29)

When all are scattered to their homes
" Alas" and I were left.

(30)

Please ask for me before she goes far away
Is the Empress Tawābach wife or female servant?
(or) The Empress Tawābach (is) wife, mother, female
servant.

(31)

A woman knowing many things was buried yesterday;
She used to give me the medicine to eat for lunch.

(32)

The tailor having made Haile's trousers short
When he descended Mīgīrān his knees were seen.

(33)

But today Amhayas is old and weak.
He commenced to sit on the ground on his hips and to move himself along with his hands.
(or) He commenced to seize the land gradually.

(34)

Even our relationship is not properly known.
They saying "You are my sister" I died (lit. my body finished).

(35)

A girl like this who does not sleep.
Saying "let me leave none of it out," she carded it all.

(36)

Why did Iyāsu and Iyāsu quarrel?
Wasu is seized and is going down to Gondar.

6

ለልዑል ፡ ልጅ ፡ ኢያሱ ፡
ለኢትዮጵያ ፡ መንግሥት ፡ ወራሽ ።
ባማርኛ ፡ ቋንቋ ፡ የወጣ ፡ ምሥጋና ።

ይሥጡኝ ፡ ፈቃደዎን ፡ ጌታዬ ፡ ጥቂት ፡
በፊት ፡ እንዳወራ ፡ ባይኔ ፡ ካየሁት ።
ጠበኞች ፡ ነበሩ ፡ ወሃና ፡ እሳት ፡
ተጣልተው ፡ ሲኖሩ ፡ በደንቆሮነት ፡

ኣውጥተው[1]፡ አውርደው፡ ጨዎች[2]፡ በብልሃት፡
አስማምተዋቸዋል፡ በታላቅ፡ ልፋት፡
በዚያ፡ በባሕር፡ ላይ፡ ደግሞም፡ በመሬት፡
ፍቅራቸው፡ ጠንክሮ፡ ሆኖ፡ እንደ፡ ብረት፡
ታርቀው፡ ሲሔዱ፡ አየሁ፡ በወደዱበት[3]።
ልብ፡ ኣድርገው፡ ሲያዩት፡ ሲመለከቱት፡
እጅጉን፡ ይገርማል፡ ያምላክ፡ ቸርነት፡
ወሃን፡ ዘረጋና፡ እንበለ፡ መሥፈርት[4]፡
ያመሥግኑኝ፡ ብሎ፡ በሌት፡ በመዓልት[5]፡
ጥበብን፡ ሰጣቸው፡ ተግተው፡ ለሚሹት[6]።
እንደነሱም፡ ባንሆን፡ ባይኖረን፡ እውቀት፡
እንድናደንቅለት፡ የሱን፡ ታምራት፡
አንዳንድ፡ ጊዜ፡ ደግ፡ ነው፡ ዟዙሮ፡ ማየት፡
እንደኛው፡ ነበረ፡ የሮፓም፡ ፍጥረት፡
በትምሕርትና፡ በሥራ፡ ብዛት፡
አየር፡ ድረስ፡ ወጣ፡ ሊያንጃብብበት[7]።
እኛም፡ ብንፈልግ፡ ብንጥር፡ ካንጀት፡
አይከለክለንም፡ አምላክ፡ ምሕረት፡
ምን፡ ልክ፡ መጠን፡ አለው፡ ለርሱ፡ ዠማኔት[8]፡
ተመኝቼ፡ ነበር፡ ኣያሌ፡ ወራት፡
እኔንም፡ አሳየኝ፡ የጌታዬን፡ ፊት።

* * *

---

1 See note 35, p. 11.

2 ጨዋ፡ = arbitrator, respectable.

3 According to the writer of this poem the idea is that water and fire are antagonistic, but the Europeans combine them for use in engines.

4 መሥፈርት፡ is a giiz form equivalent to ስፍር። ልክ።

5 መዓልት፡ = day. This word is Giiz.

6 ሻ፡ = to wish, to seek. This verb is often used in Shoa as a synonym of ፈለገ።

7 አንጃበበ፡ (አንዠበበ፡) = to fly, to float in the air. በረረ፡ is to fly with the idea of "to fly away." ረበበ፡ is "to soar," "to plane."

8 ዠማኔት፡ = flow, effusion (ዠማ፡ a river).

ላንተ፡ ይሁን፡ ስብሐት፡ አምላክ፡ ተመሥገን፡
እንግዴህስ፡ ላንሳ፡ ባጭር፡ ጌታዩን፡
ኢያሱ፡ ሰላምታ፡ በጣም፡ ላንት፡ ይሁን፡
የማትጠገበው፡ የኢትዮጵያ፡ ወይን፡
ለሚጠጡህ፡ ጤና[9]፡ አትነካ፡ ሰውን፡
ለሚወዱህ፡ ፍቅርህ፡ ዕንቈ፡ ጳዝዮን[10]።
በአማን፡ ምኒልክ፡ ወለደ፡ አንተን፡
ሸዋ፡ እንድትረጋ፡ ሰላም፡ እንድትሆን፡
ወራሹ፡ አደረገህ፡ በትረ፡ መንግሥቱን።
አባትህ፡ የሰጠህ፡ ያወረሰህን፡
እግዜር፡ በፈቃዱ፡ የመረጠህን፡
እንበልጣለን፡ ብለው የምድር፡ ጠቢባን፡
ባንተ፡ ላይ፡ ቢነሱ፡ ቢያውኩ፡ አልጋህን፡
ፈጣሪ፡ ጣላቸው፡ ወደቁ፡ እሰው[11]፡ ዓይን፡
መጻፍማ፡ ቢያዩ፡ ቢያስተውሉት፡ ቃሉን፡
እርሱ፡ ባለቤቱ፡ የነገረንን፡
ኢትግሥሡ[12]፡ ያለው፡ መሢሐንየን[13]፡
እንዳንት፡ ያለውን፡ ነው፡ የሕዝብ፡ እረኛን።

* * *

እንዴት፡ ነህ፡ ኢያሱ፡ የኢትዮጵያ፡ ዝናም፡
የትሑቱ፡ ቀሚስ፡ የኵሩው፡ ልጓም፡
ደሃህ[14]፡ እንዲያድግልህ፡ እንዲለመልም፡
ትጉ፡ ነህ፡ ይላሉ፡ ከልብህ፡ በጣም፡
እግዜር፡ ካደረገህ፡ የኢትዮጵያ፡ ሐኪም፡

---

9 ጤና፡ is also name of Lij Iyasu's horse.

10 ጳዝዮን፡ = Topaz.

11 እሰው፡ = ከሰው፡

12 ኢትግሥሡ፡ is Giiz neg. imperative from ገሠሠ፡ = to touch.

13 መሢሐን፡ sing. መሢሕ።

14 Usually spelt ድሃ፡ this word is often used meaning "the peasantry."

በሕዝብ፡እንዳይገባ፡በሽታ፡ሕማም፡
ጭራሹን፡እንዲሽር፡ገገምተኛውም[15]፡
እየዞርህ፡ዳብሰው፡አድርገው፡ሰላም፡
አብነት፡ግዛለት፡ጤና፡ለሁሉም።
እንዴት፡ነህ፡ኢያሱ፡የሰው፡ሁሉ፡እጣው፡
ከሩቅም፡የመጣው፡ያገርህም፡ሰው፡
ፍቅርህ፡የዞረበት፡ጥቂት፡የነካው፡
ማንም፡ማን፡አይጠግብህ፡ስምህን፡ሲያነሣው፡
ውዳቂውም፡ደሃ፡ተሥፋ፡የሌለው፡
ቢጠራህ፡ይወዳል፡እንደተቻለው።
ሌላው፡ይፈልጋል፡መልክህን፡ሊያየው፡
ገሚሱም፡ይወዳል፡ብታናግረው[16]፡
ባለሟል፡አጫዋች፡መሆን፡እየሻው፡
ቢረዳህ፡ነው፡እንጂ፡በዚያው፡በቦታው፡
መግባት፡ምን፡ያደርጋል፡ደርሶ፡አለ፡ሥራው።
ለፍጥረቱ፡ሁሉ፡ደንብ፡ደንብ፡አለው፡
ከንጉሥ፡ጀምሮ፡እስከ፡በረኛው፡
ንጉሥ፡ሠራዊቱን፡ግብር፡ሲያበላው፡
መኳንንት፡ተቀምጠው፡በቀኝ፡በግራው፡
ሲያጨዋውታቸው፡ሲያሳስቃቸው፡
ሊጋባ[17]፡ባርጩሜ[18]፡ከፍሎ፡ሲያስገባው፡
ሥጋ፡ቤት፡በጮማ፡ልቡን[19]፡ሲመታው፡
እንዦሪ[20]፡አስመስሎ፡ያም፡አሰላፊው፡

---

15 ገገምተኛ፡ = convalescent. 16 Better ብታነጋግረው፡

17 ሊጋባ፡ is the official who introduces strangers and acts as master of ceremonies. 18 አርጩሜ፡ = switch.

19 This refers to the man chucking lumps of meat at the soldiers to catch and these lumps hitting their chests.

20 እንዦሪ፡ is a kind of raspberry. The waiter carries many decanters by the neck held through the fingers of his hands. The Taj in the decanters being red gives the simile.

ጠጁን፡በብርሌ፡ዙሮ፡ሲያድለው፡
አበላሉን[21]፡ወቴ[22]፡ሲያቀላጥፈው፡
እንደምን፡ደሥ፡ይላል፡ቁሞ፡ለሚያየው።
ወንበር፡ነገረኛን[23]፡ሲመረምረው፡
ምሑር፡መጽሐፉን፡ሲያገላብጠው፡
ደብቴ፡ከበሮውን፡ሲመነጥረው[24]፡
ትርጁማን[25]፡ፈረንጁን፡ኖ፡ኖ[26]፡ዊ፡ሲለው፡
ፈረጃም[27]፡ምሣሩን፡ሲይዝ፡በጫንቃው፡
ባገባቡ[28]፡ሲሆን፡ሲውል፡በሥፍራው፡
እንዲህ፡ሲረጋ፡ነው፡ሥራ፡የሚያምረው።
ነገር፡የሚጠፋው፡የሚበላሸው።
መቆፈሩን፡ትቶ፡ደርሶ፡ገበሬው፡
ወታደር፡ለመሆን፡እየፈለገው፡
ይጀማምርና፡ወድያው፡ላይገፋው፡
እራቡን፡ጥማቱን፡ጥቂት፡ሲቀምሰው፡
ልመለስ፡ይልና፡ሲሞከክረው፡
ወይ፡እደንቡ፡አይገባ፡እዚያ፡እግብርናው፡
ወታደርነቱም፡ቅር፡ቅር፡ሲለው፡
አንደኛውን፡ሳይዝ፡ግራ[29]፡እንደገባው፡
ተጠርቶ፡ይሔዳል፡ወደ፡ፈጣሪው፡
መኳንንቱም፡ወታደሩም፡ተማሪውም፡እንደዚሁ፡ነው።
ወደላይ፡ካሰበ፡አልፎ፡ከዲካው[30]፡

---

21 See note 14, page 8.

22 Compare note 26, p. 10, ወቴ፡ being short for ወታደር፡

23 ነገረኛ፡ is a litigant—either plaintiff or defendant.

24 መነጠረ፡ means lit. to clear (the country) of trees.

25 ትርጁማን፡ "Interpreter" is the Arabic ترجمان. The Amharic term is አስተርጓሚ።

26 The French Non, Non, Oui.

27 ፈረጃ፡ = ቆራጭ፡ = woodcutter.

28 See note 14, page 8. አገባብ፡ means fitness, propriety, decorum.

29 ግራ፡ገባ። = to make a mistake, do wrong.

30 ዲካ፡ = ወሰን፡ = limit, boundary.

እንኳንስ፡ለፍጡር፡ለሚናደደው፡
ከፍ፡ከፍ፡ያለውን፡ዝቅ፡ለሚያደረገው፡
ዝቅ፡ዝቅ፡ያለውን፡ከፍ፡ለሚያደርገው፡
ደግና፡ክፉውን፡ለሚታገሠው፡
ለፈጣሪ፡ጌታም፡ደሥ፡አያሰኘው።
የያዘውን፡ትቶ፡ሌላ፡ባያምረው፡
ፍርድና፡ግልምጫ፡ቁጣም፡ባላየው፡
ቅናትና፡ኵራት፡በሰው፡ልብ፡ነግሠው፡
አጠፉት፡ዓለሙን፡ጭራሽ፡ደምሰው።

* * *

እንዴት፡ነህ፡ኢያሱ፡የኢትዮጵያ፡ብርሃን፡
ዋና፡ገንዘባችን፡ጥሩ፡ቅርሳችን፡
ለጋላ፡ላማራው፡ዳኘው[31]፡የሰጠን፡
አስማምተህ፡በጤና[32]፡እንድትጠብቀን።
እኛም፡ያንተ፡አሽከሮች፡ደሥታ፡ይዘን፡
አንተን፡ለፍቅራችን፡መዝገብ፡አድርገን፡
እንከተላለን፡እንደመራኸን።
የኢትዮጵያ፡ልጆች፡ወንድሞቻችን፡
ፍቅር፡ፍቅር፡ይንገሥ፡በመሃላችን፡
እንቃጠል፡በፍቅር፡አንድ፡ልብ፡እንሁን።
ፍቅር፡እግር፡የለው፡አይፈልግ፡እኛን።
ዘረን፡ካልጠራነው፡አለበት፡ሔደን፡
ልባችሁ፡ይነሣ፡እንፈልግ፡ፍቅርን፡
ጥቂት፡ሣንሰራ፡ከዛሬው፡ደክመን፡
እንዴት፡ሊዘልቅ፡ነው፡የኋለኛው፡ቀን።
ፍቅርን፡ካስጠጋነው፡ከተላመደን፡
አጥባቂ፡ነውና፡እጅግ፡ወዳጁን፡
ያገለግለናል፡ለብዙው፡ዘመን።

[31] አባ፡ዳኘው። is the name of Menelik's horse. See note 72, page 227.
[32] ጤና፡ is the name of Lij Iyasu's horse. See note 9, page 217.

ተው[33]፡ አትበታትኑት፡ አሳባችሁን፡
እንዲህ፡ ተለያይተን፡ የጨው፡ ዘር፡ ሆነን፡
ዱብዳ[34]፡ መከራ፡ ድንገት፡ ቢያገኘን፡
ጭንቅ፡ ነው፡ ያን፡ ጊዜ፡ አንድ፡ ለመሆን፡
አሁን፡ ካልተስማማን፡ ካልተፈቃቀርን።
ለኛ፡ ገንዘባችን፡ የሚያስፈልገን፡
የጤና፡ ፍቅር፡ ነው፡ ዋና፡ ወርቃችን።
እናገልግል፡ ዛሬ፡ ጉልማሶች፡ ሁነን፡
እንትጋ፡ እንድከም፡ እንደተቻለን፡
ላባችን፡ ይንቆርቆር፡ ይፍሰስ፡ ደማችን፡
እንሥራ፡ እንጥቀም፡ አገራችንን፡
ካባት፡ ከናታችን፡ ከዘመዳችን፡
ይልቅ፡ እንውደዳት፡ ኢትዮጵያን።
ደሥ፡ ደሥ፡ እናሰኘው፡ እረኛችንን፡
እንከተል፡ ከልብ፡ እንስማ፡ ቃሉን፡
ማን፡ ሊመጣልነው፡ ሌላ፡ ሰው፡ አሁን፡
እኛ፡ ካልሞትንለት፡ ለጠባቂያችን።
እንኳንስ፡ እንቅፋት[35]፡ እንዳይመታው፡ ዓይን፡
እኛው፡ መጋረጃ፡ ምንጣፍ፡ እንሁን።
እንሒድ፡ በየገሩ፡ እንይ፡ ሌላውን፡
እንከፈት፡ ለወሬ፡ ጆሮቻችንን፡
እንመርምረው፡ በጣም፡ የሩቅ፡ የቀርቡን።
ይልቅ፡ ምኒስትሮች፡ ያላችሁ፡ ሥልጣን፡
ዙሩ፡ በየቦታው፡ አስተውሉት፡ ሁሉን፡
በብሩህ፡ ዓይናችሁ፡ ዳብሱት[36]፡ ዓለሙን፡

---

33 Used as an exclamation.

34 ዱብዳ፡ is a sudden and unexpected occurrence.

35 እንቅፋት፡ is the knock one gets when one hits one's foot against a stone.

36 ዳበሰ፡ = ዳሰሰ፡ = to touch, feel, handle.

ጎብኙት፡በያለበት፡የግራ፡የቀኙን፡
ተላመዱት፡ዛሬ፡ትንሽ፡ትልቁን፡
መፍረድ፡እንድትችሉ፡አጥኑት[37]፡ነገሩን።
የፈረንጅ፡ሸማኔ[38]፡የሚሠራውን፡
የጣለውን[39]፡ጥበብ[40]፡በዘመናችን፡
ያየሩን፡የምድሩን፡ደግሞም፡የባሕሩን፡
ከቀድሞም፡የነበር፡የዘገየውን፡
እዩት፡እባካችሁ፡እርገጡ፡እሮፓን።
እኛ፡ከተወለድን፡ለውቀት፡ከደረስን፡
ሳትሰሙት፡አትቀሩም፡ድንቅ፡ዜናውን፡
የዣፓኔ፡ሃገር፡ያደረገውን።
ደንቆሮ፡ነበረ፡የማያውቅ፡በሩን፡
ንጉሥ፡ሹማምንቱ[41]፡አይተው፡ነገሩን፡
ከፍ፡ከፍ፡ለማድረግ፡አገራቸውን፡
ዘሩት፡በየቦታው፡የዣፓን፡ሕፃን።
ገሚሱ፡ተማረ፡እንጨት፡መጥረብን፡
መቃንና፡ጉበን፡ማዘጋጀትን፡
ገሚሱ፡መድረህን፡ጨምሮ፡ደፍን[42]፡
እኰሌታው፡ቁልፉን፡ሌላው፡ሳንቃውን።
ግጥምጥም[43]፡አድርገው፡ውብ፡ቤታቸውን፡
በጥሩ፡ለማስጌጥ፡እልፍኛቸውን፡
ይፈልጉ፡ጀመር፡ሸክላ፡ብረትን፡
ደሥ፡አይልም፡ብለው፡እልፍኝ፡ብቻውን፡

---

37 በልብ፡አጠና። means to learn by heart.

38 ሸማኔ፡ means a weaver also = ተንኰለኛ፡ "cheat," "homme rusé."

39 ጣለ፡ = to throw, reject. According to the author it means here "to make."

40 ጥበብ፡ = science; also hem, coloured edge of Shamma.

41 Misprint for ሹማምንት፡

42 ደፍ፡ = ጉበን፡

43 ግጥምጥም፡አደረገ። = to finish completely.

ሠሩ፡ሠፊ፡ጓዳ፡ደግሞም፡ማድቤትን[44]፡
የሚያስቀምጡበት፡ጣባውን[45]፡ድስቱን።
እንዲህ፡አሰናድተው፡መውጫ፡መግቢያውን፡
ለምሳ፡ጋበዙት[46]፡ጠሩት፡መስኮብን፡
አበሉት፡በመልካም፡የፈለገውን፡
ለገሚሱ፡ሥጋ፡ለገሚሱ፡ዓሣን።
ጎረቤቱ፡ሁሉ፡ያልበላ፡ግብሩን፡
ሽታው፡የደረሰው፡ያደንቃል፡ወጡን፡
መስኮብ፡ግን፡ያውቀዋል፡ቅመሙን፡ጣሙን።
ምነው፡እኛ፡ብቻ፡አናድግ፡አንድ፡ቀን፡
ለምን፡እናያለን፡የመቶ፡ዓመቱን፡
ያረጀ፡ያለፈ፡የተረሳውን፡
እንገስግስ፡እንግፋ፡ወደፊታችን፡
እየተመለከትን፡ፍለጋቸውን፡
እንድረስባቸው፡የቀደሙንን፡
ሞቅ፡ሞቅ፡እናርገው፡ሠፈራችንን፡
ኣሳምረን፡እንሳል፡ምሣራችንን፡
መፍለጥ፡ስንፈልግ፡ጉቶውን[47]፡ግንዱን፡
እንድንተረክከው[48]፡እንዳያውከን።
ተዉ[33]፡ፍቀዱልን፡እንግባ፡ከደን፡
መፍለጥ፡እንኳ፡ባንችል፡ኣቅም[49]፡ባይኖረን፡
ደገፍ፡እያደረግን፡ለማገዝ፡ሸክምን፡
ያለነው፡ደካሞች፡ተጠረቃቅመን፡
ሳናገኝ፡ኣንቀርም፡ያንድ፡ቋሚ፡ኀይልን።
ትወዷት፡እንደሆን፡ድንኳናችንን፡

---

44 ማደቤት፡ is really a house in which bread is prepared and baked.
45 ጣባ፡ is a small plate or saucer.
46 ጋበዘ፡ = to feed, ተጋበዘ፡ = to eat. Used only in Shoa.
47 ጉቶ፡ = stump of a tree.
48 ተረከከ = to split.
49 አቅም፡ = power, means.

የምሥራቅ፡የምዕራብ፡ያራቱ፡ማዕዘን፡
የምድር፡ቅዝቃዜ፡ብርድ፡እንዳይገባን፡
ጋል፡ጋል፡አድርጉት፡ምድጃችንን፡
አብነቱ፡ይኸ፡ነው፡ለመጥገብ፡ፍቅሯን።

* * *

ባለም፡ውስጥ፡ካሉት፡ከሁሉ፡እፀዋት[50]፡
አንዲት፡ጥሩ፡አበባ፡እስቲ፡እንመልከት፡
ደንበኛው፡ወዳጅዋ፡ንብ፡ያረፈባት፡
ስለ፡መዓዛዋ፡አልጠግብ፡ብሏት፡
እየደባበሰ፡ዓይን፡ዓይንዋን፡ሲያያት፡
ተርብ፡ዝንብ፡ትንኝ፡ሆነው፡ባንድነት፡
እርሱ፡ሳያስበው፡ደረሱ፡ድንገት፡
እንዴት፡ዋልህ፡ብለው፡ሲያጨዋውቱት፡
ዓይኑ፡ወሃቸውን፡ነገሩን፡አይቶት፡
ተርብን፡እንዲህ፡አለው፡ከሁሉ፡በፊት፡
አንተም፡ታውቀዋለህ፡ያገሩን፡ሥራት፡
አበባ፡ለንብ፡ነው፡ከቀድሞም፡ካባት፡
እባክህ፡ተውልኝ፡ይህን፡የኔን፡ከብት፡
እያለ፡ለመነው፡በየዋህነት።
ተርብም፡ብልህ፡ኖሮ[51]፡ኃይሉን፡ገምቶት፡
ዕቃውን፡ሳይነካ፡ወዲያው፡ሔደለት[52]፡
ዝንብና፡ትንኝን፡ንቋቸው፡ጥቂት፡
እንዲያው፡ዝም፡አላቸው፡እዚያው፡አሉበት፡
እነዚህ፡አካይስት[53]፡አጉል[54]፡አራዊት፡
ያችን፡መሳይ፡ሽታ፡አበላሹበት[52]።
ያበባው፡ምሳሌ፡ኢትዮጵያ፡ናት፡

---

50 Plural of እፀ። Compare note 11, page 47.

51 ኖሮ፡ is Shoan for ኑሮ፡

52 See Armbruster's *Grammar*, section 71.

53 አካይስት፡ is plural of ከይሲ፡ a snake.

54 = useless. See note 2, page 112.

ከቶም፡የምታምር፡ድንቅ፡ናት፡ውቢት[55]፡
ያለሙን፡አፍንጫ፡ሽታዋ፡ነክቶት፡
ይመኛታል፡ሁሉ፡እኪስ[56]፡ሊያደርጋት።
ይኸ፡ከንቱ፡ልፋት፡ነው፡አጉል[54]፡ሞኝነት፡
እረግጦ፡ካልገባ፡የኛን፡አካላት፡
እርግጥ፡ነው፡አንድም፡ሰው፡እንዳያገኛት።
እንኳንስ፡ለወላጅ፡ላማጠች፡እናት፡
ሰው፡ይሞት፡የለም፡ወይ፡ለደግ፡ጎረቤት።
አናገኘውሚ፡የንብን፡ንቃት፡
ምሳሌው፡ለኛ፡ነው፡ለርሷ፡ሕፃናት።
ተርብም፡ምሳሌ፡ነው፡ላራቱ[57]፡ክፍላት፡
ባበባይቱ፡ዳር፡በዙሪያው፡ላሉት።
ከዝንብ፡ከትንኝ፡ከሁለቱ፡ዓይነት፡
አርመንና፡ግሪክ፡የደረሱበት፡
አጥብቆ፡ይከፉል፡እነዚያ፡ያሉበት፡
ያገራችንን፡ሕዝብ፡ተጫወቱበት[58]፡
የሕይወት፡የገንዘብ፡ደሃ፡አደረጉት፡
እርጦ፡እንዳይሠራ፡በጕልማሳነት፡
እጅ፡እግሩን፡ጠፍረው[59]፡ባልኮል[60]፡ሰንሰለት፡
እየሳቡ፡አገቡት፡ሳል፡እሚሉት፡ቤት፡
አምልጦ፡እንዳይወጣ፡ከዚህ፡ከሥራት፡
ቁርጥማት፡የሚባል፡ዘበኛ፡አለበት።
እንቢ፡ያላቸውን፡ያን፡ለመጠጣት፡
በተንኰል፡አታለው፡ወጥመድ፡ሲያገቡት፡

---

[55] ውቢት፤ = feminine of ውብ፡ beautiful.

[56] እኪስ፤ = ከኪስ፤

[57] Italy, Egypt, England, and France.

[58] ተጫወተ፡ with በ– means to deceive, pull the leg of.

[59] ጠፈረ፡ = to bind, see note 11, page 31; (properly with ጠፍር፡ a leather thong).

[60] አልኮል፡ = alcohol.

ይኽንን፡በቅርቡ፡ለኔ፡አስመጣሁት፡
ላንተ፡ለወዳጄ፡አሁን፡ከፈትኩት፡
ጥሩ፡ነው፡ኢያሉ፡እንዲያው፡በውሸት፡
እንካ፡ጠጣ፡ብለው፡ቀድተው፡ሲሰጡት፡
ምሥጢሩ፡ሳይገባው፡የነሱ፡ክፋት፡
ዝምብሎ፡ይልጣል[61]፡እወይ፡ሰውነት።
ሳንጠረጥረው፡ደርሶ፡በድንገት፡
አረቂ፡የሚባል፡ወጣብን፡ጠላት።
ጤና፡ነህ፡ኢያሱ፡የኢትዮጵያ፡ቅባት፡
ሠራዊት፡አለቀ፡እንበለ፡ብልሃት፡
ከግሪኮች፡መዓት[62]፡ከርመኖች፡መቅሠፍት[63]፡
አድነን፡ጌታዬ፡ሁነን፡አብነት።

*　　*　　*

እንዴት፡ነህ፡ኢያሱ፡የኢትዮጵያ፡መኪና፡
በፍቅር፡በሰላም፡እንድንኖር፡በጤና፡
ምግብ፡እንኳ፡ብናጣ፡እንድንበላ፡መና፡
መንገድ፡እንዳይጠፋን፡እየሆንህ፡ፋና፡
አግባን፡በመልካም፡በር፡መክፈቻ፡ነህና።

*　　*　　*

እንዴት፡ነህ፡ኢያሱ፡የኢትዮጵያ፡ሽታ፡
መርቆ፡የሰጠን፡ዳኛው፡በርሱ፡ፈንታ፡
ደሃ[64]፡እንዳይጎዳ፡እንዳይንገላታ[65]፡
ጥቃት፡ግፍ፡በዝቶበት፡ሕዝብ፡እንዳይፈታ፡
ብርሃን፡ሁነው፡ዞትር[66]፡ከጧት፡እስከ፡ማታ።
የተራበው፡ሞልቷል፡የሌለው፡አለኝታ[67]፡

---

61 ለጣ፡ = to drink copiously.
62 መዓት፡ = plague, etc.
63 መቅሠፍት፡ = divine punishment, such as plague, etc.
64 See note 14, p. 217.
65 ተንገላታ፡ = to be in trouble.
66 Correctly ዘወትር፡ or ዚትር፡
67 አለኝታ፡ = hope.

አስተካክለህ፡አብላው፡ከፍርድህ፡ገበታ፡
ስምህን፡እየጠራ፡ይኑር፡በደሥታ።

* * *

እንዴት፡ነህ፡ኢያሱ፡ገበሬው፡የምር[68]፡
ዳኛው፡ያወረሰህ፡ሞፈር፡ከቀንበር፡
ጥመደው፡ሁሉንም፡ውሰደው፡ከፈር[69]፡
በሬውም፡ወይፈኑም፡በጣም፡ይሞክር፡
አንድ፡በረት፡ይሁን፡ይግባ፡ባንድ፡በር፡
ቀንዳሙ፡ጎዳውን[70]፡እንዳያባርር፡
ጎሸም[71]፡አርገው፡አንተ፡ንካው፡በብትር፡
ተከታትሎ፡ይውጣ፡ባንድነት፡ይሰምር፡
አስማማው፡በጣሙን፡አስተምረው፡ፍቅር፡
አዝመራ፡ላይ፡ኋላ፡እንዳያስቸግር።

* * *

እንዴት፡ነህ፡ኢያሱ፡ያባ[72]፡ዳኛው፡ግርፍ[73]፡
የሚፈሰው፡ስምህ፡እንደ፡ታላቅ፡ጎርፍ፡
ይሸጋገር፡ጀመር፡ጠረፍ፡ከጠረፍ።
የነምሳውም፡ንጉሥ፡ፍራንሷ፡ዮሴፍ፡
ቆንስሉን፡አድርጎ፡እንደራሱ፡አፍ፡
ሰደደልህ፡ንሻን[74]፡ደግሞም፡መልካም፡መድፍ።
ዓለም፡ሁሉ፡እንዲያውቅህ፡ከጽንፍ፡እስከ፡ጽንፍ፡
አንድነትና፡ፍቅር፡በጣም፡ለማትረፍ፡
ነግድ፡በሃሳብህ፡ሌት፡ቀን፡አትረፍ።

* * *

---

68 የምር፡ = serious, in earnest.

69 ፈር፡ = furrow.

70 ጎዳ፡ = hornless.

71 ጎሸም፡አደረገ። = to prod, to poke.

72 Compare note 31, p. 220.

73 ግርፍ፡ = one who has been flogged, from ገረፈ፡ = to flog.

74 ንሻን፡ = order, decoration. This is the Persian نشان which has passed from Persian to Turkish, Turkish to Arabic and Arabic to Amharic.

ነገር፡እንዳይበዛ፡እንዳይሰለችህ፡
ቅልጥፍጥፍ፡አድርጌ፡ልጨርስልህ።
ኢያሱ፡ምኒልክ፡በጣም፡እንዴት፡ነህ፡
ሰላምታዬን፡ላቅርብ፡ለሙሉ፡አካልህ፡
ለበጥ[75]፡ፌዝ፡ለሌለው፡ለግልጽ[76]፡ልብህ፡
እጽፍ፡ድርብ፡ጊዜ፡ሰላም፡ልበልህ።
ሰላምታዬን፡ላድስ፡ለሰውነትህ፡
ይልቅ፡ለጆሮችህ፡ደግሞም፡ላይኖችህ፡
ብርሃናት፡ለሆኑ፡ለከናፍርህ።
ሺ፡ጊዜ፡ሰላምታ፡ይገባል፡ላፍህ፡
ከርሱ፡ነው፡የሚፈስ፡የቀና፡ፍርድህ፡
ለተጎዳ፡ሁሉ፡አቤት፡ለሚልህ።
ለመቼም፡መች፡አያልቅ፡ቢጻፍ፡ምሥጋናህ፡
የሰጠ[77]፡ነውና፡ኢያሱ[78]፡ስምህ፡
አምላክ፡ፍጻሜውን፡ያሣምርልህ፡
እርህርህት[79]፡እናቱም፡እንዳትለይህ፡
ላሁንም፡ለኋላም፡ዘውድ፡ትሁንህ።

* * *

አንባቢ፡ሆይ፡ከሰው፡ስሕተት፡ከብረት፡ዝገት፡አይጠፋምና፡ድንቁርናዬ፡አይግረምህ፡ይልቅ፡ንጉሥህን፡በሰው፡ሁሉ፡ፊት፡ለማመሥገንና፡የሃገርህን፡ፍቅር፡ለመግለጽ፡ብትበረታ፡በሁሉ፡ዘንድ፡ክብር፡ታገኛለህ።

አምላክ፡ኢትዮጵያ፡የሃገርን፡
ፍቅር፡በልባችን፡ያሳድርብን።
መንበሩ።

75 ለበጥ፡ = ሐሜት፡ = backbiting, slander.

76 ግልጽ፡ is really "public, open."

77 የሰጠ፡ነውና፡ = is well given, suitable, apropos.

78 ኢያሱ፡ means (according to the author) መድኃኒት፡ = medicine, remedy.

79 (እ)ርህርህት፡ is feminine of (እ)ርኅሩኅ፡ merciful.

6

To H.H. Lij Iyāsu
Heir to the Ethiopic Kingdom.
A panegyric in Amharic

My Lord give me your permission for a little,
That in the beginning I may relate from what I have
    seen with my eyes.
Water and fire were enemies,
Having quarrelled, whilst they were living in ignorance,
The arbitrators having considered all sides of the
    question with skill,
With great pains reconciled them.
There on the sea and also on land,
Their affection becoming strong as iron,
I saw them going away reconciled to where they de-
    sired.
If people carefully see and regard,
The kindness of God is very marvellous.
He spread out the water without measure,
And having said "let them praise me night and day"
He gave wisdom to those, who being diligent, wish
    for it.
If we be not like them, if we have not knowledge,
So that we may admire his miracles,
It is sometimes good to wander and see.
The people of Europe were like us:
By the increase of knowledge and work,
They mounted to the sky in order to float there.
And if we wish and try earnestly from our hearts,
The God of mercy will not hinder us.

What measure has he for his generosity?
I was desiring for a long time,
And he showed me the face of my lord.

* * * *

To thee be glory. God be praised.
And now let me mention briefly my master
Iyāsu sincere salutations to you!
You who are the wine of Abyssinia and who are not
    disliked.
You are health to those who drink you, you do not
    hurt the people.
To those who love you, your love is a topaz.
Menelik truly gave birth to you,
That Shoa might be quiet and in peace.
He made you the heir, the sceptre of the kingdom,
Which your father gave and bequeathed to you:
And God of his will selected you.
The wise men of the land saying we are greater (i.e.
    than the will of God)
When they rose against you and troubled your throne,
The Creator overthrew them and they fell in the
    public estimation,
If they look at the Book and pay attention to its words,
Which he (God) himself has told us
"Do not touch my anointed"
A person like you the nation's shepherd.

* * * *

How are you Iyāsu, Ethiopia's rain,
The shirt of the humble and the bridle of the proud.
So that your poor (people) may grow and prosper,
They say that you are truly diligent from your heart.
Since God has made you the physician of Ethiopia,

So that sickness may not enter amongst the people,
And the convalescent may completely recover,
Whilst you go round, touch, and heal him,
Buy a remedy for him and health for all.
How are you Iyāsu, the lot of the entire people.
Both of those who have come from far, and those of
　　your own country.
None of those who are touched even a little by your
　　love,
Can ever talk of you enough.
The miserable poor who have no hope,
Like to call on your name as much as they can.
Others wish to see your face.
And several (lit. half) are pleased if you speak to
　　them,
Wishing to become a favourite, a (pleasant) talker,
In place of that, if he helped you however (it would
　　be better)
What good is entering having come out of place? (lit.
　　without his work).
There are rules for the whole nation,
From the King to the doorkeeper.
When the King gives a feast to his army,
The Chiefs having sat on the right and left,
When (the King) converses with them and makes them
　　laugh,
The Master of Ceremonies dividing them with a switch
　　when he lets them enter,
When the keeper of the larder strikes their hearts
　　with the fat meat,
And that waiter resembling a raspberry,
When he goes round distributing Taj in decanters,

The soldier's manner of eating when he does so
  quickly,
How pleasing it is to him who stands and looks.
When the judge examines the litigant,
When the professor turns over the pages of a book,
When the Dabtara beats the tambourine,
When the Interpreter says "Non, Non, Oui" to the
  European,
When the woodcutter carries his axe on his shoulder,
When it is as it should be, when it is in its proper
  place,
When the work is proper (lit. settled) like this then
  it is pleasing.
The affair which is spoilt (is):—
The farmer, having abandoned his ploughing coming,
Wishing to become a soldier,
He commences a little what he cannot carry on.
When he experiences a little hunger and thirst,
When he tries it a bit, he says "let me return."
He does not enter his profession of agriculture
Having an inclination for soldiering,
Without keeping to either, as he made a mistake,
He is called before his Creator.
Chiefs, soldiers and students are like this,
Since they thought of promotion and exceeded the
  limit.
Let alone to the man who is cross.
To him who makes low what is high.
To him who makes high what (or who) is low.
To him who is patient with the good and bad
To God the Lord he causes no joy.

If he had not left that which he had and desired other
   things,

He would not have experienced judgement, blame
   and anger.

Jealousy and pride reigning in people's hearts,

Completely spoil and ruin the world.

*   *   *   *

How are you Iyāsu, the light of Ethiopia?

Our chief possession, our pure inheritance.

Whom Menelik gave to us—Gallas and Amharas,

So that you should cause us to be in agreement and
   guard us in health.

And we your servants being pleased,

Making you a register for our love,

Will follow as you guide us.

Our brethren, the children of Abyssinia,

Let love reign in our midst.

Let us burn with love, let us be of one mind.

Love has no feet; it will not search us out,

If wandering we do not go where it is and call it.

Let your hearts arise, let us search for love

Without working a little, being tired from today,

How will it come to pass in the future?

If we support love, if it becomes a friend of ours,

It holds firmly to its friends,

And will serve us for a long time.

Come! do not be disturbed in mind (lit. do no scatter
   your thoughts).

We thus being separated one from another are become
   like the seed of salt (i.e. scattered like grains of
   salt).

If suddenly an accident or misfortune occurs to us,

It is then difficult to be united,
If we are not in accord now, if we do not love each
  other.
What is necessary to you, our property,
Our principal wealth, is healthy love.
Let us serve today being robust youths,
Let us be diligent and weary ourselves as far as
  possible,
Let our sweat drop, let our blood flow,
Let us work for, and be useful to, our country,
Than our father, mother and relations,
Let us love Ethiopia more.
Let us make our Shepherd (King) pleased,
Let us follow him, let us hear his words earnestly.
What other person will now come for us?
If we do not die for him our guardian,
Let alone a knock on the foot, that no eye may harm
  him,
Let us be a curtain and carpet.
Let us go to every country and see others,
Let us open our ears for news,
Let us thoroughly examine far and near,
Especially you ministers, who have authority.
Travel in every place and notice everything,
Investigate (lit. touch) the world with your clear eyes.
Examine (or visit) everywhere on the right and left,
Get acquainted with small and great.
So that you may be able to judge, learn the matter
The work of the European weaver,
The Science (hem) which he makes in our times.
Of the air, earth, and the sea also,
And which remained from former times,

I pray you see it and tread (the soil of) Europe.
Since we were born and arrived at wisdom,
You have not failed to hear the marvellous news (or
    reputation)
Which the country of Japan has done (made).
It was in ignorance, not knowing the door (of know-
    ledge),
The King and Chiefs having seen the matter,
To exalt their country,
The children of Japan travelled everywhere.
The half of them studied carpentering,
The preparation of doorposts and lintels.
The half of them sills and lintels,
The half locks, the others doors.
Having completely finished their beautiful houses,
To nicely decorate their rooms,
They began to search for clay and iron.
Thinking that a room alone does not please,
They constructed spacious side rooms and dining halls,
In which they placed small plates and vessels.
Having thus prepared the exit and entrance,
They invited and entertained the Russians at lunch.
They gave them to eat nicely what they wanted,
To half of them meat, to half of them fish.
All the neighbours who did not eat the feast,
Its smell having come to them, admired the dish.
But the Russians know the spices and the taste!
Why do we only not progress one day?
*Why do we see the old passed and forgotten things
    of a hundred years ago?
Let us hasten, let us push forward,

---

* i.e. " Why do we keep our eyes fixed on the past ? "

Regarding their traces,

Let us overtake those who have preceded us.

Let us make our camps warm,

Let us well sharpen our axes,

So that when we wish to split the stump and the trunk,

We may split it and it may not trouble us,

Come! allow us; let us enter the forest,

Even if we are unable to split (the wood), if we have not the power,

We, giving support for helping with the loads,

We, who are feeble, being collected together,

We will not fail to find (i.e. to have) the strength of one woodcutter.

If you like our tent (i.e. country)

So that the coldness of the earth of the East,

West and four quarters may not enter into us,

Make our hearths very hot.

This is the remedy to satisfy her love.

*   *   *   *

Out of all the plants that are in the world,

Let us regard one pure flower.

Her proper friend the bee, who rested on her,

Told her he could not have enough of her scent.

Whilst he kept on caressing her (lit. touching her) and looking at her eyes,

A wasp, fly, and gnat (or mosquito) being together.

Suddenly arrived without him thinking.

When they conversed with him asking him how he was,

He, having seen their plan and the matter (i.e. how the matter stood),

Said in the first place to the wasp,

"You also know the custom of the country,
From former times, by inheritance, the flower is for
    the bee.
I pray you leave me this my property."
Saying (this) he with simplicity begged him.
And the wasp being wise and having estimated his
    strength,
Without touching his property, he immediately left
    him.
(The bee) having disdained somewhat the fly and gnat,
Just left them where they were.
These evil wretched creatures
Destroyed that nice sort of scent.
The simile of the flower is Ethiopia
She is marvellously beautiful and always pleasing:
Her scent having become world-famed (lit. having
    touched the nose of the world),
All desire her to put in their pockets.
This is vain pains and useless foolishness,
*If he does not enter our bodies and tread on us,
It is certain that no one will get her.
Not only for the mother who gave birth in travail,
Does not a person die for his good neighbour?
Do we not find the vigilance of the bee
Is the simile for us her children?
The wasp is the simile of the four nations (lit. parts),
Who are round the edge of the flower.
The two species of fly and gnat,
Are the Armenians and Greeks who have arrived in it.
Those who are in it are very harmful,
They have deceived the people of our country,

* i.e. unless he destroys us utterly.

They made it poor of life and money (i.e. they de-
stroyed both the lives and fortunes of people).

Lest they should run and work in the vigour of their
youth,

They bound their hands and feet with the chain of
alcohol,

And dragging them, made them enter into the house
called phthisis.

Lest they should escape and go out from this im-
prisonment,

The watchman named rheumatism is there.

Those who refuse to drink that,

They deceive him by a ruse bringing him into a snare,

Saying untruthfully "I imported this lately for myself,

Seeing that I have opened it for you my friend,

It is pure

Come drink," when they pour out and give him,

Without understanding the secret of their wickedness,

He quietly laps it down; alas for him!

Without our suspecting him, he having suddenly ar-
rived,

An enemy called Liquor has come against us.

You are health (or healthy) Iyāsu, the ointment of
Ethiopia!

An army has been destroyed without cause (or with-
out taking care)

From the plague of the Greeks and the pestilence of
the Armenians,

My Lord save us, be to us a remedy.

*   *   *   *

How are you Iyāsu the engine (machine) of Ethiopia?

So that we may live in love, peace and health,

So that we may eat manna even if we lack food,
You being a torch so that we may not lose the road,
Cause us to enter by the beautiful gate, for you are
the key.

* * * *

How are you Iyāsu, the scent of Ethiopia?
Whom Menelik having blessed gave us in his place,
Lest the poor suffer damage or be distressed.
Lest the people be scattered, scorning and tyranny
having increased,
Be a light to them always from dawn till eve.
The hungry and hopeless are many:
Adjust affairs and feed them from the table of your
justice.
Let them live in gladness calling on your name.

* * * *

How are you Iyāsu, the serious farmer?
The plough and yoke which Menelik gave you as an
inheritance,
Yoke and take them all to the furrow.
Let the ox and the bullock be throughly tried.
Let there be one fold, let them enter by one door,
So that the horned cattle may not cause the hornless
to flee away,
Push them and touch them with a stick.
Let them following each other come out, and graze
together.
Make them in perfect agreement, teach them love,
So that afterwards at the harvest it may not be
difficult.

* * * *

How are you Iyāsu, the pupil of Abā Dāñña?

Your name which flows like a great flood,
Has commenced to cross from end to end (of the
world),
The King of Austria, François Joseph,
Having appointed a Consul with plenipotentiary
powers (lit. like his own mouth),
Sent you an order, also a fine cannon,
So that all the world may know you from one end to
the other.
To make completely in abundance unity and love,
Think night and day, (lit. trade with your thought) do
not rest.

* * * *

So that the words may not be too much and bore you,
Let me quickly finish them.
Iyāsu Menelik, sincerely how are you?
Let me offer my salutations to all your body,
To your pure heart which is without backbiting or
frivolity,
Let me give double salutations,
Let me renew my respects to your body,
Especially to your ears and eyes also,
To your bright lips,
Salutation is befitting a thousand times to your mouth,
'Tis from that that your just judgement flows,
To all the injured who appeal to you.
Your praise, if written, will never stop.
Your name of Iyāsu is suitable,
May God make the end nice for you,
So that the Merciful Mother also may not be sepa-
rated from you
For now and afterwards she will be a crown to you.

* * * *

Reader! Since from humanity, faults, and from iron, rust, is not lacking, let not my stupidity amaze you, but on the contrary, if you become energetic (lit. strong) in praising your king before everyone, and in showing forth love for your country, you will find honour with all.

May the God of Ethiopia cause patriotism to grow in our hearts.

MAMBARU.

7

የዝንጀሮ፡ ታሪክ፡

ሙሾ[1]፡ ሙሾ፡
ዝንጀሮች፡ ሲጭሩ[2]፡
ሚስቱ[3]፡ ስታገኝ[4]፡
ባሏ፡ እየቀማ፡
ይበላባት[5]፡ ጀመር።
ልታስፈራራው፡
ሰው፡ አለች።
ምን፡ ሰው፡ አለ።
ወደል[6]፡ ውሻ፡ አስከተሎ፡
ዱላ፡ ይዞ፡ ውልብ[7]፡ አለ፡

---

1 ሙሾ፡ or ሞሾ፡ = lamentation, dirge.

2 ጫረ፡ = to scrape like a fowl.

3 ሚስት፡ is the Shoan form of ምሽት፡ Armbruster gives another Shoan form—ምስት፡

4 እያገኘች፡ is better.

5 See Armbruster's *Grammar*, section 71.

6 ወደል፡ ውሻ፡ = a sturdy dog (male).

7 ውልብ፡ አለ፡ = to appear and disappear suddenly.

አለችው።
እሕ፡እሕ፡እያለ፡
መንገድ፡መንገዱን፡ሲያይ፡
ቶሎ፡ቶሎ፡ትበላ፡ጀመር።
ስትጠግብ፡አትጭርምን፡
    አለችው።
ከልቤ፡ሠነቀርሽብኝና[8]፡
በዜት[9]፡ልጫር፡አለ።
በሌላ፡ቀን፡እንደቀድሞው[10]፡
ይቀማት፡ጀመር።
ሰው፡ሰው፡አለችው።
ልማድሽ፡ነው፡ብሎ፡
እየቀማ፡ይበላ[11]፡ጀመር።
በሶስተኛው፡ቀን፡ከንፉ፡
የሚባል፡ነፍጠኛ[12]፡መጣ።
ሰው፡ሰው፡አለች።
ልማድሽ፡ነው፡ብሎ፡
    ዝም፡አለ።
ተጎንብሶ፡ሲጭር፡
በነፍጥ፡አነደደው[13]፡
በሳትም፡ጠብሶ፡ለቡችላው፡
    አበላው።
ሚስቶቹ፡ልጆቹ፡
ቤተ፡ዘመዶቹ፡
ለልቅሶ፡ተሰብስበው፡
ርግዶ[14]፡ቆሙ።

---

8 ሠነቀረ፡ = to fix, to insert.
9 በዜት፡ = በዬት፡
10 እንደቀድሞ፡ suffices.
11 Or ይበላባት፡
12 ነፍጠኛ፡ means lit. a musketeer, rifleman.
13 Lit. to burn.
14 ርግደ፡ is a dance of grief for a death.

ሚስቱ፡ሙሾ[1]፡
ታወጣ፡ጀመር፡
እንዲህ፡እያለች ።
እየዬ፡ዋይ፡ዋይ፡
የኔን፡ነገር፡ወትሮ፡
እያልሁብኝ[15]፡ችላ፡
በጡንቻሁ፡
አደገ፡የክንፉ፡
ቡችላ፡እየዬ፡ዋይ፡ዋይ ።
ያን፡ይመስል[16]፡ጡንቻ፡
ያን፡ይመስል፡ባት፡
እንደምን፡አድርገው፡
እሳት፡አገቡት፡እየዬ፡ዋይ ።
በትለም[17]፡ተለጣጭ[18]፡
፲ነዶ[19]፡አገንባጭ[20]፡ወደል[6]፡ሙሻ፡
ገልማጭ[21]፡እየዬ፡ዋይ ።
ትንታግ[22]፡የሚመስለው፡
አንገቱ፡ደረቱ፡
የተሰነደደው[23]፡አፍንጫና፡
ፊቱ፡ላየው፡የሚያስደምም[24]፡
ሲሄድ፡ሲጎላመም[25]፡

---

15 2nd per. sing. of simple perfect with አንተ፡ as the inherent pronoun.
16 Equivalent to የመሰለ፡
17 ትለም፡ is a kind of tree.
18 ተለጠጠ፡ = ኰራ፡ = to hold one's self proudly.
19 ነዶ፡ = sheaf.
20 አገነበጠ፡ = to carry under the arm.
21 ገላመጠ፡ = to make a threatening face at.
22 ትንታግ፡ = brand, firebrand.
23 ተሰነደደ፡ = to be beautiful.
24 አስደመመ፡ = አስደነቀ፡ = to astound.
25 ተጎላመመ፡ = to walk proudly.

ባለ፡ሎፊሳ[26]፡ለምድ፡
አካሄዱ፡መልካም፡
ፊት፡ለፊት፡ተያይቶ፡
ማን፡በቻለው፡ነበር።
አነደደው[13]፡እንጂ፡ተጎንብሶ[27]፡ሲጭር።

---

26 ሎፊሳ፡ለምድ። is a cloak made from a skin with long hair on it. This cloak is used in Wallo.

27 In last line of text above and in line 19, page 242, ተጎንብሶ፡ is used. Elsewhere in the Reader derivatives from the form አጐነበሰ፡ are found with the same meaning. See p. 8, l. 12, p. 9, l. 5, and p. 42, l. 7.

7

Poetry, pieces 1—6 are examples of scholarly Amharic poetry. This piece (7) is a children's rhyme. Pieces 8 and 9 are the common songs of the bazaar with no intrinsic merit as poetry, and only included as examples of their kind.

The Tale of a Baboon.

Lamentation! Lamentation!
When the baboons were scraping,
When his wife found food,
Her husband robbing,
Commenced to eat from her.
In order to threaten him,
She said "A man!"
He said "What man?"
She said to him,
"Making a sturdy dog follow him,
And a club in his hand, he comes into sight and disappears again."
When he saying, "Alas, alas!"
Looks up and down the road,
She began to eat quickly.
When she was satisfied, "Will you not scrape?" she said to him.

He said, "You have frightened me (lit. inserted
  (fear) in my heart),
Where shall I scrape?"
On another day as before,
He began to rob her.
She said to him, "A man, a man!"
He said, "It is your habit,"
And commenced to rob and eat.
On the third day a hunter
Named Kinfu came.
She said, "A man, a man!"
He saying, "It is your habit"
      Did nothing.
When, bending down, he was scraping,
He killed him with his gun,
And having roasted him in the fire,
Gave him to eat to his whelp,
His (the monkey's) wives and children,
All his relatives,
Being collected together for lamentation,
They performed the funereal dance.
His wife began to make lamentation,
Saying thus:
"Alas for me!
My word always
You neglected.
With your arm
Grew up Kinfu's
Puppy; ah me, ah me!
An arm like that,
A calf like that,
    How doing,

Did they put it in the fire; woe is me!
The proud one of the Tilam tree,
The carrier of 10 sheaves under his arm,
The menacer of a sturdy dog, alas, alack,
His neck and chest
Resembling a firebrand,
His nice nose and
Face which astonishes the person who sees him:
When he goes walking proudly
Possessed of a Lofīsā cloak
(With) a pleasant gait
Having met him face to face,
Who was able (to fight him).
But he shot him when, bending down, he was scraping."

8

ዝናም፡አልዘነበ፡ጐርፍ፡አልወሰደሽ፤
እንቺን፡ፍል[1]፡ወሃ፡ላይ፡ምን፡አወረደሽ።
እንኳን፡ፍል፡ወሃና፡አዋሽም[2]፡ድረሽ፡
አከቴ[3]፡ሸርሙጣ፡ማን፡ጉዳይ፡ብሎሽ።
ጤና[4]፡ጤና፡ገነት፡የሚለው፡ሽታሽ፡
እስከ፡ጉልጎታ፡ተደነቀልሽ።
ያገኘሽ፡ሰው፡ይጸደቅ[5]፡ይኰነን[6]፡ያጣሽ።

There is often very little point or meaning in lines of this piece and the next—just words strung together to make the rhyme, which is also often very weak.

1 See note 10, page 138.

2 The river Hawash.

3 አከቴ፡ = worthless, ugly.

4 ጤና፡ = ሽታ፡ = scent, smell.

5 ተጸደቀ፡ = to be justified (in the religious sense). It is often used ironically.

6 ተኰነነ፡ = to be judged and condemned (in religious sense).

ምንም፡ወንጌል፡ብማር፡ሃይማኖት፡ቢገባኝ፣
ምንም፡ቢሆን፡አላምን፡እንዳንቺ፡ያለች፡ሊገኝ።
የአይሮፓ፡ሰው፡ይሰራል፡ጠመንጃ፣
በምድር፡አንቺን፡አየሁ፡የሰማይን፡እንጃ።
ሰው፡ወድጄ፡አላውቅም፡ያለ፡ክርስቶስ።
ይኸው፡ላንቺ፡አየሁት፡ሥጋየ፡ሲፈርስ።
አፋፍ፡ላፋፍ፡ስሄድ፡እንደ፡ሽረሪት፣
ወዳጆን፡ወሰዱት፡ባ፲አብነት[7]።
ካስሩ፡አብነት፡አንዱን፡አውቀዋለሁ፣
ደህናዬን[8]፡በብልሃት፡እመልሳታለሁ፣
ጅብ፡ሆዱን፡ካልሞላ፡ቤቱን፡አይናፍቅ፤
ዝንጀሮ፡በገደል፡አድጦት፡አይወድቅ።
እንዲህ፡ያለ፡ፍቅር፡አግኝቶኝ፡አላውቅም፣
ሥጋ፡እየጨረሰ፡አጥንት፡የሚለቅም።
መሄድሽ፡ነው፡አሉ፡በጋራሙለታ[9]፣
እንደ፡ገብረ[10]፡መስቀል፡አርገሽኝ፡መራታ[11]።
ቢነግሩሽ፡ቢነግሩሽ፡አታጠናቀሪ[12]።
እንደ፡ሠርኪስ[13]፡ባቡር፡ተገትረሽ[14]፡ቅሪ።
የሠርኪስ፡ባቡርስ፡ቤት፡ተሰርቶለታል።
ያንቺ፡ራስ፡በውስጡ፡ወሀ፡ገብቶበታል።
እናትና፡አባትሽ፡በርበሬ፡ይትከሉ፤
ውሃው፡ባንቺ፡እጅ፡ነው፡አይከለከሉ።

---

7 አብነት፡ = medicine, herbs, and hence magic.

8 ደኅናዬ፡ is a term of endearment, like "my darling."

9 A district in the province of Harar.

10 Name of a fool in Addis Abeba.

11 መራታ፡ means "mad," "a fool," in Galliñña.

12 አጠናቀረ፡ is lit. = ሰበሰበ፡ "to collect."

13 An Armenian named Sarkis brought some traction engines to Addis Abeba, but they refused to move as soon as they arrived, and so የሰርኪስ፡ባቡር፡ has passed into a saying.

14 ተገተረ፡ = to stop completely. ገተረ፡ means "to bend."

ትላንትና፡ማታ፡አይቼሽ፡በመንገድ ።
አሁን፡ከምን፡ጊዜው፡ብር[15]፡አረገሽ፡መውደድ ።
አራዳ፡ደግ፡ነው፡ሥጋ፡በልቶ፡ጠጅ ።
ጥቂት፡የሚያስፈራው፡ዘብጥያው፡ነው፡እንጅ ።
አዳራሽ፡ተቀምጠሽ፡እልፍኝ፡አይተሽኝ ።
በወተድሊ[16]፡ሽጉጥ፡ልቤን፡ብላሽኝ ።
ደም፡በደም፡ሁኛለሁ፡መጥተሽ፡ጠይቂኝ ።
የጣሊያኖች፡አገር፡ስሙ፡ነው፡አዝመራ ።
አንቺን፡የሰራ፡እግዜር፡አልሰራ ፡
ወይ ፡ ሌላ፡ምነው፡ትላላችሁ፡ጥቁር፡ምናባቱ[17] ።
ማተብ[18]፡አይዶለም፡ወይ፡የሰው፡ሃይማኖቱ ።
የነጭ፡አሽከር፡ቢሉሽ፡ጅቡቲ፡ያለው፡ነው ።
የነጭ፡አሽከር፡ቢሉሽ፡ሐረርጌ፡ያለው፡ነው ።
የነጭ፡አሽከር፡ቢሉሽ፡በርበራ፡ያለው፡ነው ።
ይህ፡ያዲስ፡አበባው፡የሜጫ፡ጋላ፡ነው ።

---

15 ብር፡አረገ። (አደረገ፡) = to make flee.

16 ወተድሊ፡ = Vetterli. The Vetterli rifle is called ወጨፎ፡

17 ምናባቱ፡ = lit. "What is his father!" This being a term of abuse, it is best translated by some English abusive expression.

18 ማተብ፡ is the black string worn round their neck by Abyssinian Christians as a mark of their religion like the जनेऊ worn by Brahmins, Rajputs, and Vaishyas in India. The idea of the writer appears to be "Why abuse us and call us black; are we not Christians?"

8

It has not rained, the flood did not carry you away,
What brought you down to Fil Wuha?
Let alone Fil Wuha, go to the Hawash.
Who cares for you, you worthless wench?
Your scent is like that of Paradise,
People are astonished at you (i.e. admire you),

He who got you, let him be "justified," and he who
    lost you, be judged and condemned.
Although I study the Testament and understand re-
    ligion,
I will never believe that a person like you is to be got.
Europeans manufacture rifles,
I saw you on the earth, I don't know about the sky.
I love no one save Christ.
Lo! I saw my body wasting away for you.
I going like a spider from precipice to precipice,
They took my love away by 10 (kinds of) magic.
I know one out of the ten.
By a plan I will bring my darling back.
Before the hyaena is full he does not long for his cave
    (lit. house).
A monkey does not slip and fall over a precipice.
A love like this has never happened to me,
Having finished the flesh, it gathers the bones.
They say you are going by Gārāmulatā,
You have made me mad like Gabra Masqal.
If they advise you, pay no heed
Like Sarkis's engine stop and stay.
Sarkis's engine however had a house made for it.
Water has entered into your head.
Let your mother and father plant berbere (red pepper)
They are not hindered, the water is in your control.
Yesterday eve I have seen you on the road,
When did love make you flee?
The market is good for eating meat and (drinking) Taj,
What frightens a little, however, is the police.
You sat in the reception room and saw me in the
    private room,

You fired at my heart with a Vetterli revolver,
I am covered with blood, come and enquire for me.
The name of the Italians' country is Azmarā,
God, who created you, did he not create another?
Why then do you (plur.) say "damned nigger"?
Is not the matab (the sign of) a person's religion?
If they mention the European's servant to you 'tis he who is at Jibuti,
If they mention the European's servant to you 'tis he who is at Harar,
If they mention the European's servant to you 'tis he who is at Barbarā,
This (servant) of Addis Abeba is a Galla from Mechā.

9

በስመ፡አብ፡ብዬ፣ልጀምር፡ስምሽን።
ከፍጥረት፡አብልጦ፡ከሰራሽ፡አንቺን።
ሰርጉት[1]፡በከርከዴን[2]፡ዕንቍ፡ጳዝዮን።
እንዝርትሽ፡ፈረንሳይ፡ደጋንሽ፡ጣሊያን።
አመልማሎሽ፣ምስር፡ባዘቶሽ[3]፡ጀርመን።
ልኬአለሁ፡አማላጅ፡መድኃኔ፡ዓለምን።
እንድትመጪ፡በህልሜ፡እንዳገኝሽ፡በውን።
እግረ፡ቀጭን፡ብሎ፡ማነው፡የሚያማሽ።
ኪዳነ፡ምሕረትም፡ባታም[4]፡አንቺው፡ነሽ።

The composer jumps from the 2nd per. fem. to the 3rd per. fem. at his own sweet will.

1 ሰርጉት፡ = የተሸለመች፡ = she who is adorned.

2 ከርከዴን፡ = Chalcedony.

3 ባዘቶ፡ = cotton opened by hand preparatory to carding.

4 ባታም፡ from ባታ፡ = calf of leg, means "possessed of fine calves." ባታ (በአታ፡) is also a feast day in the Ethiopic calendar commemorating the Virgin Mary's entrance into the Temple. Therefore this line can read "You are both K. M. and Bata."

አረመኔው፡ ጋላ፡ ይሁን፡ ዘበኛሽ ።
እንግዳ፡ በደጅ፡ አንቺ፡ በግርዶሽ ።
ሊቀ፡ ዲያቆን፡ ሁነሽ፡ እኔ፡ ገበዝሽ ፡
ዕጣን፡ ዘቢብ[5]፡ ይዤ፡ ቁሜ፡ ከደጅሽ ።
አምላክ፡ እስራኤል፡ ሜሮን፡ ቀብቶሽ ፡
መንምኜ፡ ታከትኩኝ፡ በቁም፡ ነገርሽ ።
ማይልኝ፡ አካሌ፡ በነፍስ፡ አባትሽ ።
እኔ፡ ማርያምን፡ ያጥፉኝ፡ ወቃቤሽ ።
ቍርባን፡ ነው፡ አካሌ[6]፡ ስሚኝ፡ በጆሮሽ ።
ጸጉርሽ፡ ያቤሴሎም፡ መዓዛሽ፡ የገነት ፤
ዓይኖችሽ፡ ጥርሶችሽ፡ መሳይ፡ ከዋክብት ፤
ወርቅ፡ ሰን[7]፡ አፍንጫ፡ ዳመጠ፡ ደረት ፤
አፍሽ፡ ማር፡ ወለላ፡ ሲገልጡት፡ ንጣት ፤
የከንፈርሽ፡ ዳር፡ ዳር፡ የሸንኮር፡ እሸት ።
ቢመጡት፡ ጠብ[8]፡ አይል፡ አንጀት ።
ሁለቱ፡ ጡቶችሽ፡ ጻድቃን፡ ወሰማዕት ፡
ካምላክ፡ ቃል፡ ደርሶኝ፡ ክብርት፡ ወልዕልት ።
[9] እስመ፡ ፍቅርት፡ አንቲ፡ ፍቅርኪ፡ ሕይወት ።
ግልገል፡ አንበሳ፡ ጡት፡ ሰንደል፡ አካላት ።
ወይ፡ አልተሰልፍሽ፡ ገብተሽ፡ ጦርነት ።
ገዳይ፡ በትዝታ[10]፡ ባንድ፡ ቀን፡ ሌሊት ።

---

5 ዘቢብ፡ = currants. This refers to the wine for the sacrament which is an infusion of water and currants.

6 "My body," "my good," "my treasure," all terms of endearment like "my soul," "my life," "my love."

7 ሰን፡ is a brass basin. The ሰን፡ and ብርት፡ (brass urn) are used for hand-washing before meals.

8 ጠብ፡ አላለም፡ = not to be satisfied. In this sense, this verb is only used in the negative.

9 This line is giiz—in Amharic :—

አንቺ፡ የተወደድሽ፡ ነሽና፡ ፍቅርሽ፡ ሕይወት፡ ነው።

10 ትዝታ፡ = recollection, caprice.

የሽንጥሽ[11]፡ትሕትና፡የዳሌሽ[12]፡ኩራት፤
ነፍሴን፡ከሥጋዬ፡አረጋት፡ልይት።
አይነካሽ፡መቃብር፡አይብላሽ፡መሬት።
ተጽፎልሽ፡መጣ፡ከሮፓ፡መንግሥት፤
አመመኝ፡ደከመኝ፡አጣሁ፡መድኃኔት፤
ፍቅርሽ፡አስጨነቀኝ፡እንደ፡ልብ፡ውጋት።
አፈዋት[13]፡ጽጌ፡ሮማን፡ቡርክት[14]።
ከጥንት፡አይዶለም፡ወይ፡ተልኮ፡መሞት።
እኔ፡እንደ፡ዖርዮ፡አንቺ፡እንደ፡ዳዊት።
መሞቴ፡አይዶለም፡ወይ፡በፍቅርሽ፡ስሰት።
አንቺ፡ተዓብዪ[15]፡እምኵሎን፡አንስት።
መሰል፡ተቀረጸ፡በንቺ፡ስም፡ታቦት።
ከባሕር፡ዳር፡በቅላ፡የወይን፡አታክልት።
የፀሐይ፡ብረሌ፡የወይን፡ዕንቍ፡ብርት[16]።
ዘተጽሕፈ[17]፡ብኪ፡፲ቱ፡ቃላት።
ሶከረ[18]፡ነቢያት፡የወይን፡አታክልት።
ዓይኗ፡የሚመስለው፡ያዳራሽ፡መስኮት።
ያጥብያ፡ኮከብ፡መሳይ፡ንጋት፡ያገዛት።
የማርያም፡ቡድኛ[19]፡ያምላክ፡ታናሽ፡እት።
ከፈጠርኳት፡ብለህ፡ይህ፡ሞት፡አትንካት።
እንኳን፡እኔ፡ሌባው፡ባሏ፡አልጠገባት።
አስታከለኝ፡ብለህ፡እግዜር፡አትቆጣ።

---

11 ሽንጥ፡ = side of body from below armpit to hip joint.
12 ዳሌ፡ = thigh.
13 Sing. is አፈው፡ which is a kind of scent.
14 ቡርክት፡ = የተባረከች፡
15 Giiz = ተበልጪአለሽ፡ከሴቶች፡ሁሉ።
16 See note 7 above.
17 Giiz = የተጻፈብሽ፡
18 ሶከረ፡ነቢያት፡ = unrefined sugar.
19 ቡድኛ፡ = comrade, person on the same side in a game.

ቢያቅበጠብጠኝ፡ነው፡እመሰለው[20]፡ባጣ።
እባካችሁ፡ሰዎች፡ሰኞንም፡ጋብዟት።
በቅሎም፡አልተጫነች፡ደጋፊም[21]፡የላት።
እንዴት፡አደርጋለሁ፡የማክሰኞን፡ነገር።
ባይኔ፡ወሀ፡ሞላ፡ወንዙን፡ሳትሻገር።
እባክሽ፡አካሌ፡ዋይልኝ፡ዕረቡ።
በቅዱስ፡ጊዮርጊስ፡በፈሰሰ፡ደሙ፤
እባክሽ፡አካሌ፡ዋይልኝ፡ሐሙስ።
እንደ፡መቅረት፡ብለሽ፡እንደ፡መልከስከስ።
አያችሁላት፡ወይ፡ላርብ፡ያለው፡ገለታ[22]።
ለእግዜር፡አልቀረለት፡ለፈጣሪው፡ለጌታ።
ወዳጇን፡ወሰዳት፡ቁሜ፡ሳመነታ[23]።
የሰኅን፡እንቍላል፡እቤተክሲያን፡ላይ።
የሌሊት፡ጨረቃ፡የንጋት፡ፀሐይ።
ወዶ፡ስፍራ፡ማጣት፡ጭንቅ፡አይዶለም፡ወይ።
እዚያም፡ጉች[24]፡እዚያም፡ጉች፡እንደ፡ተጋበዘ፤
እንዲህ፡አይዶለም፡ወይ፡ፍቅር፡ያረገዘ[25]።
እንደነ፡ሳጥናኤል፡እንደነ፡ይሁዳ፤
በጥርሷ፡እየሳቀች፡በልቧ፡እምትከዳ።
ወትሮም፡የጨዋ፡ልጅ፡እርሃብ፡ይችላል።
ወይ፡አገኘሽና፡እጠግብሽ፡ይሆናል።
ሂጂ፡አንቺ፡ወረቀት፡ከኔ፡የተላከሽ።
ሌላ፡ሰው፡አይይሽ፡አንቺው፡ግዝት፡ነሽ።

---

[20] = የሚመስለውን፡

[21] ደገፈ፡ = to support. Abyssinian women (and many men) have one of their attendants walking alongside their riding mule, with his hand on the crupper or back of saddle.

[22] ገለታ፡ is Galliñña for Amharic ምስጋና፡

[23] አመነታ፡ = to hesitate, be of two minds.

[24] ጉች፡አለ፡ = to sit.

[25] አረገዘ፡ = lit. to become pregnant.

አውጥታ፡ካንቦልክ፡ደኅናዬ[6]፡ትይሽ።
ጉዳዩን፡ፈጽመሽ፡መልክቱን፡ነግረሽ።
አትዋይ፡አትደሪ፡ፈጥነሽ፡ተመለሽ።
አካሌ፡መዝገቤ[6]፡ደህናዬ፡አንቺው፡ነሽ።
ብዙህ፡ምግብ፡ካለ፡ደኅናዬ፡እቤትሽ።
ከሳሁ፡መነመንኩኝ፡እኔው፡ወንድምሽ።
ደግሞ፡ማን፡አረገሽ፡እየሰራሽ፡አፍራሽ።
ማዳንና፡መግደል፡ከሆነ፡ስራሽ።
አድኚኝ፡አካሌ፡ጸሎትሽን፡ደግመሽ።
ጸሎት፡አታስታጐይ፡ድገሚ፡አደራሽ።
የሴቶች፡መምሕር፡ናት፡ወላጅ፡እናትሽ።
ማዳንና፡መግደል፡ያስተማረችሽ።
ፈራሁ፡ተንቀጠቀጥሁ፡እኔም፡ሞትኩልሽ።
ፍቅር፡ስራይ[26]፡ሁኖ፡ልቡን፡ላመመው፡ሰው፧
ምኝታ፡ነው፡እንጂ፡ሌላም፡አይፈውሰው።
ላራዳው[27]፡ጊዮርጊስ፡ተስዬ፡ተስዬ።
ለነዋሪ[28]፡ማርያም፡ተስዬ፡ተስዬ።
ክትት[29]፡ብላ፡ቀረች፡እረ፡እናንተ፡ሆይ።
በድያት[30]፡እንደሆነች፡እኔ፡ምን፡አውቃለሁ።
ጠይቆ፡እሚመጣ፡ወረቀት፡ልኬያለሁ።
ክትት፡ብላ፡ቀረች፡ተጨንቄ፡ሳለሁ።
እንዳልናገርሽ፡እፈራሻለሁ።
ዝምም፡እንዳልልሽ፡እወድሻለሁ።
እኔ፡አልናገርሽ፡አንቺ፡አትቆጭብኝ።
የሆድ፡በሽታ፡ቈርጠት፡ሆንሽብኝ።

---

26 ስራይ፡ = poison.

27 አራዳ፡ is a narrow valley or cliff. Here it is a place-name in Addis Abeba.

28 Name of place.

29 ክትት፡አለ፡ = to stay indoors.

30 በድያት፡እንደሆነች። = ቀለብ፡እንዳለቀባት።

ጠይም፡ሳዱላ[31]፡ናት፡ንጉሥ፡የላጯት።
እራሶች፡ወደዱ፡ሊያፈጣጥሟት።
ጥሩ፡እንደ፡ብርሌ፡ነጭ፡እንደ፡ወተት።
ከሷ፡ጋር፡አድሬ፡ሲነጋ፡ልሙት።
ወዳንቺ፡ስመጣ፡ላብ፡እያጠለቀኝ፤
አጥቼሽ፡ስመለስ፡እንባ፡እያነቀኝ።
ማጣት፡አላጣሽም፡እስከዚያው፡ጨነቀኝ።
በስመ፡አብ፡ብዬ፡ልጀምር፡ሰላምታ።
ምስጋናሽ፡ብዙ፡ነው፡ስራ፡የሚያስፈታ።
ገጽሽ፡በትረ፡አሮን፡ግብርሽ፡የያሬት።
ስምሽ፡የተጠራው፡ባ፲ቱ፡ቃላት።
አለ፡ወርቅ[32]፡ቀለም፡አለ፡ወረቀት።
ንጽሕት[33]፡እምንጹሓት፡የጌታ፡ልህኩት[34]።
ወድቃ፡ልትናጋ[35]፡ደግፌ፡አዳንኳት።
ከላይኛው፡እልፍኝ፡ይጐዝጐዝላት።
በቅኗም፡ትራገፍ፡ጥሬ፡አፍሱላት።
አደግድጋ[36]፡ትቁም፡አካሌ፡ቡርከት።
ሎሜ፡ተረከዝሽ፡ወርቅ፡ዋንጫ፡ባትሽ።
ባለ፡መዘውር፡ነው፡ሽንጥና፡ዳሌሽ።
ሺህ፡ብር፡ዋጋው፡ይሁን፡ደግምም፡ለባሕሪሽ።
የኩፈይ፡መከዳ፡መሳይ፡ደረትሽ።
ብርሌው፡አንገትሽ፡ሐር፡ጐፍላ[37]፡ጸጉርሽ።
ፎለፎል[38]፡አፍንጫ፡ብር፡ጉብጉቡም[39]፡ዓይንሽ።

---

31 ሳዱላ፡ = shaved spot on crown of head.

32 ወርቅ፡ here = ቀይ፡

33 Giiz = ከንጽሓት፡ንጹሕ፡ነሽ።

34 ልህኵት፡ = ሸክላ፡

35 ተናጋ፡ = to be dislocated.

36 አደገደገ፡ = to arrange one's shamma properly before entering into the presence of a superior.

37 ጐፍላ፡ = tassel.

38 ፎለፎል፡ = ውብ፡ = pretty.

39 ጉብጉብ፡ = metal boss (ornament).

ጽጌ፡ረዳ፡ከንፈር፡በረዶ፡ጥርስሽ።
ፈረስና፡በቅሎ፡አስረሽ፡ከደጅሽ።
ገለባ፡ጣይለት፡እያሉ፡ሲሉሽ።
እኔን፡እየራበኝ፡አንቺ፡እየበላሽ።
አዙሮ፡አዙሮ፡ከጄ፡ይጣልሽ።
የሴት፡ቱርክ[40]፡ባሻ፡የወንድ፡ሻለቃ[41]።
በድፍ፡አትነካም፡እንደ፡ታቦት፡ዕቃ።
ላ፲፱ት፡ዕውር፡አንድ፡ዓይኗ፡እምበቃ።
እርሷን፡ያሰኘኛል፡እንግዴህ፡ይብቃ።
አሮን፡በቅዳሴ፡ሙሴ፡በደመና።
ነቢያት፡ቢጽፉት፡ይህ፡አያልቅምና።
እባክህ፡አምላኬ፡ስጥልኝ፡ልቡና።
እሷን፡አይቼ፡መተው፡አልችልምና።
ዓይን፡አይከለከል፡ሕልም፡አይታገት[42]።
በንጉሡ፡ከተማ፡በዳዊት፡መንግሥት።
ትገፈፍ፡ትነቀፍ፡ካንቺ፡ወዲያ፡ሴት።
እምም[43]፡ይላል፡ወፍጮ፡ይከተላል፡መጅ[44]።
ካፍሽ፡ማር፡ጠብ፡ይላል፡ከከንፈርሽ፡ጠጅ።
ሌላም፡ስራ፡የለኝ፡እሷን፡ሳበጃጅ።
እንዲህ፡ያልኩሽ፡እንደሁ[45]፡ትኰሪያለሽ፡እንጅ።
ተጫውቼም፡አላውቅ፡እንዳንች፡ካለች፡ልጅ።
የባላባት፡ልጅ፡ናት፡የባለመሬት።
ምንጣፏ፡ስጋጃ፡ትራሷ፡ዳዊት።
አትሰማም፡አትለማም[46]፡እኔ፡እዚህ፡ስሞት።

---

40 ቱርክ፡ባሻ፡ is a military title now obsolete.

41 Commander of 1000 men.

42 See note 58, page 210.

43 Onomatopoetic for noise of grinding.

44 መጅ፡ is the small stone by which things are ground on the ወፍጮ፡

45 እንደሁ፡ is Shoan for እንደሆን፡

46 ለማ፡ here = አደረገ፡

አይገልም፡መስሏታል፡ፍቅር፡በሷ፡ቤት[47]።
የሻሽ፡አማልማሎ፡ተቋጥሮ፡አየሁት።
ህልም፡ናት፡አካሌ፡እኔው፡ፈታኋት።
ሐሙስ፡ከሸማኔ፡ዓርብ[48]፡አገኘኋት።
መጠቅለያው፡ጠፍቶ፡ይፋት[49]፡ሲዋትት።
ብትን፡ብትንትን፡ነው፡የመቍረጫው፡ለት።
ስሟን፡ከሰሎሞን፡ዳዊት፡ደግሞላት።
በ፺፡ዓመቷ፡ቢሰጧት፡እንዝርት።
ነጭ፡ሐር፡ፈተለች፡የቤተ፡መንግሥት።
ንግበር፡ሰብአ[50]፡ሲባል፡አዳም፡ሲፈጠር፤
ጓደኛም፡አልነበር፡ከሷ፡የሚከራከር።
አንቺ፡ያፋፍ፡ላይ፡ሎሚ፡የገደል፡ላይ፡ማር።
የገዳም፡ትርንጎ፡የበረሀ፡ወይን።
ጭብጥ፡ሙሉ፡ወገብ፡ጭን፡መዘውር።
አንገትሽ፡ብርሌ፡ወድቆ፡የሚሰበር።
ጥርሷ፡ንጣት፡ገሎት፡ተማግሯል፡በሐር[51]።
ዓይኗ፡ቃታ፡ከፍቶ፡ሰው፡የሚያባርር።
ሰላም፡ደብረ፡ጽጌ፡ገነት።
ሃይማኖተ፡ጽጉ፡እንደ፡ሰማዕት።
ባፋ[52]፡ገፉ፡ለብሳ፡ያዳመን፡ውበት።
ራቁቷን፡ሄደች፡የሐበሻ፡ሴት።
በጥርሷ፡እንደ፡ሰርዶ[53]፡ሐር፡ያሳበበት።
ጥዑም[54]፡ከናፍርዋ፡ሲገልጡት፡ንጣት።

---

47 በሷ፡ቤት፡ = in her opinion.

48 ዓርብ፡ = weaver's comb. ዓርብ፡ also means Wednesday, and as Thursday has been already mentioned this gives a pun (ኅበር).

49 ይፋት፡ is really the name of a district.

50 Giiz = "Let us create man."

51 Refers to the custom of blacking the gums.

52 አፋ፡ = ሾተል፡ = a short sword.

53 ሰርዶ፡ = is a kind of grass.

54 ጥዑም፡ = sweet.

ከንቱ፡ነው፡ከንቱ፡ነው፡ከንቺ፡ወዲያ፡ሴት።
ጥበበ፡ሰሎሞን፡የገለጸላት።
እንደ፡ኢያሩሳሌም፡የራቀው፡ፍቅርሽ።
እንዳመኑት፡ታቦት፡ይሁን፡ትዝታሽ።
ይድረስ[55]፡ብዬ፡ጻፍኩት፡ሳልጠራ፡ስሟን።
የፍቅር፡ነውና፡ንገሯት፡ቃሉን።
ይህነን፡መላኬ፡ጭራሽ፡ለማወቅ፡ነው።
በግጥም፡ወደኔ፡ምላሹን፡መላክ፡ነው።
ለላክሽው፡ወረቀት፡ፍች፡ነበረው።
ልዋል፡ልደርና፡ፍቹን፡ላግኘው።
ክብርት፡ወልዕልት፡እያሏት፡ሰምቼ።
እኔም፡ተጨነቅኩኝ፡ጥቂት፡ቀን፡አይቼ።
የተከዜን፡ወሃ፡ፈረስ፡የረገጠው።
ከደህናዬ፡ወዲያ፡ሰው፡ማመኔን፡ልተው።
ያሣ፡ሽማግሌ፡ወሃ፡ነው፡ቀለቡ[56]።
ስል፡አድራለሁ፡በልሜ፡ደህናየ፡የሚሉ።
ወገብሽ፡ተጨንቋል፡ተይዟል፡በሻሽ፤
ባትታጠቂውስ፡ምን፡ዕዳ፡አለብሽ።
ፈትተሽ፡ብትቀመጭ፡በገዛ፡ቤትሽ።
አንደ፡ቀን፡አላድርም፡ሳላስጠይቅሽ።
ስመጣ፡አላገኘሽ፡ስሄድ፡አልረሳሽ።
የሽኮኮ[57]፡ጸሎት፡ሆነብኝ፡ፍቅርሽ።
እህቴ፡አካላቴ፡አንቺ፡እንደምን፡ነሽ።
በጥርሷ፡እንደ፡ሰርዶ፡ሐር፡ያሳበበት።
ከግር፡እስከራሷ፡የሰራት፡በውነት።
ሃይማኖተ፡ጽኑ፡የሐዲስ፡ንግሥት።

---

55 ይድረስ፡ = "To" at commencement of a letter. See Letters 1—6.

56 ቀለብ፡ are rations, or money in lieu thereof, given to soldiers or servants.

57 ሽኮኮ፡ = Marmite. The Abyssinians say that he acts as if he were praying, but in the end pops into his hole chattering with rage.

እንኳን ፡ አገኘሁሽ ፡ የልቤ ፡ ደረሰ ።
የዮሐንስ ፡ እንኳን ፡ መንግሥት ፡ ፈረሰ ።
እህቴ ፡ ጥርሿ ፡ በርዶ ፡ የቃሙ[58] ።
ጠጉሯ ፡ የሚመስለው ፡ ሐር ፡ የጐነጐኑ[59] ።
እሷን ፡ ወለዱና ፡ ምን ፡ በልተው ፡ አደሩ ።
ገንፎ ፡ ይሆናል ፡ የሴቶች ፡ እድሩ[60] ።
ሽታሽ ፡ ሀጽር[61] ፡ ስንቡል[62] ፡ ጣመናሽ ፡ ጥንቅሽ[63] ።
ያየሽ ፡ ይታመማል ፡ እንኳን ፡ የተኛሽ ።
ጐንደር ፡ ይቆረባል ፡ በቁም ፡ ነገርሽ ።
ለልቤ ፡ በሽታ ፡ ምነው ፡ ተሰራሽ ።
ተማሪ ፡ ባንድ ፡ እጅ ፡ ዝማሬ ፡ አይጽፍም ።
ገበሬ ፡ ባንድ ፡ እጅ ፡ አርሶ ፡ አያመርትም ።
መሰሶ ፡ ቢሰበር ፡ አይቀጠልም ።
የበርበሬ ፡ ስፍር ፡ አይታመቅም[64] ።
ባዘቶ[3] ፡ ቢጠቌር ፡ አይታጠብም ።
እዱኛ[65] ፡ ዘጠኝ ፡ ናት ፡ ፲አትመላም ።
ሰው ፡ ምረጭ ፡ ሰው ፡ ምረጭ ፡ መፍረስ ፡ አይቀርም ።
መጽሐፍ ፡ ብለህ ፡ ሰው ፡ አስቸገረህ ።
አደጋገሙ[66] ፡ ላይ ፡ ንባቡ ፡ ጠፍቶህ ።
ጽፈትህ ፡ ደግ ፡ ነበር ፡ ብር ፡ አያያዝህ ።

---

58 ቃመ ፡ = to eat a handful of grain.

59 ጐነጐነ ፡ = to plait.

60 Women are reproached for their fondness for porridge which is considered "ነውር" to eat.

61 ሀጽር ፡ = scent. Compare Arabic عطر.

62 ስንቡል ፡ = dried rose leaves.

63 ጥንቅሽ ፡ is a kind of millet of which the stalks are sucked like sugar cane and from which liquor is made.

64 ታመቀ ፡ = to be pressed down.

65 እዱኛ ፡ = ተድላ ። (Query: has this any connection with the Arabic اَلدّنيا ? Two well-educated Amharas insisted that it was the Arabic as above).

66 See note 14, page 8.

ቀለሙን፡ ደፋኸው፡ እቀብጥ፡ ብለህ ።
ነፍስ፡ አለማወቅህ፡ ወይ፡ ልጅነትህ ።
ብሩም፡ ተሰበረ፡ ወደቀ፡ ከጅህ ።
የሱማሌን፡ ሰንጋ፡ ያራድማ[67]፡ ጥቦት ።
የህንዲዎች፡ ማር፡ ነሽ፡ የመስኮብ፡ ወቶት[68] ።
የሮሞች፡ ሱካር፡ ነሽ፡ የጣሊያን፡ ዘይት ።
የጳወሉስ፡ ሐዲስ፡ የሙሴ፡ ጽላት ።
ሐገረ፡ ኒቅያ፡ ደግ፡ የሰሩባት ።
ተዋኔ[69]፡ በቅኔ፡ ያሬድ[69]፡ በማኅሌት ።
እዝራ፡ በመሰንቆ፡ በበገና፡ ዳዊት ።
ባዋጅ፡ ተሰብስበው፡ ፫ቱ፡ ምዕት ፤
እሷን፡ አገኘናት፡ ሲያመሰግኗት ።
ያቤል፡ ደም፡ እንዳለ፡ ቃየል[70]፡ ቀተለኔ ።
እኔስ፡ ለዚያች፡ ልጅ፡ እግዚኦ፡ ስምዓኔ[71] ።
ወሃው፡ ከደመና፡ ጭቃው፡ ከገነት ።
ሐናጺው፡ ከሰማይ፡ የወረደላት ።
ደረቷ፡ ቅዱሳን፡ ጥርሷ፡ መላእክት ።
ቅዱስ፡ ቅዱስ፡ አለ፡ ዓይኗ፡ ሲከፈት ።
ሙንን[72]፡ ያላት፡ ኩታ[73]፡ ጥበብ[74]፡ ያለባት ።
የዚያን፡ ያህል፡ ነበር፡ ደህኔን፡ ስወዳት ።
ብድግ፡ ብላ፡ ሔደች፡ አሁን፡ ምን፡ አልኳት ።
ሆዴ፡ ባብቷልና[75]፡ ተመለሽ፡ በኋት ።
ወለል፡ ያለው፡ ገላ፡ ፊለል[76]፡ ያለው፡ ጡት ።

---

67 አራድማ፡ is a district in Shoa.
68 The more common spelling now is ወተት፡
69 Proper names.
70 Giiz for ቃየል፡ ገደለኝ።
71 Giiz for ሰማኝ።
72 ሙንን፡ = thin.
73 ኩታ፡ is a plain Shamma used in Shoa.
74 See note 40, page 222.
75 ባባ፡ = to have a foolish fear.
76 ፊለል፡ = full, well developed.

ሰሞ[77] ፣ ብርሌ፡አንገት፡ንጉሥ፡ያሰሩት ።
መሳይ፡ሳጥን፡ከንፈር፡ቢገልጡት፡ንጣት ።
ስሟ፡እየተጠራ፡ባንኜ[78] ፣ ልሞት ።
ቀና፡ብየ፡እንዳላይ፡ዓይኔ፡እየፈራት ።
ድፍት[79]፡ብየ፡ቀረሁ፡ወድቄ፡እመሬት ።
ይኸ፡ሁሉ፡ስራ፡ምነው፡ላንድ፡ሴት ።
እስኪ ፣ በስመ ፣ አብ ፣ ልበል ፣ ጸሎት፡ቢሻለኝ ።
አምላክ፡ፍቅር፡አውቆ፡ቃሌን፡ቢሰማኝ ።
ለማር፡አለው ፣ ሰፈፍ፡ለውሃ፡አረንጓዴ ።
እንዴት፡ያለው፡ሕማም፡ሰጠኸ፡ለሆዴ ።

---

[77] ሰሞ፡ብረሌ፡ was a make of decanter with a very long neck, not now made.

[78] ባነነ፡ = to wake with a start.

[79] ድፍት፡አለ። = to fall on the face.

9

In the name of the Father, let me begin your praise (lit. your name)
Who (i.e. the Father) has created you better than all creation.
She who is adorned with chalcedony and topaz,
Your spindle is French, and your bow Italian,
Your roll of cotton Egyptian, your opened cotton German.
I have sent the Saviour of World as my intercessor,
So that you may come in my dreams and I may really get you.
Who slanders you saying that your legs are thin?
By the Covenant of Mercy you have fine calves.
Let a pagan Galla be your guard.

The stranger at the door and you behind your curtain.
You being the chief deacon, I your vicar,
Taking incense and currants standing by your door.
The God of Israel anointed you with holy oil,
I am wasted away and tired by your sincerity.
Swear to me my darling by your father Confessor,
By the Virgin! let your guardian angel destroy me.
'Tis a sacrament my dear, listen to me with your ear,
Your hair is (like that) of Absalom, your scent like
    Paradise.
Your eyes and teeth are like the stars,
Nose like a gold basin and breast carded cotton,
Your mouth liquid honey when they (lips) show white-
    ness.
The edge of your lips is a sprout of sugar cane,
When they suck it the heart is not satisfied :
Your two breasts are saints and martyrs.
From God's word honour and majesty having come
    to me,
You are beloved and your love is life.
Your lion cub breasts and body of sandal,
You were not drawn up for battle, but entered in the
    fight,
In one day and night you kill by your recollection.
The humility of your flank and the pride of your thigh
Has separated my flesh from my body.
Let not the grave touch you or the earth eat you.
It came written to you from Europe,
I am ill, tired, and I lack a remedy,
Your love has tormented me like a wound of the heart,
You are perfume, a rose, a pomegranate, blessed.
To be sent and to die is like ancient times is it not?

I am like Uriah and you like David,
Is not my death from greed of your love?
You excel all women,
I think the altar is engraved with your name.
Having grown on the seashore, she is a vineyard
A decanter of sun, a jewelled jar of wine,
The ten commandments were written by you,
(You are) unrefined sugar and a vineyard.
Her eye which resembles the reception room's window
Like the morning star which the dawn assisted.
The comrade of Mary, the little sister of God.
You said "Seeing that I created her, let not death
    touch her"
Not only a thief like me, but even her husband has
    not enough of her.
God be not angry saying, "he has made me an equal"
If I failed to find one who resembles 'tis because he
    made me restless.
I pray you entertain her on Monday;
The mule is not saddled, she has no follower,
How shall I arrange the question of Tuesday.
Water has filled my eyes before she crosses the
    river.
I pray you my darling stay for me Wednesday,
By the spilt blood of St George!
I pray you my darling stay with me Thursday,
Like staying or like wandering.
Did you see the praise that is for her on Friday?
(Death) did not lack to God, the Lord, the Creator
He seized my love whilst I stood and hesitated.
(She is) an ostrich's egg on the top of the Church,
The night's noon, the dawn's sun.

If one loves, lacking a place (to meet) is anguish, is it
    not?
Sitting here and there like a person eating
Is it not like this that love is fulfilled.
Like the devil and his host and Judas etc.,
She, whilst laughing with her teeth, betrays in her heart,
A gentleman can always sustain hunger,
Perhaps I will get you and have enough of you.
Go you paper which is sent by me,
Let no else see you, you are under an oath.
My love having taken you out of the envelope, let her
    look at you,
You having finished the work, and spoken the message,
Do not stay, come back quickly.
You are my body, my treasure, my welfare.
My dear in your house in which there is much food,
I your brother became lean and emaciated.
Also who made you to make and destroy?
Since curing and killing is your work,
Repeat your prayers my darling, and cure me.
Do not neglect prayer, say them, I charge you.
Your fruitful mother is the professor of women,
She taught you healing and killing.
I fear, I tremble, I die for you.
Love being a poison to one who has heart disease,
'Tis only going to bed that cures him.
I made a vow to the Arada of St George
I made a vow to the Church of the Virgin in Nawārī
Ah! you people she remained in her house
That she is without means how do I know?
I sent a letter which will enquire and come,
She stayed in her house whilst I was agitated.

I fear to tell you,
And lest I keep silence, I love you.
I will not speak to you, and do not be angry with me.
You are a heartache to me.
She is a dark Sādūlā which the king shaved.
The Rāses wished to make her take the oath (of marriage)
She is pure as crystal, white as milk,
Having spent the night with her, let me die at dawn.
When I approach you, I am covered in sweat,
When I return, not having found you, tears suffocate me.
I will not lose you, till then it distressed me.
In the name of the Father, let me begin my salutation,
Your praise is much and causes cessation of work.
Your face is Aaron's rod, your character (that of) the Old Testament.
Your name is mentioned in the ten Commandments,
Without red ink or paper.
You are the chastest of chaste women, the vessel of the Lord.
She falling was on the point of dislocating her bones, but I having supported her, saved her.
Let a carpet be spread for her in the upper room,
Let her mule be unsaddled, pour out grain for it,
Let my blessed darling arrange her clothes and stand up.
Your heel is like a lemon, your calf like a gold horn.
Your flanks and thighs are possessed of a machine,
Let the price of your disposition also be $1000.
Your bosom is like a velvet cushion,
Your neck like a decanter, your hair like a silk tassel,

Your beautiful nose, your eyes like silver bosses,
Your lips are roses and your teeth hail.
You having tied at your door horses and mules,
When they told you to throw straw to them,
Whilst I was hungry and you eating
May (God) make you travel and throw you into my
    hands.
She is the Turk Basha of the women and the Colonel
    of the men.
She is not touched with dirt like the altar vessels,
Her one eye is sufficient for twelve blind men.
I need her, then let it suffice.
Aaron in the sacrifice, Moses in the cloud,
If they write down all the Prophets, it will not be
    finished.
I beseech thee God give me understanding,
Having seen her, I cannot leave her
The eye (i.e. sight) is not forbidden or dreams con-
    fiscated,
In the king's town in the kingdom of David.
After you (have been created) let women be stripped
    and disdained.
The grinding stone says, "Imm," and the small grind-
    ing stone copies it,
Honey drops from your mouth and Taj from your lips.
I have no other work than to glorify her.
But if I tell you thus you will be proud.
I have never talked to a girl like you,
She is a girl of good family, landed proprietors,
Her carpet is a Persian one and her pillow the Psalms,
She does not hear, she does nothing while I die here.
She thinks that love does not kill!

I saw the roll of muslin tied up,
My love is a dream, I interpreted her.
On Thursday I found her in the weaver's comb,
The reel being lost, when the populace wandered.
It is completely scattered on the cutting day.
He read her name in the books of Solomon and the
    Psalms.
When in her seventh year they gave her a spindle,
She spun white silk for the King's palace.
When it was said "let us create man" when Adam
    was created,
There was no companion to dispute with her,
You are a lime on the mountain top, honey on the
    precipice
The cedra of the monastery, the grapes of the
    desert.
Waist a hand's span, thigh with a machine,
Your neck a decanter which breaks when it falls,
Her teeth having killed whiteness were tied with silk,
    i.e. marked with black,
Her eye is a cocked gun, a hammer which makes
    people run away.
Hail Dabra Sige, paradise
She is strong in religion like the martyrs.
She, having stripped them with a sword, put on the
    beauty of mankind,
And the Abyssinian woman went naked.
Blackness crept on her teeth like grass,
Her sweet lips display whiteness,
Any woman after you is vanity (or useless).
The wisdom of Solomon has been revealed to her,
Your love is remote like Jerusalem.

May recollection of you be like an altar which is believed in.

I wrote, saying "may it reach," without writing her name,

'Tis of love, tell her the words

My sending this is to know for certain,

You must send me the answer in verse.

There was a meaning to the letter which you sent me,

Let me spend day and night, and find the meaning.

I having heard them saying to her "honour and majesty"

And having seen (this) for a few days, I was troubled.

The horse who had trod the water of the Takaze,

Let me stop trusting other people after my love.

The food of an old fish is water.

I pass my night in dreams thinking of her who is called my love.

Your waist is troubled, 'tis bound with muslin,

If you do not girdle yourself, what difference does it make to you,

If you loose it and sit down in your own house?

I will not spend one day without causing you to be enquired after,

When I come, I do not find you, when I go, I do not forget you,

Your love is like a marmite's prayer to me.

My sister! My darling! How are you?

On her teeth the blackening creeps like grass,

He who in truth created her from head to foot.

(She is) firm in religion, the Queen of the New Testament.

I have indeed got you and my desire is fulfilled.

The kingdom of king John was destroyed.
My sister's teeth have eaten a handful of hailstones,
Her hair resembles plaited silk ;
They gave birth to her and what did they eat for supper,
Maybe porridge (which is) the custom of women.
Your scent is of attar and dried rose leaves and your
    taste Ṭinqish.
He who sees you will be ill, let alone he who spends a
    night with you.
In Gondar they give sacrament by your sincerity.
Why were you created for my heart's disease ?
A student does not write hymns with one hand,
A farmer cannot plough or gather his grain in heaps
    with one hand.
When a pole breaks 'tis not joined together.
A measure of red pepper pods is not pressed down.
When cotton is blackened, 'tis not washed.
Fortune is (of) nine (kinds), it does not complete ten
    (kinds).
Choose a person, choose a person, death is ever present.
You wanted a book and annoyed people,
On repeating this, you could not read it.
Your writing was good and your manner of holding
    the pen :
You clumsily spilt the ink,
Because you lacked knowledge or on account of your
    youth,
The pen was broken and fell from your hand.
(You are) a Somali bullock and a calf of Arādimā,
You are the honey of the Indians and the milk of the
    Russians,
The sugar of the Romans, the oil of the Italians,

The Epistles of Paul and tables of Moses,
The land of Nicea in which they did good,
Tawāne in songs, Yāred in hymns,
Ezra on the violin, David on the lyre.
The three hundred being collected by proclamation
We found her when they were praising her.
The blood of Abel as it said "Cain has killed me"
And I for that girl, Oh God hear me!
The water from the cloud and the mud from Paradise,
The carpenter who has come down from the sky for
    her.
Her breasts are saints, her teeth angels,
Her eye when it was opened said "Holy, Holy!"
The thin shawl with a coloured hem that she has
Was of such a size, when I loved my darling,
She got up and went away, what have I now done to
    her?
My heart fears, tell her to return.
Her pure body and full breasts,
Neck like a Samo decanter which the king made,
Her lips like a box disclosing whiteness,
Her name being mentioned, waking with a start I am
    about to die.
Lest I rise and see, my eye feared her,
I fell on my face on the ground and remained there.
Why all this trouble for one woman?
Let me pray in the name of the Father, if it be better
    for me.
If God understands love and hears my words.
Honey has impurities, water green (scum),
What kind of a disease have you given to my heart?

LETTERS

1

ይድረስ፡ ኀበ፡ ክቡር፡ እራስ፡ እገሌ።
የተላከ፡ ከቃብጣን፡ እገሌ።

ሰላም፡ ለርሰዎ፡ ይሁን።

መዓርግ፡ አለኝ፡ በንደዚህ፡ ያለ፡ ቀን፡ መምጣቴን፡ እንዲያውቁት፡ ስል፡ አስታውቅዎታለሁ። ደብዳቤዎችና፡ ጉዳይ፡ ተመንግሥቴ፡ ወደ፡ እርሰዎ፡ ዘንድ፡ የሚደርስ፡ ይዣለሁ። ውል፡ ያለው፡ ነገር፡ ነውና፡ ስለዚህ፡ አመለክትዎታለሁ። ለመገናኘት፡ የተመቸዎትን፡ ቀን፡ ቢያስ ታውቁኝ፡ እጅግ፡ ደስ፡ ይለኛል።

አዲስ፡ አበባ፡ በ፪ቀን፡ የካቲት፡ ፲፱፻፮፡ ዓ፡ ም፡ ተጻፈ።

This letter is written in the ceremonious style used for official letters. As an European of good class will never be writing to an Abyssinian as from an inferior to a superior, this is the most polite form of letter that he will use.

1

To the honourable Rās So-and-So.
Sent by Captain So-and-So.

Salutations to you!

I have the honour to inform you, so that you may know, that I am coming shortly. I have letters and business from my government for you. Since this is an important matter, I therefore bring it to your notice. If you will notify me of a convenient day to you for (our) meeting I shall be glad.

Written at Addis Abeba, 2nd Yakātīt 1906 A.M.

2

ይድረስ፡ከክቡር፡ወንድሜ፡እገሌ፡እጅጉን፡ብዙውን፡እንዴት፡ነዎ፡ወንድሜ፡ሆይ፡እኔ፡በሥላሴ፡ቸርነት፡ደኅና፡ነኝ። ከተለያየን፡እስከ፡ዛሬ፡ድረስ፡ከ፫ጊዜ፡በቀር፡ደብዳቤ፡ሳይልኩልኝ፡ቀሩ፡ከዚህ፡የተነሣ፡እጅግ፡አጥብቄ፡ደነገጥሁ። ክፉ፡ነገር፡አላገኘዎም፡ብዬ፡ተስፋ፡አለኝ፡ብርሌና፡ብርጭቆ፡ተሰባሪ፡ነውና። አሁንም፡ይህ፡ደብዳቤ፡እንደ፡ደረሰዎ፡ሳይውሉ፡ሳያድሩ፡ምላሽ፡እንዲሰዱልኝ፡እለምንዎታለሁ። በ፳ቀን፡የካቲት፡ታዲስ፡አበባ፡ተነሥቼ፡ለጥቂት፡ቀን፡ሒጄ፡ለማደን፡ተስፋ፡አለኝ፡የተመቸኝ፡እንደሆን፡እግር[1]፡መንገዴን፡አይዎታለሁ። የተቻለዎን፡ያህል፡ጊዜ፡የሚያገኙ፡እንደሆነ፡ለማደን፡አብረን፡እንሒድ። ይህነን፡ለማድረግ፡ይሆንልዎታል፡ብየ፡ተስፋ፡አደርጋለሁ።

ይላል፡ወንድምዎ፡እገሌ።

ባ፳፪ቀን፡የካቲት፡፲፱፻፳፡ዓ፡ም፡አዲስ፡አበባ፡ላይ፡ተጻፈ።

Style is that of two equals, but not on terms of familiarity one with the other.

[1] እግር፡መንገዴን። = on my way. እግር፡መንገድህ። "on your way" and so on.

2

To my respected brother (friend) So and So.

My brother *how* are you? I, by the kindness of the Trinity, am well. Since we parted up to the present, with the exception of three times, you have not sent me a letter. Owing to this I am greatly astonished. I hope nothing evil has happened to you, for life is uncertain (lit. decanters and glass are breakable). And now when this letter reaches you, I pray you send me an answer without delay. On 20th Yakātīt, I hope to leave Addis Abeba and go for a few days' shooting. If it suits me, I will see you on my way. If you find time let us go hunting together as long as you can. I hope you will be able to do this.

Your brother So-and-So
(i.e. yours sincerely).

Written at Addis Abeba, 12th Yakātīt 1906 A.M.

3

ይድረስ፡ከወንድሜ፡ከቶ፡ንጋቱ።
የተላከ፡ከቶ፡እገሌ።

እጅጉን፡ብዙውን፡እንዴት፡ሰንብተሃል፡እኔ፡ባንተ፡ውቃቤ፡በእግዚአብሔር፡ኃይል፡ደኅና፡ነኝ፡ወይዘሮ፡ተዋበች[1]፣ልጆቹስ፡ቤተ[2]፣ወጣው፡ሁሉ፡ደህና፡ናቸውን።

ይኼነን፡ደብዳቤ፡የሚሰጡህ፡ሙሴ፡እገሌ፡ይባላሉ፡ተሳቸው፡ጋራ፡አንድ፡ልጅ[3]፣ገብረ፡ሥላሴ፡የሚባል፡አሽከራቸው፡የሆነ፡ተከትሎ[4]፣ወርዷልና፡ድንገት፡በቸገረው፡ነገር፡እንድትረዳልኝ፣ደግሞም፡ተከትሏቸው[4]፣ወደ፡አደን፡ዘላቂ፡ነው፡የይለፍ፡ወረቀትም፣ይዘውለታል፡

ተጻፈ፡በወርኃ፡ጥር፡በ፲፰ቀን፡፲፱፻፮፣ዓ፡ም፡አዲስ፡አበባ፡ከተማ።

Style is that of correspondence between equals on terms of familiarity one with the other.

[1] ተዋበች፡ is a woman's proper name meaning "she is beautiful."

[2] ቤተ፡ወጣው። = the household.

[3] ልጅ፡ does not mean here "a boy" but "a servant." In Addis Abeba ልጅ፡ is the common term for a servant in general.

[4] ተከተለ፡ means "to follow." As in Abyssinia one is always "followed" on foot and horseback by a servant or servants, if the master goes on a journey, to say that a servant "follows" him, is equivalent to saying he "serves him" "is in his service."

3

To my brother Ato Nigātā.
Sent by Ato So-and-So.

How are you? (lit. Very much how have you passed the time [since we last met]). I, by your guardian angel and the power of God, am well. Are Madame Tawābach, the children and all the household well?

He who will give you this letter is named Monsieur So-and-So. A servant of his named Gabra Sillase has come down with him in his service. If by chance he gets into a difficulty, please help him for me. He is also passing on to Aden in his master's service. He (the master) has a passport for him.

Written on 18th Tir 1906 A.M. at Addis Abeba.

4

የተላከ፡ከገሌ፡ይድረስ፡ከገሌ፡

እንዴት፣ሰንብተሃል፡እኔ፡እግዜአብሔር፡ይመስገን፡ደኅና፡ነኝ። ለመድረስ፡ከተመኜሁት[1]፡ስፍራ፡በደኅና፡ገባሁ። እንግዴህ፡ስንለያይ፡እንዳዘዝኩህ፡የፈረሶችና፡የበቅሎቼን፣ነገር፡አንተ፡ታውቃለህ፡እንዳይከሱ፡በቅጥ[2]፣እያበላህ፡ይሁን። ከብቶቹንም፡እየጐበኘህ፣በቅሎቹም፡መንገዳቸውን[3]፡እንዳይረሱ፡ማታ፡ማታ፣ወይም፡ጥዋት፡እያሸህ[4]፣ነው። በተረፈ፡ደሞ፡የተዘነጋኝ፡ነገር፡ያገኘሁ፡እንደሆነ፡እልክብሃለሁ። ድንገት፣ውጡ[5]፣ፈረስም፡ሆነ፡በቅሎ[6]፣የገጠመህ፡

Style is that of superior to inferior.

1 ከተመኘሁት፡ is the usual spelling.

2 በቅጥ፡ = በውል፡ = properly.

3 መንገድ፡ here means, gait, paces.

4 አሸ፡ here means, to exercise.

5 ውጡ፡ = ጥሩ፡ = good, well-bred.

6 After በቅሎ፡ the second ሆነ፡ is understood.

እንደሆነ፡ወይም፡የሰማህ፡እንደሆነ፡ለመግዛት፡አትበዝን፡ስንፍና፡እንዳይገባህ። ደሞ፡ምላሽ፡ባሰብሁ፡ጊዜ፡እገሌ፡ስፍራ፡ድረስ፡ይዘህ፡የምታመጣውን፡ከብት፡የምታመጣውንም፡ነገር፤ ጊዜውንም፡የምትነሣበትንም፡ቀን፡ካልሁት፡ስፍራ፡የምትገባበትን፡ቀን፡ለኔ፡የሚሆን፡ስንቅ፡ይህን፡ይህን፡ይሁን፡ብዬ፡አስታውቅሀለሁ፡አሁንም፡እግዜር፡በደኅና፡ለመገናኘት፡ያብቃን። ለሁሉ፡በደኅና፡ገባሁ፡ብለህ፡ሰላምታዬን፡አድርስ።

በጥር፡፩ቀን፡፲፱፻፮፡ዓ፡ም፡በዘመነ፡ማርቆስ፡ወንጌላዊ፡ባዲስ፡አበባ፡ከተማ፡ተጻፈ።

4

Sent by So-and-So.
To So-and-So.

How are you? I, God be praised, am well. I have safely arrived at the place at which I desired to arrive. Now you know (or are responsible *re*) what I ordered you when we parted concerning the horses and mules, and feed them properly lest they get thin. Inspect the animals, and you must exercise the mules in the evenings or mornings, lest they forget their paces. For the rest if I find I have forgotten anything, I will send to you. If you find a good horse or mule, or hear of one, do not be slack in buying, and don't be lazy. Also when I think of returning, come to such and such a place taking with you the horses, mules and things that you ought to bring. I will inform you of the time, day on which you should start, the place in which I am, the day on which you should arrive, and what provisions I want. And now may God keep us in safety till we meet. Give my salams to all and say that I have arrived safely.

1st Tir 1906 A.M. Year of St Mark the Evangelist. Written at the town of Addis Abeba.

5

ይድረስ፡ ከክቡር፡ ሙሴ፡ እገሌ፡

ለምሣ፡ የሚጠራ፡ ክቡር፡ ወረቀትዎ፡ ደረሰኝ፡ ስለ፡ አከበሩኝ፡ በጅጉ፡ እግዚአብሔር፡ ይስጥልኝ። መንገደኛ፡ ስለሆንኩ፡ መድኃኒት፡ ጠጥቼ፡ ለመምጣት፡ ሣይቻለኝ፡ ቀረ፡ በንደዚህ፡ ያለ፡ ችግር፡ በመቅረቴ፡ እንዳያዝኑብኝ፡ እለምንዎታለሁ።

፲፱፻፫፡ ሰኔ፡ ፳ቀን፡ ተጻፈ።

Seal

5

Letter refusing an invitation

To his Honour Mr So-and-So.

I have received your esteemed invitation to lunch. Thank you very much for having (thus) honoured me. Being a traveller, I have drunk medicine and am unable to come. I beg you not to be annoyed with me for my remaining away under these circumstances (lit. in such a difficulty).

Written 20th Sane 1903.

Seal

6

የውጭ፡ሥራ፡ሚኒስትር፡
ኢትዮጵያ፡

ይድረስ፡ከክቡር፡ሙሴ፡እገሌ፡የገሌ፡መን
ግሥት፡ባለሙሉ[1]፡ሥልጣን፡ምኒስትር።

ሰላም፡ለርስዎ፡ይሁን።

ነገ፡ቅዳሜ፡በ፲፬ሚያዝያ፡ግብረ[2]፡ሰላም፡ለመቀበል፡ልዑል፡ልጅ፡ኢያሱም፡መኳንንቱም፡ሁሉ፡ግቢ፡ድረስ፡እንሰበስባለንና፡ምናልባት፡ለመምጣት፡ፈቃድዎ፡የሆነ፡እንደሆነ፡ጊዜያቱ፡ከጧቱ፡በሶስት፡ሰዓት፡መሆኑን፡አስታውቅዎታለሁ።

ሚያዝያ፡፲፫ቀን፡፲፱፻፫ዓመተ፡ምሕረት፡አዲስ፡አበባ።

---

1 ባለሙሉ፡ሥልጣን፡ምኒስትር። = Minister Plenipotentiary.

2 ግብረ፡ሰላም። On the Saturday before Easter Sunday the Chiefs go to the Gibi and receive ዘምባባ፡ (palms) from the priests and afterwards they go to Mass.

6

Invitation to a State Festival.

The Minister for Foreign Affairs
Ethiopia.

To his Honour So-and-So, Minister Plenipotentiary of such and such a country.

Salutations to you!

To-morrow Saturday 14th Mīyāzyā, We, his highness Lij Iyasu and all the Chiefs, will assemble at the Palace to receive the "Gabra Salam." If by chance you wish to come, I beg to inform you that the time is 9 a.m.

13 Mīyāzyā 1903 A.M. Addis Abeba.

7

ይድረስ፡

ከክቡር፡ሙሴ፡እገሌ።

ሰላም፡ለርሰዎ፡ይሁን።

ይኸ፡ገብሬ፡የሚባል፡ሰው፡የርሰዎን፡ዕቃ፡ጭኜ፡አዋሽ፡ልወርድ፡ነው፤ብሎኛልና፤ለሱ፡ዋስ፡መሆኔን፡በዚህ፡ወረቀት፡አስታውቅዎታለሁ።

ውቤ።

ጥር፡፲፩፡፲፱፻፮

7

To

His Honour Mr So-and-So.

Salutations!

This man who is named Gabre has told me that he is going to load up your kit, and take it down to the Hawash, and I notify you by this letter that I am his guarantee.

Wibe.

11th Tir 1906.

For EU product safety concerns, contact us at Calle de José Abascal, 56–1°, 28003 Madrid, Spain or eugpsr@cambridge.org.

www.ingramcontent.com/pod-product-compliance
Ingram Content Group UK Ltd.
Pitfield, Milton Keynes, MK11 3LW, UK
UKHW010346140625
459647UK00010B/854

* 9 7 8 1 1 0 7 6 0 1 3 3 8 *